# NGÔN NGỮ
## TẠP CHÍ VĂN HỌC NGHỆ THUẬT
### SỐ 20  1/7/2022

**NHÓM CHỦ TRƯƠNG:**
Luân Hoán - Song Thao - Nguyễn Vy Khanh - Hồ Đình Nghiêm - Lê Hân

**CỘNG TÁC TRONG SỐ NÀY:**
Ben Oh, Biển Cát, Bùi Dũng, Bùi Nguyên Bằng, Cái Trọng Ty, Cao Nguyên, Chu Vương Miện, Dan Hoàng, Dung Thị Vân, Đặng Kim Côn, Đặng Hiền, Đặng Xuân Xuyến, Đinh Phụng Tiến, Đoàn Phương, Đỗ Duy Ngọc, Đỗ Trường, Kiều Huệ, Hoài Huyền Thanh, Hoàng Xuân Sơn, Hồ Chí Bửu, Hồ Đình Nghiêm, Hùng Nguyễn, Huỳnh Thị Quỳnh Nga, KC Nguyễn, Lâm Băng Phương, Lê Anh Dũng, Lê Chiều Giang, Lê Hân, Lê Hữu Minh Toán, Lê Minh Hiền, Lê Văn Trung, Luân Hoán, Lữ Quỳnh, Lưu Lăng Khách, Lương Thiếu Văn, Mai Tuyết, Minh Ngọc, Ngàn Thương, Ngữ An, Nguyên Bình, Nguyên Cẩn, Nguyễn An Bình, Nguyễn Đình Phượng Uyển, Nguyễn Đức An, Nguyễn Đức Nam, Nguyễn Hàn Chung, Nguyễn Hoàn Nguyên, Nguyễn Lê Hồng Hưng, Nguyễn Lệ Uyên, Nguyễn Nhã Tiên, Nguyễn Quốc Hưng, Nguyễn Sông Trẹm, Nguyễn Thị Hải Hà, Nguyễn Thị Thanh Bình, Nguyễn Thiên Nga, Nguyễn Văn Điều, Nguyễn Văn Gia, Nguyễn Viết Kim, Nguyễn Vy Khanh, Ninh Trần, NP Phan, Phạm Cao Hoàng, Phạm Thái Thanh Lan, Phan Văn Thạnh, Phương Tấn, Rose, Song Thao, Tiểu Lục Thần Phong, Tiểu Nguyệt, Thái Tú Hạp, Thanh Trắc Nguyễn Văn, Thục Uyên, Thy An, Tôn Nữ Mỹ Hạnh, Trang Châu, Trần Dzạ Lữ, Trần Đình Sơn Cước, Trần Hạ Vi, Trần Thị Nguyệt Mai, Trần Trung Sáng, Trần Vấn Lệ, Triều Hoa Đại, Trung Chính Hồ, Trương Xuân Mẫn, Võ Phú, Vũ Khắc Tĩnh, Vương Hoài Uyên, Xuyên Trà.

**BÌA:** Uyên Nguyên Trần Triết

**TRANH BÌA:** Họa sĩ Pháp Pierre-Louis Flouquet (1900-1967)

**DÀN TRANG:** Lê Hân

**ĐỌC BẢN THẢO:** Trần Thị Nguyệt Mai

**LIÊN LẠC:**
Thư và bài vở mời gởi về:
- Luân Hoán: lebao_hoang@yahoo.com
- Song Thao: tatrungson@hotmail.com

**TÒA SOẠN & TRỊ SỰ:**
Lê Hân: (408) 722-5626  han.le3359@gmail.com

# MỤC LỤC

# THƯ TÒA SOẠN

Kính thân chào tất cả quý bạn,

Anh em chủ trương chúng tôi thật vui khi Ngôn Ngữ chính thức bước lên hàng hai*, của tuổi hiện diện trong làng văn tiếng Việt. Đạt được điều này, phần lớn nhờ ở tấm lòng thương mến, góp tay của các bạn văn khắp nơi. Bên cạnh đó là sự bao dung đón nhận của tất cả bạn đọc. Chúng tôi quý kính gởi đến tất cả anh chị lời cảm ơn chân tình. Chúng tôi cũng không quên sự giúp đỡ thiết thực về tài chánh qua quảng cáo, của một ít bạn văn, cụ thể như Bác sĩ Nhà văn Ngô Thế Vinh, Nhà thơ Chu Vương Miện..., và gần 40 độc giả mua báo dài hạn, con số này khá khiêm nhường nhưng đây cũng là một niềm vui để chúng tôi duy trì tạp chí Ngôn Ngữ này. Hy vọng các bạn hiện đang mua từng số sẽ chuyển qua mua dài hạn để chúng tôi dễ dàng hơn trong việc mua báo gởi ra.

Liền với niềm vui, vào những ngày vừa qua, văn giới Việt Nam đã phải ngậm ngùi tiễn đưa một số tên tuổi giàu tiếng vang như:

- Nhà văn, Nhà báo Phan Kim Thịnh, qua đời ngày 4-6, tại Việt Nam, khi 86 tuổi. Ông là người sáng lập kiêm Chủ nhiệm (và Chủ bút trong vài thời kỳ) tạp chí Văn Học tại Sài Gòn; mỗi tháng một số, ròng rã từ 1962 đến biến cố 1975. Sau ngày ngưng làm báo ông viết nhiều sách giới thiệu, tìm hiểu về một số nhân vật Việt Nam, nổi tiếng trong nhiều lãnh vực.

- Cũng vào ngày 4-6 vừa qua, trong ngoài Việt Nam, những người yêu âm nhạc đã thương tiếc tiễn biệt vĩnh viễn nhạc sĩ Cung Tiến, sinh ngày 27.11.1938 và mất ngày 10.5.2022. Ông có quý danh Cung Thúc Tiến, dùng bút hiệu Thạch Chương khi chuyển ngữ sách. Ông sinh ra tại Hà Nội, vào Sài Gòn năm 1954, định cư tại Los Angeles Hoa Kỳ và rời cuộc sống ở tuổi 84. Nhưng những ca khúc như *"Hương Xưa"*, *"Hoài Cảm"*, *"Thu Vàng"*... sẽ sống mãi trong lòng người mộ điệu, tiếp tục nhiều thế hệ.

- Và mới nhất, hôm nay, 07-6, Họa sĩ Rừng cũng là Nhà văn Kinh Dương Vương, Nhà thơ Dung Nham hay Cỏ Đồng vừa thoát tục sau 6 tháng đột quy. Anh tên thật Nguyễn Tuấn Khanh, sinh ngày 14-3-1941 tại Cambodia, tốt nghiệp Mỹ Thuật Gia Định và Cao Đẳng Mỹ Thuật Huế năm 1961. Anh là người thực hiện bìa cuốn Tác Giả Việt Nam của Lê Bảo Hoàng do nhà xuất bản Sóng Văn in lần thứ nhất.

Riêng trong phạm vi tạp chí Ngôn Ngữ, chúng tôi đã xót lòng chia tay Nhà thơ Nguyễn Thành vào ngày 28-4-2022 tại Sài Gòn; anh là một bạn văn trực tiếp góp phần thực hiện tạp chí Ngôn Ngữ. Nguyễn Thành ra đi, lưu lại cho văn học hai thi phẩm và sự thương tiếc. Anh dừng tuổi thọ ở năm 65 của riêng mình.

Chưa hết, gần đây, một bạn văn nhiều lần góp bài cho Ngôn Ngữ, Nhà thơ-Nhà văn Hoài Ziang Duy, cũng rời bỏ cuộc sống vào ngày 01-6 tại Virginia Hoa Kỳ. Anh tên thật Thái Sanh Lợi, sinh năm 1948 tại Châu Đốc, để lại ba tác phẩm văn xuôi và ba tác phẩm thơ.

Trước những chia biệt trên, chúng tôi xin cung kính tiễn đưa và thành thật chia buồn cùng quý gia đình thọ tang.

Thưa quý bạn.

Trong Ngôn Ngữ số 20 này, chúng tôi có dành một số ít trang, để chúng ta cùng tưởng tiếc Nhà thơ Nguyễn Thành. Số bài vở còn lại vẫn mang nội dung cảm nhận về sinh hoạt cuộc sống đời thường tùy nghi từng tác giả. Đặc biệt chúng tôi cho đi nhiều bài giới thiệu tác giả, tìm hiểu tác phẩm của những Nhà thơ, Nhà văn Nguyễn Nho Nhượn (bài của NNT), Võ Hồng (bc LTV), Trần Vấn Lệ (bc ĐXX), Phương Tấn (bc ĐT), Thành Tôn (bc ST), Luân Hoán (bc NTN), Đinh Phụng Tiến (bc THĐ), Kiều Thị An Giang (bc ĐP).

Ở mục phỏng vấn do nhà văn Triều Hoa Đại thực hiện, ngay trên đề bài, chúng tôi ghi liền hai tên người phỏng vấn và người trả lời, thay vì thường lệ chỉ ghi người thực hiện. Bản văn tư liệu này do đồng tác mà hình thành, nên chúng tôi cũng xin được gọi là "trao đổi văn học" thay vì phỏng vấn quen thuộc, xin phép cùng cảm ơn anh Triều Hoa Đại và quý anh chị đã và sẽ được anh Đại đối thoại.

Điểm cuối cùng xin thưa, Ngôn Ngữ vui nhận được bài dồi dào dần, do đó trong số trang quy định, chúng tôi khó có thể đi hết trong cùng một số của mỗi kỳ nhận. Sự lựa chọn thật sự có ưu tiên cho những bài chúng tôi thấy cần giới thiệu sớm, tiếp theo là thứ tự sớm muộn khi nhận bài. Những bài gác lại chúng tôi sẽ phổ biến số tiếp theo. Mong quý tác giả thông cảm.

Kính chúc chúng ta bắt đầu vui cùng mùa hè ấm áp năm 2022.

Thân tình,

**Luân Hoán**
*6-2022*

** hàng hai:  Tạp chí Ngôn Ngữ đã đạt được Số 20 trở đi*

# TƯỞNG NIỆM
# NHÀ THƠ
# NGUYỄN THÀNH

**Ghi chú**: *Mục tưởng niệm nhà thơ Nguyễn Thành bài vở sắp xếp theo thứ tự tên (họ) a, b, c sau bài thơ của anh Nguyễn Thành*

*Đây là bài thơ cuối cùng của anh NGUYỄN THÀNH*
*viết với bút hiệu ROSE:*

## ROSE
### MỒ CÔI

Xa mẹ từ thuở còn thơ
Mới ba tháng rưỡi chơ vơ giữa đời
Thiếu ca dao mẹ à... ơi...
Thiếu dòng sữa ngọt một thời hư hao

Tuổi thơ dữ dội qua mau
Đòn roi vô thức nát nhàu thịt da
Thiếu vòng tay mẹ xuýt xoa
Thiếu manh áo ấm xót xa quặn lòng

Con rơi nước mắt thành dòng
Hòa vào cơm hẩm thầm đong chữ tình
Khát khao mẹ bới cho mình
Bới đầy hơi ấm với nghìn yêu thương

Chiều chiều ngóng mẹ bên đường
Mong manh hư ảo mẹ vòng tay ôm
Giật mình tỉnh giấc chiều hôm
Mẹ như chiếc bóng mờ trông xa dần

Đi tìm mẹ biết đâu lần
Bước chân con trẻ đâu cần nghĩ suy
Tóc xanh nào biết hiểm nguy
Chân trời vô định cứ đi chẳng màng.

Quê người mòn mỏi giữa đàng
Gió mưa rét mướt lang thang đêm trường
Nhiều lần ngã gục bên đường
Thân còn trần thế nhờ người cưu mang

Đời rèn chẳng biết thở than
Ân tình thêm nợ biết đàng nào lo
Cả đời xin một chữ cho
Cho ơn cho nghĩa cả cho hình hài

Đời như một giấc mộng dài
Năm mươi mấy vẫn miệt mài ngóng trông
Thôi thì kiếp nợ trả xong
Đợi khi nhắm mắt thong dong về Trời ∎

# BEN OH
## THƯƠNG NHỚ

Thật bàng hoàng Nguyễn Thành ra đi
Buồn quá không nói được điều chi
Qua di ảnh chân dung hiền hậu
Sống chan hòa thân thiện mỗi khi

Nhìn kệ sách Ngôn Ngữ/Ra Khơi
Tập thơ em góp nhặt từng bài
Sớm tối chung tay cùng tác phẩm
Một con người chịu khó đôi vai

Gia đình và bạn bè thương tiếc
Bên quan tài một nỗi lòng đau
Định mệnh vô thường sao ngắn quá
Cây chưa già lá đã ngả sầu

Tiễn đưa em về nơi an nghỉ
Nén hương thơm với những vần thơ
Hương linh nhẹ nhàng và thanh thản
Nơi chín suối em không có bơ vơ ∎

# DUNG THỊ VÂN
## BỨC TRANH BẠN HỮU

*(Ngày ghé thăm nhà thơ Nguyễn Thành,
chủ biên tập san RA KHƠI đang bệnh)*


Thăm em một buổi mai
Sài Gòn phố vẫn chật người
Em một mình
Trên giường bệnh

Ôi tình bạn ngàn năm
Là nỗi lòng ẩn trắc
Lòng ngậm ngùi khi đến thăm em
Hơn năm tháng trời em chưa được khỏe

Thương vợ em bao tháng trời vất vả
Em phải phục hồi sức khỏe bình yên
Xuân vẫn đương hoa vẫn đậm đà nét bút
Ta cầu Thần bình an và sức khỏe độ cho em

Tình bạn chị em mình là muôn hoa vạn sắc
Mỗi hoa một màu quấn quít bên nhau
Đó là bức tranh tuyệt vời bạn hữu
Phải kề cận bên nhau đến mãi ngàn sau ∎

*Saigon, Feb 24, 2022-14:14*

# HỒ CHÍ BỬU
## TIỄN NGUYỄN THÀNH...

Ngày ra mắt Ra Khơi
Ta cầm chai Chivas
Đến chung vui với Thành
Mắt bạn cười long lanh

Tiệc nào rồi cũng tàn
Đường ta về xa lắc
Bạn tiễn đến tận xe
- Gởi bài đều nghe anh!

Ra Khơi 1 đến 6
Ta cộng tác đều đều
Số nào quên Thành nhắc
- Gởi bài đi ông anh...

Ra Khơi 7 thai nghén
Thì bạn đã không còn
Ra Khơi mà biển động
Thuyền đi vào hư không

Một tấm lòng cao cả
Với sự nghiệp văn chương
Tiễn bạn về đất hứa
Lòng ta hoài vấn vương... ∎

29.04.22

# LÊ HÂN
## BÀI TIỄN NHÀ THƠ NGUYỄN THÀNH

ngại có thể trở thành quen thói
chưa làm thơ đưa tiễn bạn bè
đâu có phải thiếu lòng thương tiếc
trước biệt ly nào không gợn sắt se

nhưng hôm nay bùi ngùi lòng ngậm
không dễ chôn buồn vào việc linh tinh
lật cuốn sách mở máy lên thấp thoáng
tình ai thân ghé đậu xuống bên tình

rất cố gắng để đường thơ không gượng
chữ theo dòng không ẩm ướt hương mưa
người bạn thơ không cần mường tượng
vẫn thấy anh trong những nét vui xưa

bạn mới gặp chơi chưa thân là mấy
tay trong tay đâu chỉ đôi ba lần
những cuộc gọi, những dặn dò thân mật
sách báo làm gạch nối mến thân

đời riêng định mỗi người mỗi số?
nghe quen tai, lặp lại mãi cũng tin
thôi bạn hữu, yên lòng vào vĩnh cửu
Thành ơi Thành, tôi tay đặt ngoài tim... ■

*Tháng 4-2022*

# NGÀN THƯƠNG
## RU GIẤC NGẬM NGÙI

*(Tưởng nhớ Nhà thơ Nguyễn Thành)*

Người giờ
thanh thản "Ra khơi"
Nương thuyền Bát nhã
"Vọng"
lời Tâm Kinh
Trần gian cát bụi vô tình
Có gì vui
cõi vô minh chập chùng
Nụ cười
gửi lại vấn vương
Còn chăng một chút
thơ lòng đắm say
Thành  xa
nơi "Quán văn" này
Cụng ly mà ngỡ
tháng ngày lãng du
Cung đàn
trỗi khúc tạ từ
Sài Gòn hoa lệ
hình như nhớ người
Bồ đề
một cánh nhẹ rơi
Tịnh không
ru giấc ngậm ngùi
từ đây... ∎

*(Huế)*

# NGUYÊN CẨN
## NGUYỄN THÀNH VÀ ƯỚC VỌNG CHƯA THÀNH

Quen biết Thành chỉ vài năm gần đây sau đêm tất niên Văn học Unescom năm 2018.  Nhưng anh em chơi rất chí tình, vẫn gọi nhau cà phê thường xuyên.

Nhớ lại những buổi sáng ở My Life Coffee khi ngoài trời những cơn mưa cuối mùa lất phất, Thành tâm sự về những thành công và thất bại trong đời, mà thất bại có vẻ nhiều hơn khi Thành phải đối diện với việc đóng cửa công ty cũ. May cho Thành còn đó niềm đam mê chữ nghĩa, viết lách in ấn và hoài  bão xây dựng tờ Ra Khơi ngày một vững vàng. Thành luôn dành cho tôi sự trân trọng dù bài của tôi phải sửa morasse nhiều vì căn bản vi tính "mò mẫm" của tôi.

Thành tặng tôi nhiều sách hay dù tôi muốn Thành bán vì xuất bản từ hải ngoại, của Ngô Thế Vinh, Mai Thảo... Con người Thành không đặt nặng tiền bạc, xem văn chương như một cuộc chơi, nên dù khó khăn, lỗ lã vẫn tự tại an nhiên như lời thơ Thành viết:

*Ta đi tìm bóng thời gian*
*Thấy vương nguồn cội những ăn năn buồn*
*Chất chồng năm tháng vô ngôn*
*Oằn vai ta gánh theo vòng nhân sinh*
*Vì*
*Lỗi lầm trả cuộc bể dâu*
*Ngược chiều nhân quả nông sâu nhãn tiền*
*Chợ đời mưa nắng luân phiên*
*Ta an nhiên giữa muộn phiền thế nhân*

Cuối năm 2020, Thành muốn Ra Khơi số 4 làm chuyên đề về tôi. Tôi đã thẳng thắn nói với Thành: "Em chọn người khác đi vì anh chưa xứng đáng với một số báo đặc biệt đâu!". Nhưng Thành cương quyết: "Không sao, em đã cân nhắc hết rồi. Anh chuẩn bị gửi bài cho em gồm thơ, truyện ngắn, tản văn... và vài dòng tiểu sử. Mọi chuyện em lo hết. Và Thành dặn tôi chuẩn bị trả lời phỏng vấn của Thành hôm ra mắt số báo ấy. Thành tổ chức hết sức trang trọng vào buổi sáng 22/11/2020 tại phòng họp lớn của khách sạn Rose trên đường Ba Tháng Hai. Tôi còn nhớ Thành hỏi những câu như:

1/ Phải định nghĩa về anh như thế nào? Nhà văn, nhà thơ, nhà báo hay nhà giáo?

2/ Anh phân chia thời gian như thế nào khi viết? Có gì mâu thuẫn giữa nhà thơ và nhà phê bình hay nhà báo viết xã luận?

3/ Nguồn cảm hứng anh đến từ đâu?

4/ Những vấn đề xã hội nào gợi ý cho anh viết xã luận hay làm thơ?

5/ Có ràng buộc hay giới hạn khi vừa là nhà giáo và nhà văn?

Với cử tọa gần trăm người, buổi họp mặt diễn ra thân tình, nồng nhiệt. Thành còn chiêu đãi cơm trưa nhẹ nhàng, ấm cúng. Quên sao được những ngày tháng bạn bè giao lưu qua thi văn và lời ca tiếng hát góp vui ngập tràn hạnh phúc.

Thành nghiêm túc trong cuộc chơi ấy vì quan niệm "làm ra làm, chơi ra chơi". Thành cẩn trọng từng lỗi morasse, không dung thứ một sự chuệch choạc nào khi in ấn. Có lẽ vì vậy mà các anh Luân Hoán, Lê Hân gửi gắm niềm tin nơi Thành khi in những tác phẩm mới. Đặc biệt anh Vũ Trọng Quang rất cảm động khi in ấn phẩm đặc biệt về Huỳnh Phan Anh, văn chương và kinh nghiệm hư vô. Tác phẩm truyện vừa duy nhất của HPA - Những Ngày Mưa – quá cũ không scan hay chụp lại được nhưng may sao Thành đã bỏ công gõ lại toàn bộ 140 trang giấy ấy để in trong ấn phẩm đặc biệt nhân ngày mất HPA. Bằng cách làm việc mang tính "professional" ấy, Thành đã được nhiều anh chị em trong giới văn nghệ gửi trao tác phẩm của mình in ấn và xuất bản. Thành tâm sự nhiều cuốn in ra đâu có lời bao nhiêu, công ty tồn tại được là nhờ nhiều nguồn lực anh em bên ngoài hỗ trợ chứ tờ Ra Khơi không lỗ là vui rồi!

Thành may mắn có sự hỗ trợ của "bà xã" hết sức chu đáo và tận tình nên trong tình yêu Thành cũng không vướng phải nhiều trăn trở, suy nghĩ nhiều dù biết đó là ràng buộc.

*"Ngậm ngùi giấc mộng phù du*
*Phải đâu dâu bể mà hư hao mình*
*Chẳng qua vướng nợ chữ tình*
*Sợi dây oan nghiệt vô minh đọa đày* (Hư – NT)

Có một người tình, người vợ cùng nhau vượt qua những gian nan của cuộc đời, sánh vai nhau qua bao chặng đường để thấy rằng mình là của nhau từ rất lâu...

*Hạnh phúc đời ta đã có em*
*Dịu dàng ru khúc nguyệt bên thềm*
*Đêm say tình tỏ loang sông thẳm*
*Uống ánh trăng vàng mắt dịu êm*
Vì Thành hiểu, cuối cùng thì:
*Em vẫn ngàn năm của đất trời*
*Ngàn năm biển lặng sóng chơi vơi*
*À ơi... xõa mộng đêm tiền kiếp*
*Thấp thoáng nghiêm minh trút rạng ngời*
Dù có gặp phải chuyện không như ý, thất bại thì khi cảm thấy nỗi buồn vẫn còn người chia sẻ bên đời:
*Chợt mặn đầu môi*
*Nghe đôi chim hót như tiếng đời gọi ta về*
*Bâng khuâng giữa phố*
*Vật vờ trên suối tóc em bay..."*

Tập thơ mới nhất in ra trước lúc lâm trọng bệnh là tập Vọng. Nhà thơ Dung Thị Vân khi viết về tập thơ này đã nhận xét: "Thơ Nguyễn Thành là dòng thơ hay. Hay từng câu, từng chữ. Không dài dòng. Chúng ta cùng đọc VỌNG của Nguyễn Thành thì biết. Cuộc đời của người cầm bút là mắc nợ trần gian. Phải viết để cho người đời đọc. Mà viết dở thì bị chê. Hay thì được khen. Nhưng hầu như tiếng khen thì ít mà tiếng chê thì nhiều. Nhưng ai cũng viết và chẳng mấy ai quan tâm đến việc này. Bởi viết là viết theo mạch cảm xúc của mình. Khi chúng tôi cầm bút mà viết được một điều gì đó dù hay, hay là dở chúng tôi cũng cảm thấy nhẹ lòng và rất vui. Mặc cho những thị phi ở cõi trần vay này. Bởi vậy mà Nguyễn Thành đã viết NỢ THƠ là vậy.

*"Bè bạn bên đời sao tháng hạ*
*Thế gian tri kỷ thoáng phù vân*
*Trời luồn hai mảnh ta vừa khớp*
*Chẳng phải nhân duyên, chỉ nợ nần*

*Nhìn lại tháng năm dạ ngậm ngùi*
*Nỗi lòng chắp cánh với mây trôi*
*Cung đàn lạc phách thiên thu mộng*
*Ôm góc trời riêng tơi tả lòng*

Thành sống với tâm đạo dù ít khi nói chuyện Phật pháp, nhưng trong thơ đây đó cũng phảng phất chân dung một người biết sống an nhiên sau những thăng trầm.

*Thôi kệ... chuyện rồi cũng sẽ qua*
*Buông tay phổ độ cổ nhân hà*
*Qua miền sương ảnh tình như khói*
*Chấp ngã tham thiền nụ trổ hoa*
Dù có những ngày trong cuộc mưu sinh nhiều gai góc, dấn mình tìm quên trong men bia rượu thì:
*Tưởng say quên hết bóng hình*
*Ai ngờ nỗi nhớ lung linh ùa về*
*Hoang mơ... vất vưởng bên hè*
*Nửa vầng trăng khuất... nửa che kiếp người*
Nguyễn Thành vẫn dấn thân vào cuộc đời, có lúc thắng lúc thua có khi thấm mệt phận người:
*Ta vẫn tỉnh mê trong chốn vô thường*
*Muốn tìm về cội nguồn trong tiềm thức*

*Gõ cửa mùa xuân cũ*
*Tìm lại vị ngải hương ta say từ dạo ấy...*
*Để rồi một hôm,*
*Buông tay canh bạc giữa đường.*
*Níu thời gian ngược... Đoạn trường hư hao*
Nguyễn Thành đã đúc kết kinh nghiệm và những hơn thua được mất để thấy rằng:
*Giữa dòng đời mãi ngu ngơ*
*Phận hèn sao sánh xa mờ trời xanh*
*Thôi về treo mộng trên cành*
*Với theo chiếc bóng, lìa cành mộng tan.*
Những ngày đại dịch, thành phố vật vã, người người điêu linh quần quại, anh em vẫn gọi điện thăm hỏi, động viên nhau, chia sẻ buồn vui:
*Nhân tai thêm dịch hạn*
*Cơ cầu trắng bàn tay*
*...*
*Ngày mai trời mù mịt*
*Loanh quanh mọi góc nhà*
*Bộn bề trong trăn trở*
*Ngậm ngùi nắng phương xa*

Đại dịch đi qua thì cũng là lúc Thành trở bịnh, ban đầu chỉ nghĩ là thoát vị đĩa đệm hay gai cột sống gì đấy thôi, vẫn hẹn nhau cà phê. Nhưng ai ngờ?

Nguyễn Thành đã đến với bè bạn anh em chí tình, sống tận hiến và khi bệnh, nằm trên giường vẫn sửa morasse cho đến khi không còn làm được nữa, rơi vào trạng thái "nửa tỉnh nửa mê" dù mở mắt ra vẫn lo khi thấy và biết bạn bè thăm viếng, gật đầu và chảy nước mắt vì không sao ngồi dậy được. Thành đã linh cảm điều xấu nhất cho mình.

*Tiếng vọng mù khơi đêm khánh tận*
*Trăm năm mộng gởi lá thu bay*

Bây giờ thì Nguyễn Thành đã như lá thu bay. Bài thơ tôi viết buổi chiều nghe tin Thành mất:

*Một chút trời xanh giờ đã khép*
*Bạn đã Ra Khơi ghé bến nào?*
*Thôi nhé, Thành ơi, chào giã biệt!*
*Kiếp người chớp tắt tựa chiêm bao...*

Nguyễn Thành ra đi nhưng ước vọng còn dở dang chưa người tiếp nối. Con thuyền Ra Khơi vẫn lênh đênh giữa trùng dương chờ người lèo lái. Bài viết này thay nén nhang tiễn bạn.

**Nguyên Cẩn**

# NGUYÊN CẨN
## Trưa Hòa Hưng

*Khi ghé thăm Nguyễn Thành*

Một chút trời xanh trong mắt bạn
Thuyền chưa cập bến sắp "Ra Khơi"(*)
Ta hiểu cuộc đời là hữu hạn
Vẫn buồn khi bạn bỏ cuộc chơi

Bạn nằm muốn nói bao mơ ước
Tạm khép bên đời đêm lãng quên
Hôm sớm sương bay theo bọt nước
Trong quán xưa ngồi ai nhắc tên?

Hy vọng mong manh đèn trước gió
"Vọng"(*) tiếng thơ sầu như nén đau
Còn có gì chăng ngoài nỗi nhớ
Đoạn đường văn nghệ sánh vai nhau

Chúc bạn bình yên ngày tháng cuối
Thời gian níu lại chẳng qua mau
"Thôi kệ"(**) không còn chi tiếc nuối!
Bến bờ nào kẻ trước người sau ∎

(10/4/2022)
*(*) tên báo và tác phẩm Nguyễn Thành*
*(**) thư pháp trong nhà Thành*

# NGUYỄN AN BÌNH

## Nguyễn Thành, Hồn Đã Theo Mây Nhưng Tình Còn Ở Lại

Sáng hôm nay trời Sài Gòn thật u ám, mây xám vần vũ như muốn trút xuống cơn mưa tầm tã để tiễn đưa hương hồn Nguyễn Thành, người bạn thơ thân thiết của tôi và các bạn văn về cõi vĩnh hằng. Hôm qua nhận được tin anh mất qua thông tin sớm của nhà thơ Dung Thị Vân, tôi vội rà lại trên trang fb của anh và của chị Vân Mỹ (vợ anh) xem có thông tin chính thức từ gia đình phát đi hay không nhưng không thấy, nhưng tin tức của bạn bè lần lượt báo tin về, tôi biết điều đó là sự thật. Mặc dù đã chuẩn bị tâm lý từ trước tôi vẫn có cảm giác hụt hẫng. Nguyễn Thành mất lúc 17g25 ngày 28/04/2022, hôm nay anh em sẽ đến viếng tang, ngày mai di quan đến đài hóa thân Bình Hưng Hòa, thân xác anh sẽ trở thành cát bụi về trong lòng đất mẹ. Cái cảm giác nghẹn ngào buồn bã cứ bám sát tôi từ suốt hôm qua đến giờ khi được báo tin anh mất. Tôi biết điều đau buồn đó sẽ xảy ra không sớm thì muộn khi mấy lần đến thăm anh sự tiều tụy đã hiện rõ trên thân xác anh ngày một rõ nét nhưng không ngờ nó đến sớm hơn tôi tưởng.

Có hẹn với vài bạn văn quen để cùng đến viếng tang nhưng chưa kịp ra khỏi cổng thì cơn mưa ập đến, kéo dài, không chờ đợi được, tôi trùm áo mưa lao đi trong màn mưa lạnh. Nhà Thành trong một hẻm nhỏ đường Hòa Hưng, lại vào thêm một ngách hẹp, điều đó làm cho việc tổ chức tang lễ và viếng tang có phần khó khăn hơn nhưng tất cả cũng đâu vào đấy. Nhìn nét mặt của chị Vân Mỹ và Công (con Nguyễn Thành) buồn nhưng không bi lụy tôi cảm thấy an tâm. Những vòng hoa tang được gởi đến, bạn bè thân quen lần lượt đến phúng điếu, không có kèn trống của phường bát âm, không khí có vẻ trầm lắng nhưng không quá buồn bã, trước tấm lòng của người thân và bằng hữu trong ngày tiễn anh về cõi vĩnh hằng, tôi nghĩ chắc anh sẽ an lòng đi xa tuy biết anh còn nhiều hoài bão ấp ủ chưa thực hiện được.

Tôi quen Nguyễn Thành mấy năm trước khi anh gọi điện báo tin cho tôi biết sách của tôi in bên NXB Nhân Ảnh - Hoa Kỳ đã chuyển về VN và xin tôi cái hẹn để giao sách. Lần ấy tôi in hai quyển: "Thơ Tình Nguyễn An Bình" và tập 90 ca khúc phổ thơ "Tình Thơm Màu Giấy Mới". Lần gặp đó tôi mới biết anh đang hợp tác với Nhân Ảnh và là người dàn trang cho hai tập sách của tôi. Nguyễn Thành tướng người nho nhã, nói chuyện điềm đạm và biết nhún nhường dễ gần. Sau lần gặp này, thỉnh thoảng chúng tôi hẹn nhau cà phê lâu dần trở nên thân thiết. Tôi và Nguyễn Thành thật sự gắn kết với nhau khi anh đề nghị tôi đứng tên trong ban biên tập tập san *RA KHƠI* số 1, tờ báo văn chương mà anh ấp ủ thực hiện từ lâu, tôi biết anh là người rất yêu văn chương nên vui vẻ nhận lời. Tập san Ra Khơi ba tháng sẽ phát hành một số và cứ thế trôi chảy Ra Khơi ra mắt đến cuốn số 7.

Phải nói Nguyễn Thành chịu khó đầu tư cho tờ Ra Khơi rất nhiều, từ khâu biên tập, xin giấy phép, dàn trang, in ấn... anh đều chu tất. Tôi thường trao đổi ý kiến của các cộng tác viên xem họ đánh giá tờ Ra Khơi thế nào, nói chung đều khen tờ báo về nội dung và hình thức đẹp và phong phú mặc dù tôi biết còn rất nhiều điều cần sửa đổi và cải tiến, thời gian sẽ giúp chúng tôi hoàn thiện dần nhưng tôi tin tờ Ra Khơi với sự nỗ lực của ban biên tập dần dần sẽ có chỗ đứng trên văn đàn.

Chuẩn bị thực hiện tập Ra Khơi số 8 thì anh phát bệnh, bài vở RK số 8 (số mùa xuân Nhâm Dần 2022) tập hợp khá đầy đủ, bệnh có vẻ trở nặng nên anh muốn buông xuôi. Tôi động viên anh nên thực hiện vì cộng tác viên mong mỏi và ao ước được cầm nó trên tay khi ngày xuân đến, cuối cùng anh cũng cố gắng thực hiện được nhưng bài vở của cộng tác viên phía bên anh phụ trách còn thiếu rất nhiều nhưng tôi nghĩ không ai nỡ phiền trách anh và biết anh đang bệnh. Phải nói thêm rằng bên cạnh anh những ngày trở bệnh nặng luôn luôn có chị Vân Mỹ, vợ anh túc trực bên giường bệnh chăm sóc cho anh từng li từng tí, tôi rất cảm động vì tình yêu thương chồng và luôn ủng hộ lòng yêu thích văn chương của chồng một cách vô điều kiện của chị.

Lúc anh mới phát bệnh và còn tỉnh táo dù nằm trên giường bệnh, anh rất vui mỗi khi tôi đến thăm. Hai anh em bàn nhiều chuyện cho sự phát triển của tờ tập san Ra Khơi trong tương lai: Tờ báo hiện giờ mỗi năm xuất bản 4 số (3 tháng ra một lần), sau này điều kiện tốt hơn sẽ tăng lên 6 số, nếu thuận lợi hơn nữa sẽ phát hành 10-12 số mỗi năm. Song song đó sẽ thành lập tủ sách Ra Khơi, chuyên in ấn và hỗ trợ cho những bạn văn có tác phẩm tốt nhưng không đủ điều kiện ra mắt. Tập san Ra Khơi sẽ là sân chơi lành mạnh cho tất cả bạn bè yêu văn chương khắp mọi miền đất nước và ngay cả anh em văn chương đang hoạt động ở nước ngoài muốn góp mặt.

Nguyễn Thành yêu văn chương. Điều đó ai cũng biết. Anh mê sách và ham viết lách giống tôi. Đôi lúc hai anh em ngồi cà phê với nhau, anh kể tôi nghe câu chuyện nhỏ: Anh rất mê sách có bao nhiêu tiền anh cũng đổ vào mua sách nên đã tạo cho mình một tủ sách văn chương miền Nam khá phong phú trước 1975. Sau ngày thống nhất anh nhập ngũ, khi ra quân về thăm nhà, tủ sách anh trân quý giữ gìn bấy lâu bị người cha đem bán cho đồng nát sạch sẽ vì sợ hệ lụy. Anh giận cha bỏ nhà đi biệt mấy năm không về, vậy đó, không biết có ai như anh không?

Nhắc đến chuyện làm thơ, tuy yêu văn chương nhưng Nguyễn Thành viết không nhiều, có lẽ do sinh kế và phải điều hành nhà in, dàn trang in sách cho kịp tiến độ, nên ngoài những tác phẩm anh in chung trong các tuyển tập, đến lúc đi xa anh chỉ in riêng cho mình hai tập thơ nhỏ: Hồn Thôi Mưa Tạnh (2018), Vọng (2021) và một số truyện ngắn anh chưa tập hợp lại để in thành sách. Riêng tập thơ Vọng anh dự định qua dịch Cô-vít sẽ tổ chức một buổi cà phê ra sách tặng bạn bè nhưng giờ đây cái ao ước nhỏ nhoi đó cũng không kịp thực hiện nữa rồi. Cũng chẳng có gì tiếc nuối vì thơ anh, tình cảm của anh luôn đi cùng các bạn của anh từ lâu rồi, phải không?

Cầm tập thơ Hồn Thôi Mưa Tạnh của anh trên tay, lòng không khỏi bùi ngùi. Thơ còn đó nhưng người đã đi xa. Nhà văn Mạc Dung có nhận xét khá tinh tế về thơ Nguyễn Thành: "... Như một nghệ nhân đi tìm chân lý trong sáng tác, Nguyễn Thành mài giũa con chữ để đắp thịt cho tác phẩm. Chất thơ anh bao gồm cả Thực, Hư... Trong đó tình yêu gia đình được thể hiện pha trộn giữa quá khứ và hiện tại dung hòa cả trong và cảm xúc bất chợt bên ngoài để nói lên tình cảm sâu nặng nhưng không thiếu đi bóng dáng người vợ hiền, gắn bó từ những tháng năm gian khổ...". Thi nhân thời nào cũng thế, thơ buồn nhiều hơn thơ vui. Có lẽ buồn trong kiếp người nhiều hơn, dai dẳng hơn, khắc vào tim sâu hơn những niềm vui chỉ thoáng qua trong phút chốc, nên thơ Nguyễn Thành cũng vậy. Nhưng nỗi buồn trong thơ Thành không phải là nỗi buồn bi lụy thương mây khóc gió mà nỗi buồn xuất phát từ một tâm hồn đa cảm trước những bể dâu của cuộc đời. Niềm vui trong thơ Thành cũng là niềm vui anh muốn chia sẻ với tha nhân bằng tấm lòng chân thật nhất.

Xin gởi các bạn một vài đoạn thơ mà tôi "cảm" nhất trong thơ Thành:

*Đêm Sài Gòn lặng như ru*
*Chợt nghe nhẹ bước lãng du em về*
*Đắm trong hơi thở đê mê*
*Thoảng hương hoa mận cận kề môi thơm...*
(Tiếng thì thầm của đêm)

*Rồi mai đánh thức nụ cười*
*Mắt chao biển động liếc trời cợt vui*
*Cho người chếnh choáng ngọt bùi*
*Ai kia ngoảnh lại ngậm ngùi giấc xưa.*
(Mai em đánh thức nụ cười)

*Ngày mai rồi lại ngày mai*
*Mẹ già như chuối chín cây đợi chờ*
*Hoa xuân nở muộn bên bờ*
*Con đây ôm cả một trời quắt quay...!*
(Mẹ tôi)

*Tay em những ngón ngọc ngà*
*Nâng anh từng bước thăng hoa với đời*
*Nhọc nhằn giấu dưới nụ cười*
*Ân tình nghĩa nặng ngời ngời tháng năm.*
(Thơ tặng vợ 8-3)

*Mà thôi... còn bóng với ta*
*Có thương xin hãy ru ta đoạn trường...!*
(Ru ta đoạn trường)

Lại nhớ anh Lê Hân. Những ngày Nguyễn Thành bệnh trở nặng, mặc dù vẫn trao đổi tin tức thường xuyên cùng gia đình Thành, anh Lê Hân vẫn nhắn tin cho tôi: đến thăm và động viên tinh thần Nguyễn Thành. Tôi biết anh em bên NXB Nhân Ảnh rất quý anh, không có Nguyễn Thành việc dàn trang cho NXB sẽ đình trệ và khó khăn nhưng biết thế nào được. Còn tập san Ra Khơi nữa, không còn chủ biên với điều kiện khá đầy đủ để thực hiện chắc cũng sẽ đình bản mất và dự tính khác cho văn chương nữa, Nguyễn Thành ơi.

Nhưng thôi, anh hãy yên nghỉ đi nhé. Anh em văn chương luôn nhớ đến anh và tình cảm anh dành cho bạn bè văn nghệ không bao giờ phai nhạt.

Hồn anh theo mây trời rong chơi đây đó nhưng tình thơ còn ở lại thế gian này mà. Phải không anh, Nguyễn Thành!

**Nguyễn An Bình**
*Sài Gòn, 29/04/2022*
*Viết lại 12/05/2022*

*Nguyễn Thành & Lê Hân (2017)*

# NINH TRẦN
## ÁNG MÂY BAY

Người đi thong thả người đi nhé
Nuối tiếc thật nhiều tay trắng tay
Đến với trần gian từng bước khẽ
Người về một thoáng áng mây bay

Tai bay họa gởi làm sao khỏi
Đành phải xuôi tay trả kiếp đời
Ngang dọc bầu trời xanh một cõi
Nẻo về sâu thẳm hẳn chơi vơi

Đã hiểu trần gian là quán trọ
Đến - đi nhẹ gánh chốn giang hồ
Vần thơ đưa tiễn thay lời ngỏ
Xin hãy an lòng mặc sóng xô

Đốt nén trầm hương vĩnh biệt người
Thắp lên khói tỏa dạ bồi hồi
Nương theo hương khói về đây nhé
Gặp mặt anh em dẫu ngậm ngùi

Người bỏ trần gian tình để lại
Còn chăng lay động chút hư danh
"RA KHƠI "vời vợi sầu mê mải
"NGÔN NGỮ "từ đây vắng bóng Thành ∎

## VĨNH BIỆT NGƯỜI ANH EM

Nguyễn Thành, một người làm Thơ, cũng là một người làm Báo, ở thành phố Hồ Chí Minh, Việt Nam, vừa ra đi sau một cơn bệnh kéo dài hai tháng.

Anh nhắm mắt, buông xuôi cuộc sống, vĩnh biệt vợ con, bà con và bạn bè vào buổi sáng gần trưa ngày 28 tháng 4 năm 2022.

Anh được hỏa táng ngày ai cũng đau lòng: thành phố Sài Gòn nơi chôn nhau cắt rốn của anh, vào ngày thành phố này đổi tên. Anh đổi một kiếp người... để đi vào Cõi Thiên Thu.

Tôi biết vợ con anh đã khóc vì tình yêu quý anh. Tôi biết bạn bè anh đều buồn vì tình thân mến và sự hào hiệp của anh.

Nhà xuất bản Nhân Ảnh, ở Mỹ, tiểu bang California, quản lý bởi anh Lê Hân, có viết những lời này đăng trên Face Book của anh ấy:

**THÀNH KÍNH TIỄN ĐƯA**
**Nhà thơ**
**NGUYỄN THÀNH**
*Đã ra đi vào ngày 28/4/2022, thọ 65 tuổi*

*Thay mặt nhà xuất bản Nhân Ảnh và Tạp chí Ngôn Ngữ cùng rất nhiều bạn hữu nguyện cầu hương hồn anh sớm được về Cõi Vĩnh Hằng.*

*Tôi gặp anh Nguyễn Thành vào năm 2017 nhân dịp về Việt Nam và đem mấy chục cuốn Tác Giả Việt Nam của Lê Bảo Hoàng (tức nhà thơ Luân Hoán) sưu tập cho các bạn bè đã đặt mua ở Việt Nam. Nhân dịp đó cháu Nguyễn Quốc Vỹ (nhà thơ Vy Thượng Ngã) giới thiệu anh Nguyễn Thành cho tôi và từ cái duyên đó anh Nguyễn Thành đã hợp tác với nhà xuất bản Nhân Ảnh.*

*Từ ngày quen với anh Nguyễn Thành, nhà xuất bản Nhân Ảnh đã giúp rất nhiều bạn bè phát hành những đứa con tinh thần, anh Thành đã dàn trang hay thiết kế bìa giúp bạn bè hay chỉ lấy thù lao rất tượng trưng. Những bộ sách trên ngàn trang của Khánh Trường, Luân Hoán, Nguyễn Vy Khanh v.v... đều do anh giúp việc dàn trang.*

*Tôi nhớ năm 2019 lúc bộ sách 44 Năm Văn Học Việt Nam Hải Ngoại in xong, tôi có mang về VN được vài chục bộ cho các bạn yêu sách, nhưng tất cả sách này bị giữ ở phi trường vì mang tính cách nhạy cảm. Anh Thành và tôi đã đi khá nhiều nhà in ở Việt Nam để tìm cách in bộ sách này nhưng họ đều từ chối.*

*Năm 2020 anh Thành đã lo sắm được dàn máy in, tuy nhỏ nhưng cũng phục vụ được rất nhiều bạn bè in sách, nhất là những sách do Nhân Ảnh hay Mở Nguồn xuất bản.*

*5 năm qua, gần như ngày nào chúng tôi cũng gặp nhau ở messenger, làm việc chung trên mạng nhưng rất hữu hiệu, tôi cần anh sửa gì là nhắn tin cho anh và anh sửa ngay... nghĩ lại mình quá may mắn có anh Thành giúp.*

*Anh ra đi để lại bao thương tiếc cho vợ, con và bạn bè. Trong thời gian gần đây thì người con trai của anh Nguyễn Thành là Nguyễn Thành Công đã tiếp tục công việc của anh Thành, vậy mong các bạn yên tâm trong việc in ấn, hãy cầu nguyện cho anh được yên nghỉ ngàn thu.*

Tôi muốn nói về anh, nhiều hơn những lời anh Lê Hân thốt ra ở trên. Nhưng mà, anh Nguyễn Thành à, tôi nghẹn ngào, tôi tự cho phép tôi nói gì thêm thì cứ nói - nói cho thỏa cơn buồn. Tôi mở những cuốn sách của tôi được Nhà xuất bản Nhân Ảnh ưu ái mấy năm nay, bốn năm hơn, coi như năm năm rồi... hàng chữ: "dàn trang: Nguyễn Thành". Mực đen còn đó mà người còm lưng o bế cho tôi từng bài thơ, nay đâu? Những vành khăn tang trắng trên đầu vợ con anh, khói nhang bay trên bàn thờ, ảnh anh... với đôi mắt buồn hiu! Anh có biết không? Tôi thương anh thật lòng! Anh lấy tiền công không bao nhiêu, anh để đời cho bao nhiêu tác giả "tồn tại" đứa con yêu quý của họ. Mực thơm. Nhang thơm. Lời tôi nói trước vong linh anh chắc là nồng nàn nước mắt...

Công việc của anh làm lúc anh còn sống, tuy không nặng nề mấy nhưng trĩu lòng anh vì anh thay mặt cho tác giả tạo hình cho mỗi tác phẩm, là cuốn sách, sao cho dễ thương! Ăn trái nhớ kẻ trồng cây, uống nước nhớ nguồn! Một chữ Nhớ đã quặn lòng, thêm chữ Thương, tôi nghĩ anh là Một Tình Nhân Của Sách! Tôi đặt môi tôi xuống cuốn sách của tôi, không một cuốn, tôi nói nè, anh nghe nha: "Tôi Biết Ơn Anh!".

Anh không xua tay với tôi. Anh cũng không gục gặc. Bây giờ anh là đá, là nước, anh ràn rụa ở một góc Quê Hương... nơi mà Bà Huyện Thanh Quan từng có thơ: "Đá vẫn trơ gan cùng tuế nguyệt, nước còn cau mặt với tang thương!". Tôi đau đớn biết bao, ngày nào tôi về, máy bay đáp xuống Sài Gòn, tôi không thấy anh dù tôi có tới khu nhà anh ở - nơi tôi cũng từng ghé lưng một thời, quận Mười, có những xóm toàn người Quảng Nam bà con của tôi. Tôi hay nghĩ tào lao: ai là người mình đều có gốc gác Quảng Nam với tấm lòng bao dung quảng đại. Nước mình tên tỉnh nào cũng đẹp, cũng có ý có tình, nhất là tỉnh nào khởi đầu là Quảng: Quảng Yên, Quảng Bình, Quảng Trị, Quảng Nam, Quảng Ngãi, Quảng Đức, Quảng Tín!

Anh rời bỏ cõi thế gian trước ngày của Mẹ, 8 tháng 5 năm 2022.
Anh linh hiển, về nhé ngày của Cha, 19 tháng 6 năm 2022.

Tôi muốn anh đảo mắt nhìn những công trình của anh: Những Cuốn Sách Anh O Bế Một Thời... Tôi muốn chúc anh những gì Tốt Đẹp Nhất trong đời người đàn ông!

Happy Father's Day Nguyễn Thành!

*Trong nhang khói, trên bàn thờ anh, tôi nghe ấm áp tình thân...*
*Cúi đầu chào anh! Vĩnh Biệt Người Anh Em!*

**Trần Vấn Lệ**
*Los Angeles, California, Mỹ.*

# VĂN THƠ
# NGÔN NGỮ
# SỐ 20

# MINH NGỌC

## NGÔI NHÀ CŨ

Phương đứng trầm ngâm trước hàng rào sắt kiên cố bao quanh ngôi biệt thự ba tầng đồ sộ, sân xi măng bày mấy chậu cây kiểng rải rác. Thoáng qua trí anh là căn nhà gỗ ba gian hai chái, trước hiên mắc chiếc võng mây buổi trưa bà nội nằm phe phẩy cái quạt mo cau, hàng bông phấn trắng hồng, giữa sân là cái trang thờ bày nải chuối và bình nhang, dưới chân trang thờ trồng bông vạn thọ vàng rực, xung quanh nhà rợp mát bóng cây mít, xoài chi chít trái, xa xa đằng sau là thửa ruộng hương hỏa xanh rờn sóng lúa dập dềnh theo gió.

oOo

Phương giật mình thức dậy. Nó muốn đi tiểu. Lăn qua một bên để ngồi dậy, nó thấy giường trống trơn, không có má. Nó định kêu tìm má, chợt nó nghe tiếng khóc sùi sụt từ bộ ván trước bàn thờ bên kia vách, rồi tiếng bà nội cất lên âm thầm trong đêm khuya tịch mịch:

- Con nghĩ coi, từ hồi tụi nó ra đi, má với cả họ coi con là dâu trưởng, ai cũng thương phục con đảm đang chu đáo, được lòng kẻ trên người dưới. Chuyện này là cho tương lai của nó, không ảnh hưởng gì tới địa vị của con trong họ.

Có tiếng hỉ mũi, rồi giọng má nghẹn ngào:

- Con làm sao xa nó được.

Giọng bà nội dỗ dành:

- Thì tạm thời vậy thôi. Nó được sung sướng con không muốn sao? Ý tụi nó đã vậy, má đâu có quyền gì.

Ngưng một lúc, bà thêm:

- Mà con cũng phải lo cho tương lai của con nữa.

Phương lạnh người. Bà nội đang nói chuyện gì vậy? Căn nhà lặng trang, chỉ có tiếng má sụt sịt. Những người đàn bà trong họ đến phụ đám giỗ chắc đã về hết, sáng họ trở lại sớm. Mùi nhang thơm thoang thoảng.

Bà nội lại lên tiếng:

- Thôi con vô ngủ đi, sáng còn dậy sớm.

Phương lật đật quay vào tường, giả như ngủ say. Nó hết mắc tiểu. Tiếng dép má đi gượng nhẹ vào buồng. Má nhẹ nhàng nằm xuống giường, quàng tay ôm nó, nén tiếng nấc sâu trong ngực. Vòng tay êm ái quen thuộc của má khiến nó muốn khóc theo. Mắt nó mở thao láo, nằm yên, nín thở.

Buổi sáng, nó thức dậy giữa tiếng đàn bà ồn ào cười nói dưới bếp, dao thớt lộp cộp, xoong chảo rổn rảng. Căn buồng nó ngủ ngay phía sau bàn thờ, nghe tiếng lịch kịch bày dọn nhang đèn hoa quả. Mọi khi đám giỗ, nó đã nhảy tót ra khỏi giường, chạy ù xuống bếp. Ở đó, thực đơn cầu kỳ cho ngày giỗ xèo xèo trong chảo, sùng sục trong nồi, cháy vàng trên than nướng, mùi thơm ngạt ngào. Những người đàn bà dù bận rộn cách mấy cũng ngừng tay, sớt mấy miếng ngon cho cậu cả đích tôn của dòng họ.

Sáng nay, nó vẫn còn hoang mang về câu chuyện đêm trước, tự nhiên đâm ngại ngần. Nó sợ chạm mặt bà nội hay má sẽ thấy bợ ngợ không tự nhiên, mà biết đâu cả những người đàn bà trong họ cũng biết chuyện. Sáu tuổi, nó có cảm giác người lớn chung quanh thuộc về một thế giới bí mật, bưng bít, lâu lâu họ chỉ hé ra một tí cho nó thấy.

Cô Út đi vào, lay vai nó:

- Dậy, ăn uống rồi tắm rửa sửa soạn. Khách tới bây giờ. Cô Út làm cho con bánh cuốn tôm thịt rồi.

Nó miễn cưỡng ngồi dậy, theo cô Út xuống căn bếp rộn ràng náo nhiệt. Má bận rộn chỉ bảo đám đàn bà nấu nướng, vẻ mặt không có gì khác lạ. Chẳng lẽ nó nằm mơ?

Gần trưa, chú Năm thay mặt ba và chú Tư làm trưởng họ, cúng kiếng đã xong. Nhà đông nghẹt người. Các bàn ăn ở nhà trên chật ních đàn ông ăn nhậu, nói cười oang oang. Đàn bà và con nít ăn ở dưới bếp. Nó không chạy giỡn với lũ em họ như mọi khi, chỉ ngồi ăn lặng lẽ trước dĩa bánh xèo vàng rộm ngồn ngộn rau sống và lá xoài non. Cô Ba hỏi:

- Cậu cả bữa nay coi bộ lừ đừ. Con mệt hả?

Má đỡ lời:

- Nó mới bị cảm xong. Chị tưởng không đi đám giỗ được.

Rồi họ quay qua nói chuyện thời tiết, bệnh hoạn, thuốc men. Dượng Hai, chồng cô Hai em họ của ba, ra nhà sau lấy thêm bia, thấy nó thì hỏi:

- Sao, chừng nào con qua ở với ba?

Cô Út lật đật chen vô:

- Còn lâu mà, giấy tờ chưa xong. Nó thì biết gì!

Phương ấm ức. Người lớn chẳng bao giờ cho con nít biết chuyện gì cả, họ toan tính sắp xếp mọi thứ. Nó muốn hỏi cô Út chuyện nghe lóm tối qua, nhưng lại nghĩ chắc cô Út cũng chẳng nói cho nó biết, thà để họ nghĩ nó không biết gì.

Phương nhớ lại những ngày vui vẻ ngắn ngủi có ba cưng chiều nó và cưng chiều má. Ba đi trực luôn luôn, mỗi khi ba về, nhà rất vui. Ba chở nó và má đi ăn tiệm, chiều đi Brodard ăn kem rồi ra bến Bạch Đằng hóng gió. Ngồi trên ghế đá, ba quàng vai má, nó chen ngồi giữa. Những lúc đó, má tươi tắn xinh đẹp, rạng rỡ hạnh phúc.

Rồi những ngày lộn xộn đến. Hàng xóm chung quanh nhốn nháo, tản lạc. Nhiều căn nhà khóa cửa. Má hoảng sợ khóc lóc, đứng ngồi không yên. Cô Út chạy qua, báo tin ba đã ra cảng lên tàu, thoát rồi, tới đảo của Mỹ rồi. Má ôm nó khóc, tự nhiên nó cảm thấy hai má con sao mà bơ vơ.

Căn nhà bị tịch thu vì đứng tên ba, má không có chủ quyền. Hai má con dắt nhau về ở với ngoại. Bà ngoại thở dài thương xót. Mỗi lần giỗ quảy bên nội, về lo đám giỗ, bà nội lại kêu dọn về ở, má từ chối. Bên nội, nó được cả họ trọng vọng chiều chuộng như cậu hoàng con vì là con trai duy nhất của ông trưởng tộc nên nó khoái về nội, má được kính cẩn dạ thưa, mà má nhất định không chịu về ở căn nhà hương hỏa, lấy cớ nó học quen trường, không muốn thay đổi. Ở với ngoại, nó cũng được ông bà ngoại thương yêu săn sóc, nhưng tình thương đó đồng đều san sẻ với hai chục anh chị em họ.

Khi ba bắt đầu gửi thư về, má mừng quýnh, từ đó nó và má quen trông ngóng chú phát thư. Thư đi thư lại rất lâu, cả tháng mới tới. Mỗi lần được thư ba, má cho chú phát thư ít tiền, hễ thư tới bưu điện thì chú đạp xe đem lại ngay, không kể đêm hôm. Đọc thư là má khóc, rồi đọc đi đọc lại, và lại khóc. Nó đọc thì chẳng thấy có chi buồn, ba gọi má là "em thương yêu", và luôn luôn có một đoạn riêng thăm hỏi dặn dò nó.

Rồi nó có quà từ ba, không nhiều, nhưng cũng đủ cho bạn bè lé mắt với những món đồ chơi, áo quần, gói M&M, kẹo chewing gum, hộp bút lông đủ màu. Thư của ba bắt đầu nói chuyện đưa nó qua Mỹ. Nó nôn nao nghĩ tới thành phố hào nhoáng trong bưu ảnh ba gửi về, được ba chở trên chiếc xe hơi bóng loáng ba đứng cạnh bên chụp hình, đi học với tụi con nít Mỹ trắng bóc ăn mặc đẹp đẽ, nói tiếng Anh. Thôi chết, phải học tiếng Anh! Má dạy nó mỗi ngày một ít, cũng không khó lắm.

Buổi chiều, khách khứa về hết, dọn dẹp xong, những người đàn bà trong họ cũng ra về. Má sửa soạn đồ đạc, nó lăng xăng gom quần áo của nó thì má ngăn lại:
- Thôi khỏi, con ở lại đây với bà nội và cô Út.
Nó tròn mắt ngạc nhiên:
- Sao vậy má? Tuần sau khai trường rồi.
Má ngập ngừng:
- Con sẽ học trường gần nhà nội, ba muốn vậy.
Rồi như người chới với vớ được cái phao, má nói mạnh dạn trơn tru hơn:
- Ba muốn con ở với bà nội, mà con cũng thích ở đây phải không?
Nó lắc đầu quầy quậy:
- Con ở với má.

- Má đang đi dạy trường gần nhà ngoại, đâu ở đây được. Chúa nhật má đưa con về ngoại.

Cảm giác bị bỏ rơi làm nó khóc rống lên. Cô Út chạy vào dỗ:

- Má ở bên ngoại chớ có đi Tây đi Tàu gì đâu mà khóc. Khi nào con muốn về bển thì cô Út chở con qua.

Vậy là nó ở nhà bà nội, học trường mới, làm quen bạn mới. Bà nội mướn thầy về nhà dạy tiếng Anh cho nó. Cô Út cũng học theo. Nó nghe bàn bạc chuyện xuất cảnh thường xuyên hơn. Rồi cô Út chở nó tới một tòa nhà nguy nga, vào trong ngồi đợi với một đám đông ồn ào lo lắng. Trong căn phòng nhỏ, họ được gọi vào gặp người đàn ông to lớn nói tiếng Anh có người thông dịch. Nó nghe được lõm bõm. Thỉnh thoảng cô Út nói thẳng tiếng Anh với ông ta.

Ra về, cô Út cho nó biết đó là người Mỹ duyệt hồ sơ của nó và chấp thuận cho nó đi Mỹ ở với ba. Nó vui mừng nghĩ tới những ngày hạnh phúc cũ sẽ lặp lại khi cha con đoàn tụ. Gần ngày lên máy bay, cô Út chở nó đi mua sắm. Gặp má, nó nhắc má sửa soạn, má nói: "Có gì đâu mà sửa soạn, con."

Hôm ra phi trường, nó mặc đồ đẹp, nắm tay má thật chặt, hồi hộp nghĩ đến lúc ba nhào tới ôm chầm hai má con. Đến cửa hải quan, cô Út trình giấy tờ, má bỗng buông tay nó ra, ôm ghì nó hôn lia lịa, chảy nước mắt rồi đẩy nó qua cô Út:

- Dắt nó giùm chị đi Út!

Cô Út nắm tay nó kéo đi. Nó ngơ ngác không kịp phản ứng, quay lại thì đã cách xa hàng rào ngăn, bóng má giơ khăn tay vẫy vẫy. Nó òa khóc:

- Má, má ơi!

Viên hải quan đứng gác cau mày khó chịu, gắt:

- Sao ồn thế! Đi nhanh lên!

Sau khi xong thủ tục, ngồi chờ lên máy bay, cô Út dỗ:

- Con đi trước, má qua sau. Có gì mà khóc!

Nó vẫn ấm ức. Tại sao người lớn luôn luôn giấu nó?

Ba ra đón ở phi trường. Ba phương phi hồng hào hơn trong trí nhớ của nó, mặc dù ba thường xuyên gửi hình về. Ba vui lắm, hỏi han nó luôn miệng. Nó nói:

- Má không có đi.

Ba gật đầu:

- Ba sẽ lo. Con đừng buồn.

Về đến nhà, thứ gì cũng sạch sẽ bóng láng. Nó ngượng nghịu bước rụt rè. Một người đàn bà mặc bộ đồ lụa từ bếp đi lên, ôm chầm cô Út:

- Dữ hôn, lâu quá mới gặp Út. Má khỏe hả Út?

Không đợi cô Út trả lời, bà ta quay sang nó:

- Cậu cả đây hả? Lớn dữ, hồi nào còn nhỏ xíu.

Nó nhìn kỹ bà ta, nhớ mang máng người thiếu phụ ăn mặc chải chuốt bồng ẵm nựng nịu nó mỗi khi ba chở nó về nội. Cô Út nhắc:

- Khoanh tay thưa má lớn đi con!

Nó giấu hai tay sau lưng, chạy ù vô góc nhà đứng im thin thít. Ba nói:

- Út dắt nó vô phòng dỗ giùm anh.

Ba chỉ phòng, cô Út nắm tay, nó riu ríu đi theo. Vào phòng, đóng cửa lại, cô Út thủ thỉ kể:

- Ông nội hỏi cưới má lớn cho ba hồi ba hai mươi mốt tuổi. Ba ở với má lớn mấy năm không có con, rồi ba gặp má con, đẻ ra con. Má lớn thương con từ hồi mới đẻ. Ngày 30/4 ba dắt má lớn ra tàu đi thoát. Má lớn muốn đem con qua nuôi nhưng không đưa má con đi được. Má con phải để con đi trước rồi làm giấy tờ qua sau.

Hồi đó nó chỉ giận người lớn giấu nó. Mấy năm sau, nó nhận ra thêm một điều: nó bị lừa. Thư của má gửi cho nó đều bị mở trước khi tới tay nó. Rồi má có địa chỉ mới, không ở với ngoại nữa. Nó nhắc ba đưa má qua, ba ờ ờ, như vậy nhiều năm trôi qua. Được tin bà nội hấp hối, ba mua vé gấp cho cả nhà về. Đến nhà thì bà nội mất. Ba đứng chủ tang lo liệu mọi việc. Không thấy má, nó hỏi thì cô Út nói má bệnh không đi được.

Xong tang lễ, nó nhờ đứa em họ chở qua thăm ngoại rồi sang nhà má. Tòa nhà nguy nga lộng lẫy ở trung tâm thành phố. Bấm chuông, một người đàn bà ra mở cửa, nhìn nó từ đầu đến chân, thấy sáng sủa sạch sẽ, bèn đưa nó vào phòng khách. Nó và đứa em họ ngồi chờ. Nó nhìn quanh căn phòng bày biện sang trọng, ngỡ ngàng trước sự giàu có của má.

Má đi ra, đúng là má, tuy chải chuốt lượt là, son phấn kỹ lưỡng chứ không lam lũ như xưa, bồng một đứa nhỏ. Thấy nó, má khựng lại, mắt sáng rỡ, reo lên:

- Con!

Nó thường hình dung giây phút này nó sẽ nhào tới ôm chầm má mà khóc cho thỏa nhớ thương, nhưng không hiểu sao nó thấy bình tĩnh lạ lùng, đứng dậy bước tới nhẹ nhàng ôm choàng lấy tấm thân thon thả của má, và nhận ra nó cao hơn má một cái đầu. Má chảy nước mắt nhưng miệng cười tươi, chỉ đứa nhỏ:

- Em con nè, nó được ba tuổi.

Thằng nhỏ giương mắt nhìn Phương. Má kéo Phương ngồi xuống. Câu chuyện như cuộn giấy giấu kín bấy lâu, dần dần trải ra.

Má là vợ bé của ba. Bà vợ lớn ghen, nhưng không có con để nối dõi dòng họ nên phải chấp nhận. Khi ba làm thủ tục bảo lãnh, bà đặt điều kiện tiên quyết là không được đưa má qua. Vì tương lai của Phương, má để Phương ra đi. Biết chắc không thể nào tái hợp với ba, má nhận lời một cán bộ ngoài Hà Nội vô đây công tác, bây giờ ông ấy quyền cao chức trọng, giàu sang tột bực.

Phương thấy chua chát trong lòng. Nó hỏi:

- Má có yêu ông ấy không?

Má cúi đầu:

- Ông ấy rất yêu trọng má. Khi má có thai, ổng ly dị vợ để lấy má. Bây giờ đời má yên ổn, má không mong gì hơn.

Tự nhiên Phương cảm thấy má xa lạ cũng như căn phòng khách và tòa biệt phủ này. Nó ngao ngán đứng dậy:

- Bà nội mất, con về có ba bữa để đưa tang. Bây giờ con phải lo sắp hành lý.

Má ngập ngừng:

- Con ở lại ăn cơm!

Nghĩ đến những đồng tiền của người cha kế xa lạ, Phương lợm giọng. Nó lắc đầu:

- Thôi, con về.

oOo

Lần này Phương lại về để đưa tro cốt ba và chú Tư vào chùa nơi có bà nội. Sau khi bà nội mất, chú Tư thay quyền trưởng họ đã cắt ruộng đất bán, tính bằng chục triệu Mỹ kim giữa lúc vùng Tân Sơn Nhì được đô thị hóa, rồi phá bỏ căn nhà gỗ hương hỏa, xây biệt thự. Nhà chưa xây xong, chú bị bệnh mất. Khu đất trở thành mục tiêu tranh chấp của những người còn lại trong họ. Tuy là cháu đích tôn, Phương chọn đứng ngoài mọi cãi vã. Anh dửng dưng cảm thấy mối liên hệ giữa mình với những người ruột thịt máu mủ sao mà lợt lạt.

Diane nhẹ nhàng bước tới bên cạnh, choàng tay qua lưng Phương:

- Don't you want to come in?

Phương lắc đầu.

Rồi, nắm tay vợ, anh quả quyết quay lưng, bước về chiếc taxi đang đợi bên đường.

Trời Sài Gòn nắng chang chang đổ lửa, bỗng đâu mây đen kéo tới tối sầm, tiếng sấm ầm ì đằng xa.

Phương trấn an vợ:

- It usually passes by quickly, and the sun will come out again.

**Minh Ngọc**

**NGUYỄN THỊ HẢI HÀ**
SÔNG NƯỚC MÙA HÈ

Nếu bạn ở một nơi có mùa đông dài 5 tháng, và nhiệt độ ban ngày thấp hơn độ đóng băng của nước, bạn sẽ thích mùa hè. Nhưng dù bạn có thích mùa hè đến mấy thì cũng có những ngày nóng ngộp thở. Bạn làm gì để giải nhiệt? Nhạc sĩ Trầm Tử Thiêng đã mời gọi: *"Mùa hè năm nay anh sẽ đưa em rời phố chợ đôi ngày."* Thật là chí lý. Mùa hè ở trong thành phố rất nóng. Cái nóng hắt từ mặt đường tráng nhựa và từ xe cộ thải ra rất khó chịu. Một trong những cách giải nhiệt giản dị nhất là xa rời phố thị, đi về quê. Còn gì sung sướng hơn *"Chín mươi ngày nhảy nhót ở đồng quê. Ôi tất cả mùa xuân trong mùa hạ."*[1] Người xưa từng nói về cái khoái lạc của mùa hè là tắm ao sen, *hạ thưởng lục hà trì.* Chúng ta có thể thay thế ao sen bằng hồ, sông, hay biển. Không cần ngụp lặn nếu bạn sợ dính bùn, hay nước mặn gắt, chỉ cần bạn đi dọc theo bờ sông, bờ hồ, hưởng làn gió từ mặt nước thổi lên là thấy người khoan khoái hẳn.

Trên đường trail Delaware and Raritan không có hoa sen nhưng hoa súng rất nhiều. Không phải loại hoa súng water lily của Việt Nam. Đây là loại hoa nhỏ như một quả banh golf màu vàng, gọi là pond-lily hay cow lily. Loại hoa súng này tôi đã gặp trong một bức tranh của Hokusai. Có nghĩa là bên Nhật cũng có hoa này. Ở đây, mùa nào có hoa nấy. Đầu tháng Sáu hoa hồng dại và honeysuckles nở trắng hai bên đường. Hương hoa ngan ngát quyện vào mỗi bước chân. Tháng Bảy và tháng Tám, hoa mallow, một loại hoa dâm bụt nở màu hồng thắm mỗi hoa to như cái đĩa

---

[1] Xuân Tâm – Nghỉ Hè

bàn. Hoa có mùi thơm nhẹ, nhụy có mật ngọt nên thường quyến rũ kiến và ong. Hoa của thistle, còn gọi là hoa kế, vừa có nhan sắc lại vừa có hương thơm nhưng hiểm hóc đầy gai nhọn. Loại hoa hoang dại này lại được chọn tô điểm cho quốc huy của Tô Cách Lan. Hoa dại, hình như, ít khi màu đỏ. Chỉ thỉnh thoảng tôi mới gặp sát mé nước một loại hoa, cánh hoa nhỏ hơn hoa huệ (loại huệ trắng tuberose bên mình hay chưng trên bàn thờ chứ không phải loại hoa kèn lily), giống như hình con hạc màu đỏ thắm. Cùng màu đỏ tươi thắm có trái dâu tây strawberry và trái redberry. Chừng ấy đủ gợi nhớ câu thơ nổi tiếng trong bài Tình Sầu của Huyền Kiêu, *"Hạ đỏ vẫn chàng đến hỏi. Em thơ, chị đẹp em đâu."*

Dọc dòng sông Millstone có rất nhiều ngỗng Canada và chim nước. Chim nước hay waterfowl, waterbird là loại nửa chim nửa vịt, có thể bay và đồng thời có thể bơi. Ở đây tôi thấy có merganser, Mallard duck, wood duck, bufflehead. Lần đầu tiên tôi nhìn thấy nó, con chim màu chocolate, nó đứng trên một tảng đá đang rộng đôi cánh như chờ gió lên cho đầy cánh để bay. Mãi về sau tôi mới biết tên chim là cormorant. Người Việt gọi là chim cốc. Rồi đột ngột nó cất cánh nhưng không bay cao, đuôi sà xuống chạm vào mặt nước, lệt phệt vài lần như thể bay không nổi để lại trên mặt sông mấy chỗ lõm gợn sóng. Về sau, tôi mới "ngộ" ra là nó đang rình để bắt cá chứ không phải tập bay.

*Hình 1- Chim Cốc phơi cánh. Ảnh của NTHH*

Chim cốc không đẹp nếu dựa trên màu sắc. Những con chim được khen là đẹp đều có màu rực rỡ. Chim hồng y (cardinal) có màu đỏ tươi; blue jay màu xanh với nhiều sắc đậm nhạt có điểm trắng; hoàng yến, hoàng oanh (goldfinch và oriole) có màu vàng tươi; kéc có đủ màu xanh đỏ; hoặc nếu không màu thì phải hoàn toàn trắng, trắng tươi, trắng xóa, như thiên nga. Chim cốc có nhiều loại, đốm vàng ở cổ, hay đốm trắng ở ngực, tuy vậy đa số đều có bộ lông màu nâu sậm. Thiếu ánh sáng trông nó đen thui. Mỏ nó dài, nhọn, và khoằm. Đôi mắt xanh đục, và đằng sau gáy có chùm lông dựng đứng. Người ta nói mình chỉ nhìn thấy cái mình biết. Khi chưa biết nó là ai, tôi không hề có cái khái niệm gì về con chim cốc. Nhưng khi biết có con chim cốc trên cuộc đời này thì tôi gặp nó ở nhiều nơi. Đặc biệt, nó xuất hiện rất nhiều trong văn chương của châu Âu.

Thi sĩ John Milton đã so sánh chim cốc với quỷ Satan. Trong bộ trường thi Paradise Lost (Thiên Đường Đã Mất) quyển số 4, Milton kể hai mạch truyện. Một mạch truyện nói về Adam và Eve. Mạch truyện còn lại nói về Satan (còn gọi là Lucifer). Satan vốn là thiên thần, có cánh và biết bay, sau khi quyết định nổi loạn chống lại Chúa, đã bay đến Eden (vườn địa đàng). Gã quỷ sứ đã đáp xuống cái cây to và cao nhất ở giữa vườn địa đàng. Đó là Cây Cuộc Đời (Tree of Life). Hắn ngồi trên cây giống như một con chim cốc, suy nghĩ tìm cách mang cái chết đến cho loài người[2].

---

[2] Thence up he flew, and on the tree of life,
The middle tree and highest there that grew,
Sat like a cormorant; yet not true life
Thereby regained, but sat devising death.
John Milton. Paradise Lost (Kindle Locations 951-952)

*Hình 2 - Chim cốc đậu trên dòng kênh. Ảnh của NTHH*

Cốc nhỏ hơn hạc xám (great blue heron), thiên nga, hoặc ngỗng Canada, nhưng to hơn vịt Mallard đầu xanh. Lớp lông bên ngoài không thấm nước, nhưng lớp lông mềm bên trong có khi ngấm nước nên chim cốc thường dang cánh để hóng gió cho khô. Có lần nhìn hai con chim cốc há mỏ ra đối đáp với nhau, tôi thấy chúng trông có vẻ như đang cãi vã rất dữ dằn, nhưng biết đâu chừng đó là cái cách chúng nói những lời yêu thương với nhau. Cốc lặn rất sâu và rất xa. Đứng rình chụp ảnh, tôi thấy nhiều lần chim cốc lặn rồi biến mất luôn. Có thể nó xuôi dòng đi rất xa và khi trồi lên lẫn vào gốc cây và rễ cây ở phía bên kia bờ sông tôi không tìm được. Chim cốc là loài chim săn cá thượng hạng. Cốc có thể nuốt con cá to gấp mấy lần vòng cổ của nó và có thể ăn cả chục con cá to trong chớp mắt. Chính vì khả năng này mà chim cốc bị Geoffrey Chaucer, thi sĩ nổi tiếng vào thế kỷ 14 với tác phẩm The Canterbury Tales, gán cho tật xấu là tham ăn. Năm trăm năm sau Bram Stoker, trong tác phẩm Dracula đã cho nhân vật của ông tự nhận là "ta có khả năng ăn nhiều như loài chim cốc".

Từ biểu tượng của sự tham ăn, chim cốc dần dần biến thành biểu tượng của gian thương dùng mánh khóe của con buôn để bóc lột người mua, những người cho vay ăn lời cắt cổ, thậm chí là biểu tượng của những nhà sư hổ mang gian hùng và tham lam. Cốc là loại chim mùa đông di cư. Ở New Jersey khi trời trở lạnh là chúng biến mất. Vào tháng Năm trời ấm lại thấy vài con lác đác bơi trên sông. Chừng tháng Bảy tháng Tám chúng đậu đầy ở những cái đập trên sông để bắt cá. Chim cốc có mặt trên nước Mỹ, Anh, Tô Cách Lan và ở châu Á như Trung quốc và Nhật Bản. Tôi đã nhìn thấy cốc bay thành đàn ở những cái cầu tàu chung quanh Fisherman Wharf, San Francisco. Mấy chục con bay hàng dọc, là là sát mặt nước, bay một đỗi thật xa, theo hướng gió đánh vòng tròn quay trở lại, như là một đoàn quân diễn hành cho du khách thưởng lãm, trông rất ngoạn mục. Tôi cũng gặp chim cốc ở Uji, ngoại thành của Kyoto, một trong 13 nơi của Nhật, dùng chim cốc để săn bắt cá. Ở gần chân cầu Kisen bắc ngang con kênh dẫn nước từ sông Uji, có trại nuôi chim cốc để đi săn.

Trong quyển Jane Eyre[3] nhà văn Charlotte Brontë đã dùng chim cốc báo điềm xấu trong tương lai. Jane vẽ ba bức tranh và đưa cho Rochester xem. Một trong ba bức tranh ấy vẽ cảnh đắm tàu Jane đã nhìn thấy cảnh này bằng dự cảm.

*"Một luồng ánh sáng rọi lên cái cột buồm đã bị chìm trong nước. Bên trên cột buồm có con chim cốc đang đậu, màu nâu sậm và to lớn, đôi cánh của nó dính đầy bọt biển; mỏ của nó đang ngậm một chiếc lắc đeo tay bằng vàng có đính nhiều viên đá quý. Tôi đã dùng loại màu sáng đẹp nhất mà tôi có thể pha, và vẽ hình ảnh một cách lung linh nhất mà nét cọ của tôi có thể diễn đạt. Chìm bên dưới con chim cốc và cột buồm là xác của người chết đuối thấp thoáng ẩn hiện dưới làn nước biển xanh; đó là cánh tay có cái lắc vàng đã bị rơi ra."*

Con chim cốc là biểu tượng của một tương lai đen tối cho mối tình thầm lặng của Jane dành cho Rochester.

Theo huyền thoại, Vua Priam của thành Troy, có người con trai tên là Aesacus. Vị hoàng tử trẻ tuổi đang hồi yêu say đắm thì người yêu chết. Tuyệt vọng, Aesacus đứng trên ghềnh đá gieo mình tự tử. Một trong những vị Titans thấy thương hại nên biến hoàng tử thành con chim cốc giữa lúc chàng đang lơ lửng trên không trung.

---

[3] Nhà văn Hoàng Hải Thủy đã phóng tác tựa đề này thành cái tên rất đẹp, Kiều Giang. Nghe rằng Kiều Giang cũng là tên của ái nữ của ông.

Năm 1900 ở Flannan Isles, một quần đảo Tô Cách Lan, đã xảy ra một vụ mất tích thật kỳ bí mà người ta không tìm ra nguyên nhân, cũng không thể giải thích được. Trên đảo Eilean Mòr (đảo chính của Flannan Isles) có một ngọn hải đăng và một ngôi nhà nguyện đã bị hư nát. Có ba nhân viên chăm sóc ngọn hải đăng này, James Ducat, Thomas Marshall, và Donald McArthur. Họ được tuyển chọn, đào tạo, rất thiện nghệ và hoàn toàn được tin cậy. Ngày 15 tháng 12 năm 1900, chiếc tàu Archtor từ Philadelphia đến Leith (Tô Cách Lan) thấy hải đăng không hoạt động, có lẽ vì thời tiết quá xấu. Ngày 18 tháng 12 tin hải đăng không hoạt động được báo cáo với Northern Lighthouse Board. Ngày 26 tháng 12, bão dịu xuống, mới có người đến được ngọn hải đăng và khám phá ra cả ba nhân viên chăm sóc ngọn hải đăng đều mất tích như tan biến vào thinh không. Tất cả đồ dùng trên đảo và đồ dùng của ba người đều còn nguyên vẹn, ngoại trừ bãi cập bến ở bờ Tây bị hư hại nặng vì cơn bão. Người ta đưa ra nhiều giả thuyết, những giả thuyết này được viết thành tiểu thuyết, làm thành phim. Một trong những giả thuyết này là ba nhân viên trông coi ngọn hải đăng đã biến thành ba con chim cốc bay ra khỏi đảo theo sự tưởng tượng của Wilfrid Wilson Gibson trong bài thơ Flannan Isles.

*Chúng tôi thấy ba con chim đen, kỳ lạ và xấu xí*
*Quá to, theo ý tôi*
*nếu so với loại chim guillemot hay là chim shag.*
*Chúng ngồi thẳng thớm như ba chàng thủy thủ*
*Trên ghềnh đá ngấp nghé mực nước biển.*
*Nhưng khi chúng tôi đến gần, bọn họ phóng xuống và biến mất*
*Không một tiếng động, và cũng không một vệt sóng.*

Gần đây nhất, cuốn phim Vanishing (Biến Mất) phát hành năm 2018 với Gerard Butler là diễn viên chính, đạo diễn Kristoffer Nyholm đã đưa ra một giả thuyết để giải thích vì sao ba nhân viên hải đăng đồng loạt biến mất.

Chim cốc xuất hiện trong văn học như một biểu tượng của ý nghĩ đen tối hay hành động xấu xa. Ngay cả Shakespeare cũng chê chim cốc không tiếc lời. Trong Richard II, act 2, scene 1, đại thi hào đã miêu tả chim cốc như sau:

*Light vanity, insatiate cormorant,*
*Consuming means, soon preys upon itself.*
*Kiêu hãnh, chim cốc không bao giờ thỏa mãn*
*Phương tiện để tiêu thụ, sớm muộn gì cũng trở thành miếng mồi của chính nó.*

Người Trung Hoa và Nhật Bản đều dùng chim cốc để săn bắt cá. Người Nhật Bản không nghĩ xấu về chim cốc. Họ nuôi và huấn luyện chim cốc để phục vụ loài người. Lợi dụng tài săn cá cũng là tật ăn tham của chim cốc, họ cột ngang cổ nó một cái vòng, cột dây vào chân và thả chim cốc xuống nước đi săn. Sau đó họ nặn cổ chim cốc bắt nhả ra những con cá đã săn được. Chim cốc nhiều lần làm "người mẫu" cho nhà danh họa Hokusai. Trên mạng thấy lưu truyền một bức tranh chim cốc của Hokusai khá to và dữ dằn. Còn một bức khác tôi gặp trong quyển Hokusai Beyond the Great Wave do Timothy Clark biên soạn. Bức tranh vẽ chim cốc đậu trên một cột gỗ dưới chân cột là hoa pond-lily màu vàng.

*Hình 3 - Tranh Hokusai Chim Cốc đậu trên cột gỗ*

Các nhà thơ Nhật nổi tiếng như Issa, Onitsura, và Basho cũng viết rất nhiều bài haiku về chim cốc.

*Omoshirôte yagate kanashiki ubune kana*
*How exciting, the cormorant fishing boat!*
*But after a time,*
*I felt saddened.*[4]
*Thật thú vị làm sao,*
*chiếc thuyền săn chim cốc!*
*Nhưng chỉ một lúc sau*
*Tôi cảm thấy nỗi sầu.*

Blyth, nhà chuyên môn về Zen và thơ haiku đã suy nghĩ như thế này:

*Basho không nói cho chúng ta biết điều gì đã làm ông buồn. Vì ông thương hại cho loài cá? Hay cho chim cốc bị bắt buộc phải nhả cá ra? Hay cho những người dân chài đã lợi dụng sự tham ăn của loài chim cốc? Hay cho lòng thèm khát vật chất của loài người không bao giờ nguôi ngoai? Câu trả lời đơn giản nhất và đúng nhất đó là chính Basho cũng không biết. Thật ra những câu thơ bên trên là phiên bản thứ nhì. Trước đó thay vào chữ buồn là chữ khóc. Những giọt nước mắt mà Basho đã từng kêu rằng, "Nước mắt, những giọt lệ trầm ngâm, tôi thật tình không hiểu ý nghĩa của chúng."*

Thú thật, những lời chê bai của các nhà văn châu Âu về chim cốc không thể bôi xóa được hình ảnh đẹp mà chim cốc đã mang đến cho tôi. Tôi xem một vài cuốn phim người ta dùng chim cốc đi săn trong đêm. Ông câu chèo phía sau, chim cốc ngồi trên thuyền như một người bạn đồng hành, bên cạnh là thùng lửa đốt để soi sáng. Hình ảnh lửa thuyền chài trên sông đã khiến tôi nhớ đến một câu trong bài thơ cổ, "Giang phong ngư hỏa đối sầu miên". Thi sĩ Tản Đà đã dịch nguyên bài như sau:

*Quạ kêu, trăng lặn, sương rơi*
*Lửa chài, cây bãi, đối người nằm co*

---

[4] Bản dịch từ tiếng Nhật sang tiếng Anh của R. H. Blyth. Trích trong tập III Summer/Autumn

Bài thơ có thể tả cảnh mùa hè, ban ngày trời nóng nhưng đêm có sương. Trước kia đọc bài thơ tôi không thể tưởng tượng được hình ảnh giang phong ngư hỏa như thế nào. Một ngày cuối hè đứng ở bến sông Uji, bên chân cầu Kisen, nhìn những con chim cốc được nuôi trong lồng, và lửa thuyền chài trên một tấm áp phích, tôi đã như nghe được tiếng chuông chùa, không phải của Hàn San Tự mà của Byodo-In cách đó chừng vài trăm mét. Bài thơ cổ trở nên lộng lẫy hơn nhờ hình ảnh thuyền chài đi săn cá bằng con chim cốc.

Cái đẹp về mùa hạ trên sông nước còn nhiều, ví dụ như đi câu cá fly fishing, chèo thuyền kayak, ngắm cảnh *"Sóng gợn trường giang buồn điệp điệp. Con thuyền xuôi mái lướt song song. Thuyền về nước ngược sầu trăm ngả. Củi một cành khô lạc mấy giòng."* Nhưng bài đã dài, xin hẹn bạn đọc lần sau vậy

**Nguyễn Thị Hải Hà**
*2 tháng Sáu năm 2022*

---

[5] Nguyệt lạc ô đề sương mãn thiên,
Giang phong ngư hỏa đối sầu miên
Cô Tô thành ngoại Hàn San tự
Dạ bán chung thanh đáo khách thuyền

# SONG THAO
## ÔNG VĂN NGHỆ

*Ông Võ Thắng Tiết*

Nhà phê bình Nguyễn Hưng Quốc gọi ông là "Ông Bụt Sách". Tôi gọi ông Thành Tôn là "Ông Đạo Sách". Hai ông nhân tình của sách này bị cột chặt vào nhau từ kiếp nào không biết. Kiếp này họ bên cạnh nhau từ ngày còn ở trong nước tới khi ra hải ngoại. Chuyện dây dưa này tôi sẽ nói sau.

"Ông Văn Nghệ" tôi nói tới đây là Đại Đức Từ Mẫn hay ông Võ Thắng Tiết. Muốn gọi thế nào cũng được. Lần đầu gặp ông tại Quận Cam, tôi gọi ông bằng "thầy", ông nhỏ nhẹ vào tai tôi: "Đừng gọi tôi bằng thầy!"

Thực ra ông đã từng là thầy. Ông đi tu từ năm 13 tuổi. Khi đó ông đang theo học tại trường Thạnh Mỹ Lợi ở Giồng Ông Tố, Gia Định. Rồi trường bị Nhật bỏ bom tan nát. Ông phải nghỉ học đi chăn trâu. Một bữa ông đang ở ngoài đồng thì cha ông gọi về đưa lên chùa tu. Thế là ông đi tu tuy ông là con trai độc nhất trong gia đình có bốn chị em. Ba người kia đều là gái. Ông rất ham mê đọc sách tuy vẫn không trễ nải việc kinh kệ.

Cơ duyên với sách đến với ông vào đầu năm 1964. Năm đó, phu nhân bác sĩ Hiệu, một nữ Phật tử thuần thành, muốn cúng dường cho vài thầy ở Sài Gòn một số tiền. Số tiền này là tiền bà bán một căn *villa* khá lớn ở khu cư xá Lữ Gia, Sài Gòn, sau khi chồng mất, để qua định cư tại Mỹ với con trai. Con trai bà cũng là một bác sĩ tại Mỹ căn dặn bà không mang tiền bán nhà theo mà hiến tặng cho các cơ quan từ thiện. Số tiền bán được khá bộn. Bà tặng cho thầy Nhất Hạnh 35 ngàn, một số tiền được coi là rất lớn vào thời điểm đó. Thầy Nhất Hạnh họp với một số thầy để bàn coi sẽ sử dụng số tiền này như thế nào. Họ quyết định lập một nhà xuất bản mang tên Lá Bối. Thầy Thanh Tuệ được chọn phụ trách nhà xuất bản này. Thầy Thanh Tuệ sống rất đơn giản. Thú vui của thầy là sách và giao du với giới văn nghệ sĩ. Nói tới thầy Thanh Tuệ, thầy Từ Mẫn cho biết: "Thầy là một tu sĩ nhưng cũng còn là một nghệ sĩ nữa". Thầy thân thiết với Bùi Giáng, Phạm Công Thiện và đam mê sách của nhà sách Xuân Thu. Nhà sách Xuân Thu trước đó mang tên Albert Portail, chuyên nhập cảng sách báo ngoại quốc. Thầy Thanh Tuệ mê sách tới độ mỗi khi nhìn thấy một cuốn sách ngoại quốc trình bày đẹp hay lạ mắt, in trên giấy tốt, là nhắm mắt mua dù giá cả ra sao. Thầy mang sách về săm soi một cách thích thú.

Sách của nhà Lá Bối bán rất chạy nhưng sau một năm tổng kết tình hình tài chánh, đã không có lời mà còn thua lỗ nợ nần. Thầy Nhất Hạnh quyết định giao nhà Lá Bối cho thầy Từ Mẫn. Thầy Thanh Tuệ sau đó đã lập một nhà xuất bản khác đặt tên là An Tiêm.

Hai nhà xuất bản "chùa" này được coi là đứng đắn, xuất bản được nhiều đầu sách giá trị gồm các tác phẩm của Nhất Hạnh, Bùi Giáng, Phạm Công Thiện, Nguyễn văn Xuân, Võ Hồng, Phùng Khánh, Hồ Hữu Tường, Dương Nghiễm Mậu và nhiều người khác. Thầy Từ Mẫn cũng là một người của sách. Khi nhận điều khiển nhà xuất bản Lá Bối, thầy đã tìm in những cuốn sách giá trị. Như trường hợp in bản dịch cuốn *War and Peace* (Chiến Tranh và Hòa Bình) của Leo Tolstoy. Thầy muốn ông Nguyễn Hiến Lê dịch cuốn này. Khốn nỗi thầy không quen biết chi ông Lê và cũng không muốn nhờ ai giới thiệu. Nhà thơ Du Tử Lê, trong bài "Thầy Từ Mẫn và Nhà Xuất Bản Lá Bối", kể lại: *"Một buổi sáng, ông tự tìm tới nhà riêng của họ Nguyễn ở đường Kỳ Đồng. Người bạn đời của dịch giả ra mở cửa hỏi ông là ai, cần gặp ông Lê có việc gì? Ông Lá Bối nói mang ít sách tặng ông Lê và nói chuyện về việc dịch bộ truyện "Chiến Tranh và Hòa Bình". Bà mời ông trở lại vào buổi sáng hôm sau. Đúng hẹn, ông trở lại. Lần này ông được họ Lê tiếp đón trong tinh thần tương kính giữa nhà xuất bản và dịch giả. Dù ông Nguyễn Hiến Lê nói rõ, để hoàn tất việc chuyển ngữ, ông cần ít nhất một năm rưỡi. Tuy nhiên thực tế, vẫn theo lời của thầy Từ Mẫn thì, chỉ sau một năm thôi, ông đã nhận được bản dịch bộ truyện "Chiến Tranh và Hòa Bình" của Leo Tolstoy. Phần thưởng lớn bất ngờ mà ông Lá Bối nhận được là chỉ một thời gian sau, bộ sách đã được tái bản".*

Đây là duyên khởi để bắt đầu sự hợp tác lâu dài giữa hai người. Trong cuốn hồi ký của Nguyễn Hiến Lê, dịch giả đã viết về cuộc gặp gỡ này: *"Từ đó chúng tôi thân với nhau. Thầy nhỏ hơn tôi, vui vẻ, thành thực, làm việc cẩn thận, trọng chữ tín, có tư cách, kín đáo mà thân mật. Cả Giản Chi và tôi đều khen là đứng đắn nhất trong giới xuất bản. Tôi khởi công dịch "Chiến Tranh và Hòa Bình", dịch kỹ, non một năm rưỡi thì xong. Xoay được đủ vốn, nhà Lá Bối cho in ngay, đầu năm 1969 ra được cuốn I khoảng 750 trang, rồi ba tháng sau ra nốt ba cuốn sau, do hai nhà in sắp chữ. In 3000 (hay 5000 bản?), vốn khá nặng, mấy triệu đồng thời đó. Nhờ báo chí giới thiệu và khen, nhờ Lá Bối có sẵn một số độc giả đông, nhờ quảng cáo trên màn ảnh Sài Gòn, nên sách bán chạy. Ba năm sau tái bản, nhưng vừa in xong đủ bộ, gởi trong kho trường Thanh Niên Phụng Sự Xã Hội thì quân đội miền Bắc vào khám xét trường tịch thu hết. Thầy Từ Mẫn bị bắt giam để điều tra, hơn một tháng sau mới được thả... Trong số các nhà xuất bản, hợp tác với thầy tôi thích nhất và chỉ trong bốn, năm năm thầy in cho tôi được khoảng chục tác phẩm mà hai cuốn quan trọng nhất, không kể "Chiến Tranh và Hòa Bình" là "Chiến Quốc Sách" và "Sử Ký Tư Mã Thiên", cả hai đều bán chạy, tái bản trong một, hai năm. Giản Chi và tôi ở trong số những nhà văn có nhiều tác phẩm nhất trong tủ sách Lá Bối, sau Nhất Hạnh. Như có duyên tiền kiếp. Gần cuối 1979, thầy Từ Mẫn vượt biên chui, tới Thái Lan gởi thư về thăm Giản Chi và tôi. Tháng 7/1980 thầy qua Mỹ".*

Sách miền Nam thuở đó bán chạy nhất không phải là ở Sài Gòn mà ở các tỉnh miền Trung. Thành Tôn là người nhận phát hành sách không công cho hai nhà Lá Bối và An Tiêm ở miền đất khô cần nhất nước. Anh nói với tôi là hồi đó anh nhận sách hàng ngày. Sau khi anh nhập ngũ, bà xã anh tiếp tục công việc, cũng không công. Để hình dung rõ miền Trung tiêu thụ sách "kinh khủng" đến thế nào, anh cho biết cuốn "Nhan Sắc" của Dương Nghiễm Mậu do nhà An Tiêm xuất bản đã bán trên ngàn cuốn! Hệ lụy của anh với thầy Từ Mẫn còn tiếp tục dài dài khi thầy Từ Mẫn vượt biên, mở nhà xuất bản và nhà sách Văn Nghệ ở Cali.

Thực ra thầy Từ Mẫn vượt biên tới 8 lần mới thành công. Tới Mỹ, thầy hoàn tục. Đây là một quyết định đau lòng khiến thầy thấm thía lẽ vô thường của cuộc sống. Thoạt đầu ông Võ Thắng Tiết định cư ở thành phố Los Angeles và được trợ cấp để theo học Anh ngữ trong 18 tháng. Tuy nhiên ông sớm bỏ học vì học đâu quên đó. Một người bạn của ông cùng ở trại tị nạn trước đây viết thư rủ ông về Seattle, tiểu bang Washington, và sẽ lo chuyện ăn ở cho ông. Ông liền khăn gói qua và nhận thấy nơi đây có thể theo tàu đi đánh cá ở Alaska với số lương khá lớn. Tháng 3/1984, một công ty chuyên đánh tôm cá tới Seattle tuyển người làm, ông dự phỏng vấn và được nhận. Ông sống trên tàu được gần một năm thì xin nghỉ. Hồi đó, tiểu bang Alaska cần người tới làm việc nên cuối năm họ tặng một số tiền thưởng là một ngàn đồng. Ông trở về đất liền với số tiền để dành được là 8.500 đô giất túi. Trong một dịp về chơi Cali, ông gặp nhà văn Võ Phiến. Ông này khuyến khích ông trở lại nghiệp xuất bản. Hai ông Nguyễn Mộng Giác và Lê Tất Điều phụ họa theo. Vậy là nhà xuất bản Văn Nghệ ra đời với số vốn teo tắt kiếm được từ miền băng giá Alaska. Ông *share* phòng với nhà văn Nguyễn Mộng Giác, tiếp tay đóng gói, gửi bưu điện, phát hành tờ Văn Học.

Ông không giữ lại tên Lá Bối vì cái tên này, theo ông, sau cuộc đổi đời tại miền Nam đất Việt, đã không còn thích hợp với tình cảnh lưu vong của người Việt tại hải ngoại. Ông đã chôn dưới biển sâu pháp danh Từ Mẫn thì cái tên Lá Bối cũng không nên tồn tại. Ông bắt đầu một giai đoạn mới trong đời ông. Ông bộc bạch: "Tôi nghĩ ở hoàn cảnh mới, giai đoạn mới, nên chọn một cái tên mới thì thích hợp hơn". Cái tên mới của nhà xuất bản trích ra từ tên tạp chí "Văn Học Nghệ Thuật" của hai ông Võ Phiến và Lê Tất Điều. Tờ báo này, khi trao lại cho nhà văn Nguyễn Mộng Giác quản trị, đã đổi tên thành "Văn Học".

Khi ông Võ thành lập nhà xuất bản Văn Nghệ thì ông Thành Tôn nhất định phải tiếp tay. Ông "Bụt Sách"đã tái xuất giang hồ thì ông "Đạo Sách" làm sao mà ngồi yên được. Thành Tôn, ngoài giờ đi làm kiếm cơm, đã lăn lộn giúp ông Võ Thắng Tiết không quản công lao. Mỗi lần tôi qua chơi Cali, leo lên xe ông Thành Tôn, thế nào cũng có màn ghé tiệm sách Văn Nghệ. Ông Thành Tôn kết với nhà sách như thế nào thì tôi cũng la cà trong tiệm chẳng kể giờ giấc. Hai ông bị sách hớp hồn coi sách như những vật trân quý nhất trên đời. Trân quý nhưng không giữ riệt. Khi chở sách trên xe, dừng xe nơi nào, ông Võ cũng không khóa cửa xe. Ông không sợ bị trộm sách. Nếu may gặp tên trộm sách phải mừng vì người đó còn quý sách! Quý sách là đức tính số một của ông Văn Nghệ. Sau này, khi ông đã gác bỏ nhà xuất bản, ngụ tại một phòng trong nhà Nguyễn Mộng Giác, tôi thường hay gặp ông. Biết ông mê sách, mỗi khi xuất bản cuốn nào, tôi đều nhờ Thành Tôn mang hai cuốn tới tặng Giác và ông. Một lần ông nói riêng với tôi: "Anh gửi một cuốn là được. Tôi đọc chung với anh chị Giác. Cuốn kia anh tặng cho ai biết quý sách. Hai cuốn uổng quá!".

Nhà xuất bản Văn Nghệ mở hàng in cuốn hồi ký "Đời Viết Văn Của Tôi" của Nguyễn Hiến Lê. Chắc để ghi lại mối duyên văn nghệ giữa hai người nay đã hai phương cách biệt. Cuốn này đã phải tái bản vì bán rất chạy. Nhưng cuốn hồi ký bán chạy kỷ lục là cuốn "Đêm Giữa Ban Ngày" của Vũ Thư Hiên được in vào năm 1997. Sách bán chạy tới ngỡ ngàng. Chỉ 15 ngày sau khi phát hành đã phải tái bản! Ông Võ cho biết: "Nó như một phép lạ, chưa từng xảy ra ở hải ngoại cũng như ở trong nước trước đây".

Làm xuất bản là ngồi chờ sách tìm tới mình. Nhưng hiếm hoi cũng có trường hợp nhà xuất bản đi tìm sách. Ông Võ là một người ham đọc và biết thẩm định giá trị của sách. Khoảng đầu thập niên 2000, ông tình cờ đọc được một số báo xuất bản tại Canada trong đó có bản dịch từng kỳ cuốn "Tự Do Trong Lưu Đày" của Đức Đạt Lai Lạt Ma. Ông không biết dịch giả là ai nhưng càng đọc càng thấy thích. Ông nhất định phải tìm ra dịch giả để in cuốn này. Ông liên lạc với nhà báo. Đó là bà Chân Huyền, bút danh của dược sĩ Hà Dương Thị Quyên lúc đó đang ở Montréal. Thiệt tức cười. Người tìm được chẳng xa lạ chi với ông. Bà là phu nhân của nhà thơ Đỗ Quý Toàn. Ông quen thân với cả hai vợ chồng từ ngày còn ở Việt Nam!

Một nhà xuất bản cẩn trọng thì phải đọc nội dung sách trước khi quyết định in. Nhà xuất bản Văn Nghệ có sự cẩn trọng đó. Sách của Văn Nghệ thường là sách chọn lọc. Mà chọn lọc kỹ. Có độc giả đặt mua trước tất cả các sách sẽ xuất bản, không cần biết sách loại chi, tác giả nào, cứ do Văn Nghệ in là được vì tin vào sự đứng đắn của nhà xuất bản. Nếu tính chuyện thương mại, xuất bản sách theo thị hiếu độc giả thì lời lãi nhất định phải hơn. Nhưng nếu nhà xuất bản chỉ lựa in những cuốn sách kén người đọc, chuyện đứng vững được không dễ dàng. Nói về chuyện "chịu chơi" của ông Võ, nhà phê bình Nguyễn Hưng Quốc nhắc lại một chuyện. *Trong số các kỷ niệm tôi có với ông Võ Thắng Tiết, chuyện này làm tôi cảm động hơn cả. Khoảng năm 2001, tôi điện thoại để nghị ông in cuốn "Văn Học Hiện Đại và Hậu Hiện Đại Qua Thực Tiễn Sáng Tác và Góc Nhìn Lý Thuyết" của Hoàng-Ngọc Tuấn. Ông đồng ý ngay tức khắc. Ông cho biết ông đã đọc Hoàng-Ngọc Tuấn và rất thích các bài viết của Tuấn. Tôi cẩn thận, nhắc ông hai điều. Thứ nhất cuốn sách của Hoàng-Ngọc Tuấn khá dày, hơn 600 trang, lại bàn về nhiều chuyện lý thuyết với văn phong mang tính hàn lâm nên không dễ đọc; và thứ hai, thị trường sách báo bằng tiếng Việt ở hải ngoại đã bắt đầu đi xuống. Tôi cũng nhấn mạnh: in một cuốn sách như vậy có thể sẽ lỗ. Nghe xong, ông cười hề hề, rất thoải mái: "Lỗ thì lỗ, nhưng in được một cuốn sách hay như thế thì vui rồi, lo gì!". Thế là ông in thật. Đó là một trong những cuốn sách cuối cùng của nhà Văn Nghệ. Sau này, đọc báo, nghe nói ông đóng cửa nhà xuất bản Văn Nghệ, tôi thấy buồn hiu hắt. Đang lúc buồn, tôi lại chợt nhớ tới tiếng cười của ông, tiếng cười hề hề nhỏ nhẹ hiền lành và hồn nhiên vô cùng. Tôi muốn gọi đó là tiếng cười của Ông Bụt Sách".*

Nhà Văn Nghệ phải thúc thủ vào năm 2003. Cuốn sách in cuối cùng là cuốn "Sử Trung Quốc" của Nguyễn Hiến Lê. Khởi đầu bằng sách của ông Nguyễn, kết thúc cũng bằng sách của ông Nguyễn. Một chu kỳ tròn trĩnh.

Sau đúng chục năm trông coi nhà Lá Bối, ông in được 120 nhan sách. Tháng 7 năm 1975, nhà cầm quyền cộng sản giam giữ ông. Kho sách tại Tân Phú bị tịch thu, xe chở đi suốt hai ngày mới hết sách. Số sách này trị giá 60 triệu đồng tiền Việt Nam Cộng Hòa hồi đó.

Sau cũng đúng chục năm vùng vẫy nơi xứ người, ông xuất bản được 250 tựa sách, nhà xuất bản Văn Nghệ đã phải dừng bước. Ông chia tay với sách một cách tức tưởi. Thuê một chiếc xe bảy chỗ, chạy nhiều chuyến, ông kìn kịt chở những đứa con rứt ruột đi bán ve chai. Ông bình thản cho biết: "Mỗi xe sách cũ như vậy, họ trả tôi hai chục, tính ra khoảng 5 xu cho mỗi cuốn sách."

Nhà thơ Du Tử Lê vớt vát cho sự kiện đau lòng này: "Tôi tin, rồi đây, các thế hệ sau tôi, sẽ có thêm rất nhiều người đem lòng biết ơn sự cống hiến quý báu, một đời của ông Từ Mẫn / Võ

Thắng Tiết cho văn học. Tôi muốn nói, dù với tên gọi nào, Võ Thắng Tiết hay Từ Mẫn, thì tên tuổi ông cũng đã thuộc về phía rực rỡ nhất trong lãnh vực xuất bản sách của Việt Nam, nói chung."

Tôi trộm nghĩ: thấm nhuần lẽ vô thường của đạo, có lẽ ông Võ Thắng Tiết chẳng màng tới chuyện đóng mở một nhà xuất bản. Chuyện như vậy, chuyện phải vậy, lẽ thường. Lần gần nhất tôi gặp ông, dịp Tết năm 2019, tại nhà sách Tự Lực. Anh Đồng của nhà Tự Lực rất chịu chơi. Tết năm nào anh cũng mời bạn bè thân quen tới ăn Tết để nghe tiếng pháo mừng xuân của nhà sách. Từng cối pháo tròn như bánh xe hơi được tuôn ra kín cả khu đậu xe trước cửa. Tiếng pháo giòn giã tới gần nửa tiếng. Ông Võ đứng cạnh tôi và Thành Tôn, nói nhỏ: "Chắc hắn đốt hết tiền bán sách cả năm!" Giọng ông bình thản. Nhớ chuyện nhà phê bình Nguyễn Hưng Quốc nói tới tiếng cười hề hề của ông Bụt Sách, tôi nghĩ, với ông Võ, chắc chẳng có chi quan trọng trong cõi ta bà này. Nguyễn Hưng Quốc gọi ông là Bụt Sách, tôi lại thích gọi ông là "Ông Văn Nghệ". Có lẽ hợp với cái hề hả của ông hơn!

**Song Thao**
*04/2022*
*Website: www.songthao.com*

# HỒ ĐÌNH NGHIÊM
## CHIM TU HÚ


**1.**

Người con gái ấy tuy thấp bé hơn tôi, tuy cao không bằng tôi, tuy trông ngác ngơ vụng dại hơn, tôi vẫn gọi Mộc bằng chị, đơn giản vì tôi biết chị Mộc lớn hơn tôi hai tuổi. Sách vở nhà trường vẫn dạy tôi món công dân giáo dục, về bài vỡ lòng là khi người ta lớn tuổi hơn mình, nên tôn ti trật tự khiêm cung nhún nhường gọi người ấy bằng chị, cho dù thân phận chị có thấp hèn đến mức nào đi chăng nữa.

Tôi lớn lên ở thành phố, chưa một lần đi xe đò ngược ra hướng bắc, chưa từng qua sông bằng con đò nhỏ luôn có nước đọng vũng giữa lòng, tròng trành mất nửa ngày mới về thấu làng bên nội. Ngôi làng mà ba tôi từ bỏ để đi xa lập nghiệp, tự hồi nào tới giờ vẫn là vùng xôi đậu, tuyệt không biết tới chữ an ninh, đêm ngày vẫn cắc bụp tiếng súng. Ở đó, gia đình chị Mộc đã tìm cách tỉa mỏng người, cố rời xa vùng khói lửa bằng đủ cách và như vậy chị Mộc từ ngoài làng đã vào trú thân trong nhà tôi với chức phận "người giúp việc". Hợp đồng được thỏa thuận ngầm: Bao ăn bao ở, một năm may cho hai bộ áo quần cộng thêm mấy ngàn bạc, đôi bông tai sợi dây chuyền cái nhẫn hai chỉ; ngược lại chị Mộc sẽ phải thức khuya dậy sớm chu toàn việc giặt giũ quét nhà gánh nước đi chợ nấu ăn rửa chén. Thời gian không định trước, hoặc thấy quá mỏi mệt "hồi nào ngoài làng ngó yên yên thì liệu về mà lo vun quén kiếm một ông chồng cho yên bề gia thất".

Yên yên là chữ quá trừu tượng, ngay cả ở thành phố thỉnh thoảng cũng bị "ăn" đôi ba quả hỏa tiễn rót về vô tội vạ gây hoang mang huống chi ngoài chỗ đồng không mông quạnh mãi gồng mình hứng chịu sự oanh kích tự do. Chẳng yên yên nên chị Mộc đành ở lại lâu lâu. Lâu tới độ tôi không biết rõ đã mấy năm, chỉ biết là thời gian khiến chị giờ này có da có thịt hơn hồi đó. Mẹ tôi dắt chị đi chợ, đích thân lựa mua cho chị một cái nịt vú. Tôi tưởng tượng ra lời mẹ tôi: Mi là thiếu nữ rồi đó, tối ngủ đừng dang tay dạng chân, giữ ý giữ tứ, khi nào tình hình yên yên tao bày gương lược phấn son ra chỉ cách săm soi làm tốt mặt mày chải tóc chải tai. Con gái không nói làm chi, chớ thành thiếu nữ rồi thì nên biết chút điệu đàng làm vốn. Nhưng mà cái chi cũng rứa cả, vừa phải thôi chứ không được làm tới, vượt rào cản cho phép. Phải biết thân biết phận, liệu cơm mà gắp mắm.

Tuy "nàng là phận gái ta là phận trai" nhưng do tuổi tác chẳng mấy chênh lệch, chị Mộc gần gũi thân cận với tôi, ngay cả khi lần đầu được mặc xú-chiên chị cũng nói chùng nói vụng rằng nó làm sao ấy, chưa quen, thấy không thoải mái lắm. Chị tả cảnh ngoài làng cho tôi nghe, chút nhớ thương ẩn nấp trong cách thuật chuyện và tôi hình dung được một cảnh quang đẹp vừa hiện tới dù người thuyết trình chẳng có khiếu ăn nói. Tôi đâm có tình cảm với chị, nghĩ là công việc phải cáng đáng giờ này của chị quá sức nhọc mệt, chứ nếu ngoài đó yên yên hẳn chị đã cắp sách đến trường giống như tôi và theo số tuổi sẽ học hơn tôi đến hai lớp.

Mùa thi, tôi thức khuya học bài, không thấy buồn ngủ vì chị Mộc vẫn còn loay hoay việc vàng gì đó dưới bếp. Hóa ra mẹ tôi biểu chị chịu khó nấu cho "hắn" tô cháo ăn cho có sức, có đêm đổi món từ mặn qua ngọt. Mặt chị Mộc đỏ, củi lửa làm lọn tóc mai bện lại với mồ hôi, chị bưng chén chè hạt sen nấu với đường phèn lên: Ăn thử có vừa miệng không? Đang gạo bài à? Sách vở có giải thích rõ ràng vì sao lại gái hơn hai trai hơn một? Thấy tôi ngồi đực mặt, chị Mộc quay lưng: Khuya rồi, tui đi tắm cái đã.

Sau bếp có vuông xi-măng dựng ngăn đơn sơ một tấm tôn dùng che đậy, bảo vệ cho người vào làm vệ sinh rửa ráy tắm táp.

Tiếng nước dội xuống từ cái ca nhựa phát ra giai điệu nghe lâm ly hơn mưa rơi ngoài trời. Mùa hè thường vắng mưa, chỉ nghe âm thanh từng gáo nước đổ xuôi theo mình mẩy đứng khuất dưới kia cũng thấy mát mẻ phần nào. Mát mẻ đi kèm với tò mò. Tò mò xúi giục mạo hiểm. Mạo hiểm đánh động trí khôn. Trí khôn bày đường cho đôi chân lăng ba vi bộ cách sao cho thật êm thắm. Nói tội trời, nếu có thi môn đạo đức học e rằng tôi sẽ bị đánh rớt, tôi sẽ trượt vỏ chuối. Nhưng tình ngay tôi cũng trúng được lô an ủi, rằng chính sự lơ đãng của chị Mộc đã giúp tôi "sáng mắt".

Theo như hàng chữ in trong sách từng cất công biên soạn: "Cơ thể con người chia làm ba phần: Đầu, mình và tứ chi". Thiệt là thiếu sót quá lắm, bởi mình chị Mộc quả khác xa mình tôi bội phần. Ngực khác, bụng khác, khác tới tận cùng chỗ chia hai đôi chân (nhị chi). Tụng bài vở thì hai con mắt chực ríu lại đòi thiếp ngủ, nhưng chừng lén ngó chị Mộc đứng tắm... Tôi nói sáng mắt là vì vậy, ngủ ngáy chi được giờ này, còn sớm mà, cứ thoải mái kỳ cọ cho lâu lâu nghe chị Mộc. Coi kìa, bọt xà phòng cô Ba còn bám nơi nhúm tóc, nơi đầu vú. Vú đẹp thế kia cớ sao lại đi chèn ép nó, gò bó trong cái vật cà chớn kêu bằng xú-chiên, hấp, xào, luộc chín... quá sức bậy bạ.

Nhờ thức khuya học bài, tôi biết được giờ giấc sinh hoạt cuối ngày của chị Mộc. Khi thì ngồi bày kim chỉ để may vá chiếc quần bị sút chỉ, khi thì nắn nót chậm rãi viết thư về làng kể lại những ngày tha hương sau khi xin tôi giấy bút và nhờ tôi dò lại, sửa lỗi chính tả. Chị viết thật thà như đang tẩn mẩn trò chuyện, như đang nói. Và thỉnh thoảng lặp lại câu: "Con không biết ngoài mình đã yên chưa. Cầu trời...".

Trời ở xa, trời không nghe. "Ngoài mình" mang tiếng súng đi dần vào thành phố. Mọi người hốt hoảng bỏ chạy, mọi người tập bay để mong gặp đất lành chim đậu. Quýnh quáng sao đó, từ xe đò vô thấu Sài Gòn nhìn lui ngó lại thấy thiếu mặt chị Mộc. Tôi nhớ lại sáng đó, thấy chị nhét cái nịt vú trong túi vải: Đang búi xòm xòm, mặc thứ ni vô thêm tức ngực khó thở. Không biết bây chừ ba mạ tui ra răng? Ngực chị rung động sồi trụt sau làn vải mỏng. Và tôi đã lặp lại lời chị: Không biết bây chừ Mộc của tui ra răng?

**2.**

Tôi dành dụm được một số tiền sau nhiều năm cày bừa trên cánh đồng mới. Ba mẹ tôi mất đã tám năm, mất trong đói kém và chẳng còn ai thân thuộc bên mình. Thiên tai bão lụt cũng như đề án thu hoạch đất đai bên đó làm tôi lo ngại đến sự an nguy của mộ phần song thân. Tôi có lý do chính đáng để đi Việt Nam, nơi mà khi leo lên ghe trốn chui ra biển lớn tôi đã quay đầu thốt lên hai chữ vĩnh biệt. Đâu còn gì mà mong ngày trở lại hở em?

Tôi đứng trước căn nhà cũ, nhìn không ra vì giờ này họ đập phá, nới rộng, nâng cấp để biến thành một cơ quan gì đấy treo đầy băng-rôn biểu ngữ cờ quạt toàn sắc đỏ. Có một cậu thanh niên bảo vệ từ trong chòi canh ra xua đuổi tôi đi, làm như tôi là thành viên trong tổ chức có mưu toan cài bom, khủng bố. Tôi bắt xe ôm đi dọ hỏi mất ngày trời mới tìm ra hai nấm mộ xiêu vẹo quá đỗi tang thương. Với tám trăm đô la, người ta hứa sẽ chỉnh trang, đắp xi-măng dựng bia trông sao cho "hoành tráng". Tôi rất chán ngán, làm ơn đừng nói hoành tráng, có được không? Chuyện nhỏ. Người ấy nhún vai. Lạ, Việt kiều mà lại chẳng ưa hoành tráng! Trao một nửa cho chúng tôi mua vật liệu, khoảng tuần sau thì hoàn thành mọi công đoạn, chỉnh chu đâu ra đó. An tâm đi nhớ, sẽ có người lo sắm sửa nhang đèn vàng bạc các thứ linh tinh, bảy ngày sau, đúng hẹn, khi ấy bác hẳng trao nửa số tiền còn lại.

Cái ông đen đúa đứng ra lo việc lớn tuổi cỡ chú tôi, vậy mà luôn mồm kêu tôi bằng bác, xã giao kiểu gì ngó gay cấn thật. Bác thích sắm gì cho người khuất mặt nào? Xe hơi BMW đời mới hay đốt xuống hai cái di động iPhone 10? Người ở cõi âm giờ này rất chảnh. (Bác) giả bộ la to: Đã bảo đừng hoành tráng cơ mà, thiết thực hơn cả là nhờ quý vị liệu làm giúp cho một mâm cơm. (Cháu) hô: Chuyện nhỏ, ở đây bác là thượng đế, muốn sai bảo gì thì cứ mạnh miệng để mai sau khỏi hối tiếc.

Không biết cách tiêu hoang thời gian. Bảy ngày thì quá dài, phố thị giờ này lại quá xô bồ hỗn tạp, ngồi uống cà phê ngay góc đường lắm bụi nhấm nháp bột Trung Nguyên pha tạp nồng mùi, tôi quyết định thử tìm về thăm làng nội một lần cho biết rường cột cội nguồn. May mà họ chưa thay tên làng, hỏi thăm liền có người bày đường chỉ lối. Bị chặt chém hay không, tôi chẳng lấy đó làm điều vì qua sông thì phải lụy đò, mấy thuở một lần, nên xí xóa. Dễ thông cảm, khác với trường hợp là người ta bị chém mà mình lại chảy máu, con tim mình già cỗi dần vì hết còn xúc động, chẳng thấy ra cảnh đáng yêu, thoi thóp cho đến khi gặp phải lãnh cảm.

Làng quê vốn chôn trong dự tưởng của tôi là một thứ gì thật êm ả, lắm sắc xanh, nhiều bóng mát. Đình làng, cây đa, bờ đê, dáng trâu bò, đồng ruộng tuyệt không hiện diện ở đây. Nó là một thị trấn dựng đặt thật nhiều hình khối bê tông cốt tre kích thước chẳng mấy rộng, chỉ vậy thôi. Người ta muốn làm cách mạng tất thảy, thích cái vẻ hào nhoáng diêm dúa bên ngoài, ưa hiện đại hóa mặc dầu người ta chưa thể chế tạo ra một cây đinh sắt. Vậy thì bọn đinh tặc mua đinh từ đâu mà rải xuống đường lắm thế? Đinh Trung quốc hay đinh Thái Lan hay đinh xứ Hàn? Nghề vá lốp xe cuối đường so ra cũng chịu khó tốn kém nhỉ? Ông hành nghề xe ôm mặc sức thóa mạ trên lộ trình ngắn, ông vất tôi xuống trước một nhà nghỉ rồi gọi tôi bằng cậu: Xứ cậu ở có nuôi sống một bọn người chuyên đi làm thủng ruột xe của bà con không? Tôi nói không, làng quê bên ấy êm đềm lắm cơ, thơ mộng lắm kìa. Máy xe vẫn nổ, tiền trao cháo múc đã lâu, vậy mà ổng vưỡn mặn việc láng cháng, dùng dằng quyến luyến chẳng nỡ chia tay: Cậu thích vui vẻ thì nhớ nói, trời tối tôi thồ tới cho cậu một con bò lạc, ngon cơm nhưng giá bèo. Tôi nhăn răng cười, lắc đầu quầy quậy, nuốt xuống bụng câu nói: Cậu đây chưa thấy hứng thú, xéo đi cha nội.

Nhà nghỉ mang tên Hoa Mộc Lan, cách bài trí vẫn chưa thoát ra khỏi lũy tre làng, hoa hòe hoa sói đậm chất phèn chua nước lợ. Tôi vào, dựa người vào quầy tiếp tân làm thủ tục nhận phòng, chỉ một đêm thôi. Anh thanh niên ngước mắt lên khỏi màn ảnh chiếc máy vi tính: Mấy người ạ? Một. Nom bác như người ở phương xa về, bác có cần hướng dẫn viên dắt đi tham quan những khu vực nổi tiếng ở địa phương không ạ? Họ vừa tu sửa và khánh thành căn hầm nơi từng diễn ra trận giao tranh ác liệt, cấp số ta chỉ một tiểu đội nhưng đã đánh thắng cả tiểu đoàn giặc Mỹ xâm lược... Môn bài nhà nghỉ là Hoa Mộc Lan, vậy gần đây có cánh rừng trồng nhiều kỳ hoa dị thảo không? Ai là người sẽ dắt tôi vào vạch lá tìm sâu? Bác lại khéo đùa.

Tôi lên phòng, nằm ở lầu một. Dường như đã lâu chẳng có ai nhỡ lạc đường vào ngả cái lưng hòng tìm lại sức, mùi gì lưu trú ở mọi góc kẹt dồn tới khi cửa phòng được mở. Mùi cá kho bị khét, mùi mực nướng, hay mùi nước mắm? Không biết, choáng váng nồng, kiểu đặc thù bản sắc dân tộc. Tiếng là làng quê nhưng nó đã vĩnh biệt mùi lúa mạ reo trong gió, mùi đất nồng vừa cày xới. Tôi hơi bị tưởng tượng, cứ ngầy ngật với bao ảo tưởng. Tôi mở toang cánh cửa sổ, đứng nhìn chân mây màu tím đang chìm trôi trong bóng hoàng hôn rút về mảng đen của Trường Sơn chụp vội. Vất ba-lô xuống giường, tìm một bộ áo quần sạch và tôi cần đứng tỉnh người dưới vòi nước lạnh, càng lạnh càng tốt.

Nước chảy yếu, lấy lệ, kiểu vòi kia chưa hỏng hóc có chảy nước. Tôi trì chí đứng tắm, lảm nhảm câu: Đi một ngày đàng học ba sàng dại. Bước ra, lau mình lau mẩy lại lầm bầm: Ai nên khôn mà chả dại một đôi lần. Tự gẫm, tại sao lại "dù trong dù đục ao nhà vẫn hơn"? Tôi loay hoay trong phạm vi chật hẹp chưa định được bước đi sắp tới thì nghe có tiếng gõ cửa. Tiếng động lớn, có thể lôi đầu ai đó thoát khỏi giấc ngủ say. Tôi đang thức nên tôi giật mình, từ khi về lại cố hương tôi mãi bị giật mình, hình như chốn này không dành cho ai mang bệnh yếu tim? Chẳng biết việc đăng ký tạm trú có gì trở ngại, tôi nhẹ nhàng mở cửa ra. Ngoài hành lang dựng đứng một người đàn bà cao ngang vai tôi, mặt mày khó nhìn đoán tuổi tác vì bà trang điểm có hơi mạnh tay, nửa thành thị nửa ruộng đồng. Ngó một đỗi thì hoài nghi in tuồng mình có gặp qua đâu đó, chí ít cũng một lần trong đời.

Chú không nhìn ra chị à? Còn nhớ Mộc không?

Tôi chôn chân. Nếu đúng là chị Mộc thì quá sức hoang đường, ngay cả giọng nói giờ đây cũng đổi thay, nghe khác trước. Ngày đó chị Mộc không thích mặc áo nịt ngực, tôi nhớ lại để vô tình mắt tôi đọng vào vòng một của vị nữ nhân kia. Ôi bể dâu! Ngực chị Mộc hơi bị "hoành tráng". Xài xú hàng Trung Quốc chứ gì nữa, nhô ra, cứng cáp hơn cả nón bảo vệ.

Tuy có hơi ngờ ngợ nhưng linh tính chị thì quả đoán một hai là chú. Thú thiệt là nhà nghỉ có lén bắt ca-mê-ra trong phòng vệ sinh, chị thấy chú đứng tắm cả nửa giờ và chị nóng lòng lên gõ cửa để xác minh là chị chả nhìn lầm người. Quả không sai trật. Ôi, tuy đã là ông Việt kiều mà sao hình tướng trông vẫn thế. Chú có tin vào duyên số không?

Chị Mộc đi vào phòng, tự tay chốt lại cửa. Ôi thôi, cuộc đời này thật nghĩ không ra, về cách đi giáp vòng của nó, thứ mà chị Mộc kêu bằng duyên số. Tôi từng vụng dại rình xem chị Mộc khỏa thân kỳ cọ da dẻ trơn láng, vuột trôi qua bao sóng gió, giờ đây chị ấy lại vụng trộm nhìn lén thằng Trần Văn Trụi đứng tắm. Ai cho phép nhà nghỉ lắp đặt caméra ở chỗ kín đáo? Với chức phận gì chị Mộc có quyền theo dõi những thước phim "đồi trụy"? Đồng chí này công tác ở bộ Công An chăng?

Chị Mộc ngồi xuống giường, trông lên tôi bằng ánh mắt của người quen nhìn bọn tội phạm. Không, tả vậy thì hơi bị hàm oan cho chị ấy. Chỉ là đọng chút lượng định, chút tò mò, chút đắm đuối chẳng thể biểu tỏ bằng ngôn ngữ. Nghĩa cho no con mắt mới tâm sự đôi điều:

Gia đình chị có công với cách mạng, trước đây họ đề bạt chị giữ chức chủ tịch hội phụ nữ. Được hai năm chị xin từ chức vì nghĩ chả ăn được cái giải gì lại thêm vở kịch đạo đức gương mẫu làm gương cho chị em ta thì quá khó nhập vai. Vào lòn ra cúi một hồi rốt cuộc con người chị biến đổi như ngày hôm nay.

Chữ biến đổi chị dùng quá chính xác. Làng quê đã hăm he hiện đại hóa. Một người giúp việc lam lũ đã trở thành bà chủ nhà nghỉ. Một đứa học trò bị bứng ra khỏi quê nhà để mang phận làm đứa Việt kiều. Việt kiều chả làm nên công trạng gì ghê gớm cả và Việt kiều hồi hộp này đã bị đánh cướp mất chữ yêu nước. Chị Mộc hối tôi thay áo quần: Mình kiếm cái quán ăn ngồi trao đổi cho cạn tâm tư. Chỗ này bức bối quá, nó chỉ thích hợp cho việc ngủ ngáy. Chú lặn lội về đây để tìm chị, có phải không?

Chị Mộc dắt tôi vào quán KFC chuyên trị gà. Lạ, thịt con gà nội địa ngon dường ấy lại bày đặt chê bai, ưa vọng ngoại, thích xơi gà Tây gà Mỹ ớn tận cổ. Vác mặt lên, xem ta là dân sành điệu. Thằng Tây thằng Mỹ thì ta buộc chúng phải cút về nước, nhưng con gà của chúng thì lại khác, nhớ? Cớ sao chúng không nhập thịt chó vào nước ta nhỉ? Khoái khẩu phải biết. Về quê cũ, chú đừng lo ngại việc gì cả, đã có chị đây. Chị Mộc nói. Tuy không ăn học đến nơi đến chốn nhưng chị là người còn biết tới đạo nghĩa. Có đâu như con Hồng, cũng bỏ làng quê lên thành phố giúp việc cho gia đình người bà con, sau giải phóng nó mặc đồ bộ đội tìm đến gia đình nọ lớn tiếng chửi rủa bọn bóc lột, lời lẽ thô nhám hiểm hóc khiến bà con dòng họ kia phải điêu đứng bỏ chạy lên vùng kinh tế mới. Chị Mộc ngừng nói, nhai cái cánh gà rau ráu. Tôi ngồi rụt cổ, không dám nhìn chị. Tôi đang là con gà nuốt dây thun, nếu muốn, chị Mộc có thể "nhai" tôi bằng trăm ngàn cách. Chị cho hay, lắp caméra trong buồng rất lợi hại, chị thu được lợi nhuận nhờ vào những thước phim đồi trụy. Mình gửi thư đen vào di động, liệu thần hồn mày không trả tiền thì bà tải nó lên mạng cho bà con thưởng lãm khúc lâm ly.

Năm giờ sáng tôi lặng lẽ bắt xe ôm ra bến xe. Hãy để làng nội của tôi nằm yên trong nếp suy nghĩ đầy trừu tượng mà tôi từng cất giữ. Tôi đã vào quốc tịch một đất nước khác. Tôi nên trở về đất nước ấy, dù trong dù đục chốn đó vẫn hơn. Bảy ngày sau, tôi cúi đầu thắp nhang trước mộ phần song thân còn "thơm" mùi xi-măng nơi hai tấm bia dựng đặt không được "hoành tráng". Tôi chảy nước mắt, những hàng lệ lưu lạc mấy mươi năm mới có dịp tuôn đổ xuống vùng đất khô. Thôi con đi, lời vĩnh quyết. Nghe gì đành đoạn tới huyết thống mình.

**Hồ Đình Nghiêm**

# LUÂN HOÁN
## "NUÔI THƠM CHÙM KỶ NIỆM XANH"
## NÉT VẼ ĐƠN GIẢN VỀ
## NHỮNG NGƯỜI THÂN QUEN

Là một tập thơ có số phận hẩm hiu vì không được in ấn với số lượng cần có, thông thường, dù cũng được in đàng hoàng bởi giúp tay của anh Vũ Ngọc Hiến và tạp chí Nắng Mới của anh em nhóm Vượt Biển tại Canada như Lưu Nguyễn, ViVi, Vũ Ngọc Hiến, v.v...

Sách bằng chữ in trên hai mặt giấy, có trang, có bìa, sau khi layout trình bày đàng hoàng, không còn là bản nháp. Đâu thể phủ nhận đây là một cuốn sách. Tác phẩm hay không lại là một việc khác. Phần này có lẽ phụ thuộc vào bạn đọc.

Trước nhất xin chép lại lời mở đầu tôi viết cho tập thơ, với tên Cũng Gần Như Ba Hoa:

*"Với khuyết điểm nhút nhát và thiếu lịch thiệp trong giao tế, tôi đã để vụt đi nhiều cơ hội làm quen biết với các anh chị em trong nhiều lãnh vực sinh hoạt của cuộc sống. Gia tài bè bạn của tôi do đó đã không được sung mãn cho lắm.*

*Ở vào những thập niên 60, 70 tôi mê dại làm thơ vớ vẩn, làm báo lăng nhăng ở một vài tỉnh lẻ; in ấn, trình làng được ít cuốn thơ. Kết quả, hình như tôi được có tên rất khiêm nhường trong đội ngũ sinh hoạt Văn Học Nghệ Thuật miền Nam. Điều này phần lớn cũng nhờ vào sự khuyến khích, giúp đỡ của bạn bè. Xin chân thành cảm ơn.*

*Tình bạn đóng một vai trò quan trọng trong đời sống cá nhân tôi. Hiểu vậy, nhưng tôi vẫn tiếp tục vụng về, lười biếng. Thời gian lưu trú rong chơi ở thủ đô Sài Gòn của tôi không phải hẹp lắm. Và số giờ dành cho các chuyến "thăm dân cho biết sự tình" ở các địa danh như Ngã Ba Chuồng Chó, Chợ Vườn Chuối Nguyễn Thiện Thuật, v.v... không phải đã chiếm hết toàn thời gian thư thả của tôi. Nhưng tôi không nghĩ đến, không dám nghĩ đến, việc ghé thăm các tòa soạn của các tạp chí đã có ưu ái đăng tải, giới thiệu thơ tôi như Mai, Bách Khoa, Văn... ngoại trừ Văn Học của anh Phan Kim Thịnh sau dịp anh và một người nữa đã ra Đà Nẵng thăm tôi. Với các anh Trần Phong Giao, Lê Ngộ Châu... tôi chỉ gặp nét chữ của họ qua thư gởi.*

*Hồi đó tôi làm thơ ào ào, gởi đăng vung vãi ở hầu hết các bán nguyệt san, nguyệt san, tuần báo (trừ nhật báo) dưới nhiều bút hiệu khác nhau; kể cả theo phong trào giả danh con gái như Châu Thị Ngọc Lê, Đoàn Thị Bích Hà, Lê Thị Quyên Châu... Không có tờ nào trả nhuận bút, ngoại trừ tạp chí Bách Khoa. Tôi đã nhận được* một số nhuận bút của tạp chí này. Trong những năm gần đây tại hải ngoại, tôi có đọc thấy đâu đó có bài viết xác quyết: Trước 75, không có tạp chí nào ở Sài Gòn trả nhuận bút cho thơ. Điều này đã làm tôi có ít thắc mắc. Phải chăng số nhuận bút tôi nhận sau khi đăng bài ở Bách Khoa đã do một người nào đó ưu ái giúp đỡ riêng thay vì chủ trương của tờ báo? Nếu đúng như thế, quả thật tôi đã phụ lòng tốt của người bạn quý vô danh, vì không đáp lễ được một lời cảm ơn.

Dù vướng hai khuyết điểm trên, may mắn  số bạn bè của tôi qua từng chặng đời cũng đông vui, khó lòng kể hết. Tôi có một trí nhớ khá tồi ở các lãnh vực Khoa học, Sử ký... Nhưng may mắn có trí nhớ trội hơn trung bình một chút ở lãnh vực tình cảm. Người bạn đầu đời của tôi là một cậu bé lên ba, cũng như tôi, ngày đó ở sát nhà nhau. Chúng tôi thường chơi cái trò vọc cát trước hiên nhà. Một bữa nọ, thằng bạn Tàu lai kia, không nhớ vì lẽ gì, cu cậu đã thân ái cắn cho tôi một miếng rõ mạnh ngay giữa bụng, trên lỗ rún một chút. Hai vết răng-sữa-cuốc-bàn hiện nay vẫn còn mờ mờ, nhưng người đã bặt tin từ lâu.

Trong đời tôi, ngoài cái thú làm thơ, dĩ nhiên không kể những thú căn bản, bình thường khác, tôi còn có cái sung sướng khi được sống lại, nhớ lại những kỷ niệm đã có với bè bạn. Gần hai năm nay, sau cái quyết định sai lầm tự ý xin nghỉ việc, để tự đẩy mình vào phòng giam dưỡng lão tại gia khi mới chớm 51. Tôi quả thật không biết làm gì cho hết thời giờ. Cái bệnh chỉ đọc sách báo phơn phớt cứ trên đà gia tăng theo tỉ lệ thuận với bệnh lười biếng cố hữu.

"Dài lưng tốn vải ăn no lại nằm". Lưng tôi không dài bao nhiêu. Áo quần cũng đơn giản. Ăn thì lười biếng nuốt cho đến đúng tiêu chuẩn no. Nằm thì càng rất ít, nhất là nằm một mình. Sợ ma thường trực 24/24; vì lẽ đó, nếu phải lưu lại đêm nhà bạn nào thì tôi thức gần trắng đêm.

Không nằm, không ngủ, không đọc sách báo, không làm thơ, không lo cơm nước, thì làm gì? May quá, tôi có mục để chơi. Nhớ. Nhớ bao đồng, nhớ lung tung và nhiều nhất là nhớ đến những *thẳng, những con bạn, còn sống sờ sờ, hay đã quá vãng từ lâu. Nhớ không chưa đủ thú. Tôi vẽ họ ra. Không phải "hình ảnh chân dung" mà là kỷ niệm. Không bằng sơn cọ mà bằng chữ viết. Do đó chẳng bao lâu Chùm Kỷ Niệm Xanh của tôi được Nuôi Thơm. Dĩ nhiên mùi vị do lòng chủ quan của tôi phân chất.*

*Kỷ niệm thì hằng hà sa số, tôi phải lượng định và lượm ra một vài nét cho chính mình và đối tượng khi được đọc phải thấy ngay, phải trực nhớ, phải mỉm cười. Căn bản này có lẽ một phần nào đã làm hại đến thi vị của thơ, và người ngoại cuộc đọc đến đôi khi bực mình, không thông cảm được. Nhưng làm sao hơn. Đã nói là kỷ niệm, đành phải làm phiền lòng các độc giả muốn ghé mắt đọc vậy.*

*Vì nội dung của đoạn thơ mang nặng hình ảnh riêng và diện tích hạn chế của bốn câu lục bát, tôi thấy được những vấp váp, nên tập thơ này không ấn hành rộng rãi. Sau này nếu có bạn nào muốn có để lưu niệm, mời tùy nghi sao lại. Tôi cũng xin thưa, những tâm dung hiện diện trong tập này không phải đã đầy đủ. Còn sót nhiều, nhưng vì chán ngán bất ngờ đến, xô ngã ụp tôi trở lại cái lười biếng, nên phải lái xe đi vòng vòng chơi một chút cái đã.*

*Cảm ơn toàn thể hiền hữu ta.*
*Cảm ơn quý bạn đọc khoan dung.*
*Cảm ơn Lý, đã cho anh nhiều ly chè trong suốt thời gian vớ vẩn này.*

*Luân Hoán*
*Montréal Canada*
*21 tháng 11 năm 1993.*

Dù không được trân quý như những thi phẩm khác, nhưng tập thơ này, chính là bước mở đường dẫn tôi đến với "Giữ Riêng Vài Nét Như Là", phần phụ lục cho cuốn Ổ Tình Lận Lưng, gồm gần 28 trang in liền nhau. Tiếp theo sau là Tâm Chân Dung phương phi thành hình.

Trước khi trích dẫn tiêu biểu, phần hình thức cụ thể như sau:

Bìa trước, tôi tự trình bày, tranh bìa in đầy ảnh chụp một bức tranh của họa sĩ Khánh Trường, bản vẽ này anh copy cho tôi. Đó là khuôn mặt một thiếu nữ. Mẫu chữ cho tên sách, tôi chọn nét thanh nhã và khá mới lạ.

Bìa sau in một phác họa chân dung tôi của nhạc sĩ Trịnh Công Sơn vẽ năm anh qua thăm Montréal, 1992. Dưới bản vẽ 4 câu:

*vu vơ vài hình ảnh*
*hiu hắt thắp một thời*
*soi lòng lên vết bụi*
*từ người tôi thấy tôi*
LH

bìa nền trắng giấy láng nhưng mỏng.

Có ba phụ bản in trên giấy màu vàng đất, là những bản vẽ được cho bởi các họa sĩ Khánh Trường, Đinh Cường, Thái Tuấn.

Mục lục nội dung chia làm hai phần, phần đầu mang tên Bạn Vàng, chưng ra 131 kỷ niệm. Trong số nhân vật này có chừng mươi người là bạn thân thiết nhưng không sinh hoạt Văn học nghệ thuật. Phần hai với tên Tâm Dung Đại Gia Đình Tôi, gồm 34 đoạn. Thật không biết trích như thế nào cho phải phép. Mong rằng chỉ có thiên vị ít ít, có thể những trích dẫn này nghiêng về câu từ ấm thi vị:

*gởi cho năm đóa hồng gai*
*thách tôi tìm cánh Xuân đài các xanh*
*phong lưu hào sảng bẩm sanh*
*nên phong luôn Ngũ Ái Khanh một lần*

Sự tích: Bích Xuân làm thơ, viết văn, ca hát. Cô là người An Hải, quận 3 quê tôi, Đà Nẵng. Định cư lâu năm tại Pháp. Tôi quen biết BX qua giới thiệu của nhà văn Hồ Trường An. Thời internet chưa thịnh hành. Thư tay qua lại nhiều lần (còn lưu nhiều). Một hôm BX gởi tặng tôi một tấm ảnh chụp chung cùng bốn cô bạn khác. Và đố tôi đoán thử ai là BX trong ảnh. Nếu đoán đúng sẽ có quà đặc biệt. Đây không thể không là kỷ niệm.

*mấy mươi năm ăn chực mày*
*cà phê thuốc lá thịt cầy, rượu, hoa*
*quốc nạn đành lạc bạn già*
*lấy ai ăn chực xót xa của mày?*

Bạn là Châu Văn Tùng, cùng với Hoàng Trọng Bân, chúng tôi là "tổ tam tam" thân thiết vô cùng. Tùng và Bân là con nhà giàu. Tôi con nhà sa sút. Hai bạn tôi đều có hoa tay, nhưng chỉ Bân chơi sơn cọ. Tùng chỉ phác họa thiếu nữ như kiểu Ngọc Dũng. Anh và Bân là hai nguồn chi của tôi. Đặc biệt tôi được cả gia đình Tùng thương yêu. Bác Châu Văn Chỉ, thân phụ Tùng là Tổng Giám Đốc Quỹ Bù Trừ Pháp, một thời trước đó ông là Phó Thị Trưởng Đà Nẵng. Bác sĩ Châu Văn Thạch, anh Tùng nghe tin ở Mỹ, nhưng anh không xuất ngoại được. Tùng ngồi cùng lớp, đi lính cùng khóa, về cùng một tiểu đoàn Bộ Binh; đời dân sự cũng làm ngân hàng. Anh tùng sự tại Việt Nam Công Thương cách nơi tôi làm, VNTT, mấy bước. Tôi rất thích câu cuối của 4 câu thơ trên.



*Ghé Tổng Y Viện Duy Tân*
*thăm chân tu bỏ một chân trên rừng*
*một năm sau tau hành quân*
*không ngờ trời bắt anh hùng như mi.*

Kỷ niệm này có với nhà thơ Chu Tân, anh tên thật là Tôn Thất Chơn Tu, nói lái tên để thành bút hiệu. Tu, động từ có nghĩa tách ra, có thể là cắt chăng? Nhiều bạn nghĩ rằng anh bị thương cưa chân do vận từ cái tên mà ra! Cặp chân của anh rất quý bởi anh là một cầu thủ xuất sắc môn đá bóng của trường Phan Châu Trinh. Anh học trên tôi một lớp cùng với Hà Nguyên Thạch, Phan Nhật Nam, Nguyễn Bá Trạc... Thời này thơ anh đăng nhiều ở Thời Nay, Ngàn Khơi... Anh bị thương khi tôi chưa bị động viên, lên thăm anh tôi đã chống nạng của anh đi thử trong phòng và cơ sự về sau... như bây giờ!

*Rủ ai Cùng Khổ nữa không?*
*báo đề cổ bạn như gông với xiềng*

Cùng Khổ tên tạp chí do Đoàn Minh Hải (trước ở Đà Nẵng sau vào Sài Gòn) thực hiện. Làm báo vì đam mê ngay cả khi thiếu yếu tố căn bản là tài chánh, do đó cách làm báo (không biết được mấy số) của anh rất vất vả. Tôi cũng góp bài cho báo anh. Hiện vẫn còn lưu giữ thư anh gởi thời ấy, nhưng báo thì không thể còn.



Bối cảnh nằm trên đường Hùng Vương, hiên nhà của hiệu Mè Xửng Song Hỷ. Bạn tôi là Hà Nguyên Thạch, đêm đã được nhớ là đêm chúng tôi đi chơi khuya, ăn hột vịt lộn ngoài đường, trong lúc đó cách vài chục mét, nhà thơ Nguyễn Nho Sa Mạc nằm trong nhà xác bệnh viện Đà Nẵng. Bệnh viện này do Pháp bàn giao, nay là Trung Tâm Y Tế?



Ngày tháng nêu trên chỉ là tượng trưng một cái mốc lịch sử của Đà Nẵng. Sự việc có thật, nhưng xảy ra sau chừng một tuần. Người có chung kỷ niệm là nhà thơ Hoàng Quy. Lúc bấy giờ anh được biệt phái giữ chức Quản Đốc đài Phát thanh Đà Nẵng. Hôm ấy anh tới rủ tôi đi trình diện học tập theo thông báo chung. Trước khi đi chúng tôi ghé ăn mì, gần nhà (hay chính là nhà của cô Hà Châu dạy Pháp văn tại Phan Châu Trinh, tôi không còn nhớ rõ). Cũng nhờ những bát mì này, tôi kịp nghĩ lại không đi trình diện với Quy, vì kịp nhớ mình đã giải ngũ. Nếu đi, chưa biết tôi sẽ ra thế nào. Hên xui luôn gần nhau. Hoàng Quy vẫn còn ở quê nhà. Năm ngoái hình như anh cho phát hành một thi phẩm. Vẫn rất mong được liên lạc. Quy có thể lớn hơn tôi vài tuổi.

*Bạn về trời tết Mậu Thân*
*ngay khi gõ cửa thất thần gọi ta*
*ta rời phòng trọ đêm qua*
*để bạn lãnh đạn làm ma trước thềm*

Người cho tôi bốn câu trên là cố đại úy Huỳnh Bá Dũng, bạn cùng trường PCT. Khi tôi trình diện sư đoàn 2BB, anh đang là một Trưởng Ban của Sư đoàn. Qua Dũng gởi, nhiều lần tôi được đi ké trực thăng về thăm Đà Nẵng. Anh cũng đã lui tới chỗ tôi thuê ở trọ cùng Đynh Hoàng Sa, (sau khi tôi rời khu Trùng Khánh và trước khi đến ở nhà ngang của nhà thơ Khắc Minh). Một ngày trước tết, tôi và Lý định ăn Tết xa nhà. Nhưng sau khi biết vợ chồng Quí (ĐHS) về nhà vợ (cũng ở Quảng Ngãi) để ăn tết, Lý sợ ở một mình, tôi liều mạng bỏ đơn vị cùng về Đà Nẵng (đi hơi dễ dàng vì có xe đò của nhà Lý ra vào thường). Không ngờ sáng hôm sau pháo xuân thay bằng AK. Từ bản doanh Sư đoàn 2 về nhà vợ con, Dũng phải đi ngang trường trung học Kim Thông. Tôi thuê nhà sau lưng trường này. Dũng bị phục kích tại đây, anh bỏ Jeep chạy vào chỗ tôi ở và đụng đầu ngay một ổ phục kích khác.



*gặp nhau tuần trước mày khoe*
*chuyến này chắc chắn xuống ghe  an toàn*
*cà phê Lộng Ngọc dời sang*
*Cali? không phải, suối vàng thảm thay !*

Một chuyên viên vượt biên nhưng thất bại liên tục là họa sĩ Lâm Quang Phước, chủ quán cà phê Lộng Ngọc, chắc nhiều bạn nhớ. Hình như anh vẽ bìa cho tập thơ Thèm Về của Thái Tú Hạp. Anh có cuộc triển lãm tranh tại Bảo Trợ Nhi Đồng Đà Nẵng, sau buổi tôi ra mắt sách thi phẩm Rượu Hồng Đã Rót, cùng nằm trong sinh hoạt của hội Khuyến Học do nhà văn Nguyễn văn Xuân chủ tịch. Sau này tôi vào Sài Gòn, bạn bè kể Phước bị rượt sau một cuộc vượt biên và trúng đạn chết, nghĩa là chưa xuống ghe tàu. Thật thương, Tôi vẫn thường nằm nghe nhạc trên gác Lộng Ngọc của anh.

*ôm nhau nằm ngủ dưới hầm*
*đêm nào anh cũng đái dầm ướt tôi*
*được tin anh mới về trời*
*thốt nhiên nhớ: quá nửa đời, đầm lo!*

Mảng kỷ niệm này có thể thuộc loại xưa nhất của tôi. Gợi từ thời tôi còn ở quê nội Liêm Lạc, Hòa Đa. Nhà thân phụ tôi hình như lớn nhất làng, kiên cố nên tối nào cũng có một đám con nít bà con đến ngủ qua đêm. Lê Thoại, Lê Lữ hai anh em chú bác thúc bá của tôi luôn có mặt. Nhà tôi lúc đó có hai hầm nổi. Chuyện tôi kể hoàn toàn có thật. Ba của anh Thoại tôi gọi là bác, tên Hội Du, cán bộ thứ thiệt của Việt Minh. Trong hai con trai, Thoại được ông cho ra Hà Nội (hình như cùng năm tôi ra Đà Nẵng, 1952) rồi cho qua Liên Xô học. Sau 29 tháng 3, Thoại về thăm nhà. Trong lần đầu ra thăm Đà Nẵng, nghe nói định ghé thăm nhà tôi, anh bị tai nạn ngay giữa cầu Đỏ. Thật bàng hoàng mỗi khi hình dung ra anh, một người có cái cằm khá dài rất đặc biệt. Cảm ơn anh đã nhớ tôi.

Sẽ rất là không nên, nếu chú thích như trên cho 171 khuôn kỷ niệm tôi gắng nuôi thơm. Xin nhắc thêm một kỷ niệm nữa để chấm dứt. Cũng xin lỗi các bạn văn, tôi dành lại khi nói về Tâm Chân Dung.

*dách, thùng, cù lũ, cũng thua*
*cái khe cửa hở gió đưa Tam Kỳ*
*chẳng hay bạn sùng đạo chi?*
*bốn mùa tâm nguyện chân quỳ trước hoa*

Quả là nhờ ỷ tuổi già hay đúng hơn đã già nên mới dám nhắc đến kỷ niệm, rất có thể hơi xúc phạm này. Bạn tôi ở đây là anh Phạm Ngọc Niên, giáo chức. Vợ anh thuộc hàng hoa khôi, có hàng vải lớn ở chợ Hàn. Anh thường đi chiếc vespa cáu cạnh thời bấy giờ. Là một tay binh xập xám có hạng. Anh phải dạy học ở Quảng Tín (Tam Kỳ). Trong một lần tình cờ lách mình khe hẹp giữa hai bức tường, hình như để giải quyết nước ứ trong người, anh phát hiện một cánh cửa sổ của một khu cho thuê phòng ngủ. Tò mò giúp anh xem được phim nóng. Cũng từ đó anh thỉnh thoảng cố tình mục kích. Cuối tuần anh về Đà Nẵng kể cùng chúng tôi. Nói cho ngay thằng nào cũng háo hức, nhưng cũng tỏ ý không tin. Vậy là để chứng minh sự thực thà anh lần lượt chở chúng tôi vào thăm cho biết tài tử ngoài phim ảnh ra sao. Tôi có đi mục kích không? Bạn đoán thử. Quên nói Niên là chân hậu vệ cứng cựa của đội bóng trường Phan Châu Trinh.

Kỷ niệm nào vui mấy nhắc lại cũng mang mang buồn. Làm sao ngăn ngậm ngùi dù không ứa nước mắt hỡi Lê Văn Nghĩa:

*dùng cả chiến xa rước ta*
*lội quanh phố lụt để mà tìm bia*
*bạn về đập cửa giữa khuya*
*Quế Tiên sớm nọ còn bia mất người*

Chắc bạn được vinh thăng Thiếu tá phải không Chi đoàn trưởng Thiết Giáp thuộc sư đoàn 2, Lê Văn Nghĩa, Tô Yên! Mấy giờ sau khi bạn gõ cửa nhà tôi, ngó nhau một cái, bạn thất lạc, ra đi. Đã bảo chỉ nhắc thêm một người mà ăn gian rồi. Xin ngưng, ngưng thật.

**Luân Hoán**

dinh cuong

# NGUYỄN VY KHANH
## TIỂU-THUYẾT LỊCH-SỬ QUA BA TÁC GIẢ

*(tiếp theo kỳ trước, NN19)*

**Hoàng Khởi Phong** qua hai tập *Người Trăm Năm Cũ* đã tiểu-thuyết hóa giai-đoạn kháng Pháp hồi đầu thế-kỷ với những nhân-vật lịch-sử và đấu tranh về sau sẽ đưa đến những chuyển tiếp, phân chia đảng phái cũng như cắt nghĩa phần nào chân dung chính-trị và chiến-tranh nhiều thập niên sau. Nhân-vật chính làm cốt lõi toàn tập là Hoàng Hoa Thám với nhóm kháng chiến chống Pháp của ông gồm đại gia-đình ông, các con ông như Cả Tuyển, Cả Huỳnh, Cả Trọng, Cả Rinh, rồi Lãnh Túc, Cai Sơn, Cai Cung, Đội Hổ và những nhân-vật thật sự lịch-sử như Tôn Thất Thuyết, Nguyễn Thiện Thuật, Trần Quý Cáp, Phan Chu Trinh, Phan Bội Châu (Giải Phan), Nguyễn Lộ Trạch, Nguyễn Trường Tộ, Kỳ Đồng, Huỳnh Thúc Kháng, v.v... Hàng trăm nhân vật và nhiều sự kiện lịch-sử lớn nhỏ. Khí thế anh hùng của những con người sống theo tinh thần nhà Nho và ái-quốc, chỉ có thể đứng thẳng người vì chí khí, quyết liệt vì sứ mệnh đối với đất nước, dân tộc, và hoàn toàn không vì chức quyền, vật chất! Một cuộc thư hùng kéo dài hao tổn nhân và vật lực cho cả đôi bên, gây suy nghĩ và dao động cho cả hơn một thế hệ. Nhiều đường lối, chủ trương khác nhau, bởi những con người gốc gác và địa phương khác nhau, nhưng cùng một mục-đích đánh đuổi kẻ xâm lược, ngoại bang. Một giai-đoạn lịch-sử hùng tráng, người người lên đường, nhập cuộc, với một chủ đích không thể lay chuyển. Hình ảnh một Phan Bội Châu khi hy sinh bôn ba tìm đường cứu nước với những suy tư, qua ngòi bút tác-giả: "*những giai-đoạn lịch-sử hiện tại giống như vùng trời bão tố kia... Phải vượt qua một chặng đường dài, mà trong đó không biết bao nhiêu con người phải bỏ mình vì tổ-quốc. Phải có đủ thời gian, đủ sức mạnh. Mai kia mốt nọ trời lại sáng. Có điều khi trời sáng Giải Phan và những người đồng trang lứa với ông, đã không còn hiện diện trên cõi đời này nữa*" (tr. 523).

Một cuộc kháng Pháp có thể xem là khá trường kỳ, một ý chí truyền thừa từ thế hệ khởi đầu cuộc đấu tranh đến những thế hệ con cháu. Và một kết thúc không ổn, vì phải đưa đến những hậu quả tất nhiên mà một mặt kẻ thắng phải đương đầu, mà kẻ thua thì tự xem như tạm thời xong một giai-đoạn. Tiếp nối lịch-sử sẽ rẽ sang con đường khác, với những con người và phương pháp cùng chiến lược khác. Lịch-sử cũng đã tạo ra những nhân-vật có cái nhìn xa và cần thiết như Kỳ Đồng (tr. 841), như Nguyễn Trường Tộ, ... nhưng tư tưởng họ lúc bấy giờ trật nhịp, quá sớm hoặc không thành công len vào quyền lực khiến định mệnh dân-tộc phải bi đát, thua thiệt! "*Ông Tộ tuy là người theo đạo Gia-Tô nhưng ông ấy vẫn là một người Việt Nam, ông ấy vẫn yêu nước*" (tr. 425), "*Ông Tộ tha thiết với công việc, tha thiết với dân chúng, tha thiết với triều đình, mặc dù triều đình nhìn ông ta như là một đứa con hoang... Ông ta đúng là một nhà nho*" (tr. 427).

Về những phê phán triều đình Huế và các nhà lãnh đạo, tranh đấu, Kỳ Đồng đã nghĩ "*có lẽ ông Pétrus Ký, Paulus Của sẽ đi trước các nhà nho Bắc-kỳ một bước, trong việc canh tân đầu óc trước khi có thể canh tân mọi điều. Phải thay đổi cách suy nghĩ, muốn thay đổi sự suy nghĩ thì phải thay đổi cách đào tạo, dạy dỗ*" và cũng theo ông, thì "*trong vài chục năm nữa, những người như ông Đề Thám chỉ làm được một điều, là hâm nóng bầu nhiệt huyết của những người yêu nước không mà thôi. Như thế đã là quá nhiều cho một đời người, và tất nhiên sẽ có rất nhiều máu trong giai-đoạn tranh tối, tranh sáng của lịch-sử này*" (tr. 364).

Vậy, qua *Người Trăm Năm Cũ*, Hoàng Khởi Phong đã làm công việc khảo viết "gia phả" một nhánh họ Hoàng lịch-sử, từ ngọn nguồn đến chung cuộc với mở rộng ra cùng lịch-sử, rốt cùng cũng chỉ là một nhánh, một mảng của lịch-sử. Hoàng Khởi Phong tiểu-thuyết hóa một giai đoạn lịch-sử đã gây suy nghĩ cho nhiều thế hệ từ cả thế kỷ qua, đã tiếp sức và hun đúc tinh thần dân-tộc ở những anh hùng hậu sinh tiếp nối chống ngoại bang và bạo lực: *"Khi Hoàng Hoa Thám nằm xuống, ông đem theo cả một giai-đoạn lịch-sử chống ngoại xâm cùng với ông. Đó là giai-đoạn chống Pháp chịu ảnh hưởng của Hán học. Ông đã chết cho nhiều người còn sống, để rồi những thế hệ sau ông bước vào một giai-đoạn lịch-sử khác, trong những vùng đất khác và chịu ảnh hưởng một học thuật khác"* (tr. 864, trang cuối tập 2).

Tiểu-thuyết lịch-sử đa dạng về một số nhân vật lịch-sử, cũng là lịch-sử của dân-tộc Việt Nam, qua không gian (rừng núi Yên Thế, Vân Nam, ...), qua những tranh chấp, đối đầu chính-trị và quân sự, nhân sự, qua nền tảng văn hóa và triết lý sống và chết, v.v... Lịch-sử thời vận nước tệ nát đã có những anh hùng thì cũng đầy rẫy những tiểu tâm, những con người hèn yếu, như Lê Hoan, Trương Quang Ngọc, ... Tác-giả còn cho thấy ưu tư của người dân thường là những con người thời nào cũng lo sống còn và thực tế, *"cần sống trước khi biết thế nào là Độc Lập, Tự Do..."* (tr. 444).

Công việc làm tiểu-thuyết lịch-sử ở Hoàng Khởi Phong cũng là một cách diễn bày tâm sự và xác tín sự tiếp nối thiết yếu của định-mệnh Việt Nam. Một quá-khứ lịch-sử đầy ký ức nơi con người! *Người Trăm Năm Cũ* như một tập hợp những định mệnh, nối kết nhiều kinh nghiệm lịch-sử cần được những thế hệ sau học hỏi, chia sẻ. Chuyện kể nguồn cơn, vẽ, nối lại những mảnh chắp, vụn, ... tái tạo một bảo đảm cho sự hiện hữu và trường tồn của dân-tộc - một mục-đích cao cả, đáng thán phục!

Vào thập niên 1960, Nguyễn Mạnh Côn đã làm một cuộc xét lại chuyến *Lạc Đường Vào Lịch-Sử* năm 1945 của ông ("làm anh hùng lạc đường, một cách bất đắc dĩ"), sau khi đã *Đem Tâm Tình Viết Lịch-Sử* [15]. Gần bốn thập niên sau, Hoàng Khởi Phong muốn đóng góp việc tìm hiểu lịch-sử, như một đóng góp cho một xét lại kiến thức lịch-sử và ý thức tập thể về dân-tộc và lịch-sử đang đánh mất linh hồn và lý trí! Dĩ nhiên có những bức xúc con người đã muốn quên hay không còn muốn nói đến. *Người Trăm Năm Cũ* như một đề nghị xét lại lịch-sử đồng thời cũng đánh dấu một biến đổi sâu sắc thái độ và liên hệ giữa người đọc và người viết hôm nay với quá-khứ lịch-sử!

Hoàng Khởi Phong qua hai tập này, theo thiển ý, đã viết như làm một nỗ lực văn hóa, như để tìm hiểu lịch sử và từ đó để hiểu tại sao chúng ta - hay cả tập thể dân tộc, đang dừng ở đây trong tình cảnh này! Ông dùng chất liệu và tâm tình ngay trong thời đại, truyện ở đây kết thành từ những tập hợp tình cờ của lịch sử. Viết tiểu thuyết về lịch sử hiện đại là một can đảm dám nhìn lại, suy nghĩ về những biến cố vừa xảy ra trong đó người viết có tham gia một cách nào đó. Người viết ở đây cạnh tranh với sử gia và có thể có một giá trị tài liệu đáng kể và nếu thành công, sẽ đi sâu vào tâm thức sống động của nhiều người.

Bộ tiểu-thuyết *Người Trăm Năm Cũ* được viết để tưởng niệm một giai-đoạn lịch-sử, một quá-khứ và một số anh hùng dân-tộc. Thứ nữa, có thể tác-giả chúng viết để minh định gia tài dân-tộc, gia sản chung của ông cha để lại là gì, qua một số kinh nghiệm lịch-sử. Có thể xem như một hình thức "tái bản" tạo lại quá-khứ và tu-bổ một hình thức ký ức, một ngôi nhà "từ đường", một "gia tài của mẹ" nếu dùng chữ của Dương Nghiễm Mậu. *Người Trăm Năm Cũ* có vẻ như tái dựng lại một mảnh lịch-sử vừa bi thương vừa hào hùng của Việt Nam thời đầu thế kỷ XX, thay vì tưởng tượng, tiểu-thuyết hóa một cách dài dòng rườm rà, Hoàng Khởi Phong dù phải gần hai tập 864 trang hình như vẫn chưa xong, như còn xoáy sâu chưa đủ, công việc tái tạo một số nét chính của lịch-sử chưa được khơi khỏi tro tàn, chưa được đưa ra ánh sáng. *Người Trăm Năm Cũ* vừa như một bạch thư, vừa như một bản án, một cắt nghĩa đồng thời nêu vấn-đề, một yêu sách hợp tình hợp lý! *Người Trăm Năm Cũ* xác nhận một dòng ý thức dân-tộc sinh động, là một phát động cho một chiến dịch ký ức tập thể và cá-thể, một cách phát biểu, một đánh giá lại những liên hệ và biến cố lịch-sử, một loại "Chiến-tranh và Hòa Bình" (Tolstoi) đã xảy ra ở miền Bắc Việt Nam hồi đầu thế kỷ. Ký vãng mà Hoàng Khởi Phong dựng nên sát nhập vô định mệnh chung của đa số, của toàn dân chẳng hạn. Tác-giả bộ tiểu-thuyết như nhắm đưa ra ánh sáng những mảnh vụn của lịch-sử với mục-đích xây dựng lại xuyên qua kích thước ký ức. Cái hiện thực của một quá-khứ bắt đầu xa, như càng được sống lại cái thế giới, cái bàn cờ đã mất, đã bị xem như thua. Một quá-khứ đã qua nhưng vô-thức tác-giả họ Hoàng như không muốn cho qua luôn, ông muốn cho những xác ma anh hùng dân-tộc mặc lại mũ áo rồi nhảy lên lưng ngựa nhắm giặc mà phóng tới. Chỉ sợ ngựa và anh hùng tung hoành, phóng nước kiệu trong ơ hờ, lãnh đạm của người đọc, của con người hôm nay! Thật vậy, Hoàng Khởi Phong viết tiểu-thuyết lịch-sử không nhân danh máu thù, không đòi quyền với lịch-sử, mà nhân danh chính lịch-sử chưa tỏ rạng, chưa được thật sự hiểu đúng mức.

Hiện nay, trong cũng như ngoài nước có hiện-tượng người Việt "sợ" lịch-sử nhất là lịch-sử gần, lịch-sử như đã trở thành ác mộng với chiến-tranh, chết chóc, chia lìa rồi... chia rẽ, v.v... Đây là biến thái cảm tính mất lòng tin vào lịch-sử và dân-tộc từ nhiều thập niên qua, làm chùn, biến, mọi cảm nhận về lịch-sử và những con người làm ra nó. Quá-khứ đã mất hoặc vẫn được tiếc nuối, không còn là quá-khứ "oai hùng", gây hứng khởi kiểu người người như một, một lòng, một ý chí, từ đó có thể hy sinh hết lòng hết sức. Quá-khứ nay vẫn được tiếc nuối là một lịch-sử bất động, lịch-sử đã mất, một thời gian nặng trĩu những biến cố, sự kiện, nguyên thủy, cần được trau chuốt lại! Công việc tiểu-thuyết lịch-sử như vậy là khám phá lại những liên hệ xã hội, những hành cử tập thể, những móc xích, những liên đới tự nhiên hoặc phải như vậy trong một hoàn cảnh lịch-sử! Chân dung dân-tộc và "bức tranh" lịch-sử Việt Nam được nhận ra từ những biến động nối tiếp nhau, từ những chế độ chính-trị, những thành-tích và dang dở, từ những tiến bộ theo thời gian. Nhưng lịch-sử một dân-tộc biến động vì đồng thời cũng là những tổ chức xã hội, những cách sống và cách yêu đương, những tâm tình, giấc mơ, v.v... Thể loại tiểu-thuyết lịch-sử do bề dài tác-phẩm, cho phép một hơi dài hợp lý kiếm tìm và tham chiếu để từ đó cảm nhận thời gian và nếu muốn có thể chặt nát diễn văn về lịch-sử! Tuy vậy không giản đơn vì vấn-đề đối với người Việt hiện đại là viết lịch-sử nào đây và viết ra sao?

Hoàng Khởi Phong đã thành công cho thấy Hoàng Hoa Thám là một bi kịch của lịch-sử, một phản anh hùng vì hành cử đấu tranh của ông đã cùng lúc chuẩn bị cho cái chết của chính ông và nhóm của ông. Lịch-sử mà tác-giả kể và cố tái tạo qua thể loại tiểu-thuyết là lịch-sử một thử nghiệm nhìn lại và tái tạo lịch-sử. Tiểu-thuyết lịch-sử trở thành một địa-bàn thí nghiệm nhân văn, với những yếu tố mới hoặc được tư duy lại, thẩm định lại!

Điều kiện khá lùi xa để có thể nhìn lại lịch-sử, tra vấn lại có thể đã hội đủ mà chưa chắc đã thật đủ trong trường hợp *Người Trăm Năm Cũ*. Một văn bản tha thiết, đòi hỏi và phức tạp vì đó cũng là tâm sự của tác-giả chúng đối với dân-tộc, đất nước. Tác-giả đưa ra cái nhìn từ phương xa và từ chối trở nên một kiểu với cách làm lịch-sử và văn-học minh họa của trong nước. Vì muốn là một cái nhìn năng động, do đó có thể tác-giả sẽ phải viết lại tập đầu khi xong tập cuối? Dù sao đi nữa, lịch-sử Việt Nam không hề tĩnh, chết, qua các thời đại, chế độ, do đó chưa thể có một lịch-sử như chân lý muôn đời, cố định, có thể đáp ứng, trả lời thỏa đáng mọi thắc mắc, ưu tư về chân-lý lịch-sử! Viết tiểu-thuyết lịch-sử do đó là đi tìm lịch-sử và chưa chắc đã thấu hiểu trọn vẹn hoặc tổng kết được 'lịch-sử' đó!

oOo

Như vậy, thể loại tiểu-thuyết lịch-sử đã tiến xa, theo con người Việt Nam sau những năm dài phân tranh chia rẽ, trở thành phức tạp, không thể đơn sơ! Đa số minh họa lịch sử, rất ít thành công văn chương. Thất bại vì cắt nghĩa, theo mẫu, mà không độc đáo hóa nhân vật, nhất là nhân vật phụ. Ngược lại Tolstoi đã thành công với Kutuzov, vì chính những nhân vật phụ, những hoàn cảnh dã sử, ngoại sử giúp người viết giải quyết nhiều vấn nạn lớn mà chính sử không thỏa mãn! *Sông Côn Mùa Lũ* có chất tiểu thuyết nhưng tổng thể lại là một văn liệu về những khám phá mới về Nguyễn Huệ và chưa đủ sâu đa diện văn hóa Việt. Nam Dao sử-dụng phần nào phương pháp điều tra về lịch sử, về một số nhân vật lẫn điều nghiên bệnh lý, tâm lý và xã hội học. Tác giả muốn làm chủ tình hình, lịch sử, thành ra cưỡng ép. Tựu trung câu hỏi ở chỗ lịch sử, văn hóa thời của lịch sử hay của hôm nay soi nhìn lại? Quá khứ thẩm nhập vào đời sống thành văn hóa, thành nếp, ... thành hiện tại! Về phía sử, gần đây trong và ngoài nước có những tư liệu và suy nghĩ mới về Nguyễn Huệ như Nguyễn Gia Kiểng dựa theo tài liệu các thừa sai ngoại quốc có mặt hoặc nghe nói về chiến thắng Đống Đa, đã "khoa học" lại những con số đã được lịch sử rộng rãi đưa ra rồi được một chế độ vì hợp thuyết nên đã tiếp tục thần thánh hóa. Theo ông, sự tôn vinh Nguyễn Huệ khởi từ Hoàng-Lê Nhất Thống Chí, một nguồn tiểu thuyết thiên vị, và nguồn "sử" của cụ Trần Trọng Kim khi viết *Việt Nam Sử Lược*, cụ vốn dị ứng với nhà Nguyễn Gia-Long. Còn "Hà Nội" vì mục đích chính trị "cách mạng vô sản". "*Thần tượng Nguyễn Huệ thiên tài quân sự, anh minh sáng suốt và nhân nghĩa chỉ là một sự xuyên tạc lịch sử có dụng ý*". Chuyện chiến thắng "đập tan" 29 vạn quân Thanh, theo ông chỉ khoảng sáu ngàn, và Đống Đa chỉ là một trận "nhỏ". Cũng theo ông, "anh hùng áo vải cờ đào" Nguyễn Huệ thật ra chỉ là một thảo khấu hiếu chiến hiếu sát, tàn ác cả với anh và thuộc hạ [16]. Chuyến ra Bắc đánh quân Thanh mùa xuân năm 1789 bị nghi ngờ không thể tiến hành trong 20 ngày mà phải mất 40 ngày vì tình trạng đường sá thời đó, cũng như chuyện hai người lính cáng một người ngủ thay nhau để tiến quân cho nhanh. Ai cũng phải công nhận có chiến thắng (kể cả vua nhà Thanh) nhưng nên bỏ bớt những chi tiết thần thánh hóa người hôm nay khó tin! Cũng Nguyễn Gia Kiểng trong một bài viết khác, "Để lịch sử đừng lặp lại" [17], "biện luận" (chữ của chính ông) rằng Tây Sơn là "loạn quân, một đám loạn quân thuần túy, cai trị một cách tàn bạo để rồi sau cùng cũng bị tiêu diệt một cách tàn bạo" như muốn phá hủy huyền thoại "anh hùng áo vải" Nguyễn Huệ, thuyết của tập đoàn cầm quyền ở trong nước hiện nay! Trong nước, nhiều năm sau "cởi trói" văn nghệ, giới sử học bắt đầu kêu gọi viết lại lịch sử và đặt lại, nhận định lại một số sự kiện và biến cố lịch sử như thời đại Hùng Vương, chiến thắng của vua Quang Trung, chế độ chiếm hữu nô lệ, niên đại văn bản hiện nay của bộ *Đại-Việt Sử-Ký Toàn-Thư*[18]. Rồi những cái nhìn lại "chính ngụy" của các triều đại Hồ Quí Ly, Mạc Đăng Dung, ... Ngoài nước, một số người viết khác như Lê Minh Hà cắt nghĩa hoặc nhìn lại lịch sử hoặc chuyện xưa theo quan điểm, kiến thức giải phóng phụ nữ hôm nay! Hoàng Khởi Phong, Nguyễn Thị Thảo An thì nỗ lực xét lại lịch sử để mà đề cao, tiếc rẻ, thương cho người xưa (Hoàng Hoa Thám, Tôn Thất Thuyết, Ký Con, hoặc Nguyễn Trường Tộ)!

Nói chung, truyện dựng trên nền lịch sử hay ngoại sử, các tác giả gửi gắm tâm sự, "làm lại" lịch sử, phê bình các triều đại. Thường các tác-giả đưa ra cảm nhận về lịch sử của họ! Có thể họ viết về con người hôm nay hoặc là một cách đi tìm đạt cái Chân Thiện Mỹ, cái thẩm mỹ văn chương. Kiêng ky, có tác giả dùng những phương pháp "phúng dụ", sử-dụng những ký hiệu, những hình ảnh tương phản, mà là như cuộc đời, có người vượt được "dư luận" thông thường để hiện thực hóa anh hùng hoặc nhân vật lịch sử: một Gia Long, Nguyễn Huệ "tầm thường" trước đàn bà, trước cái đói. Sử quá thần thánh hóa khiến người đọc đâm ra nghi ngờ, suy từ chế độ ra, suy từ những đen trắng cuộc đời. Nhưng có những nguy hiểm đánh giá sai lạc nhân vật và sự kiện lịch sử, chủ quan đến quá đà, vì lý do chính trị hay không can đảm hiện thực đã đem tình dục vào các truyện lịch sử, gán cho các vua chúa và nhân vật lịch sử những hành vi, ngôn ngữ của người hôm nay, không tham chiếu, không sử liệu. Hay phải để cho văn chương chủ quan, quá đà, tự do? Cũng được đi, nếu nhân vật tiểu thuyết không cùng tên tuổi với nhân vật lịch sử; không được, vì chính tiểu-thuyết lịch-sử đã sử-dụng lịch sử!

Tiểu thuyết lịch sử Việt Nam qua nhiều giai đoạn của thế kỷ XX đã chứng tỏ thực sự là viết về con người thời đại, so với hiện thực là cái thấy, cái hiện sinh, cái có đó, cái gây cảm xúc, nhận thức. Nhưng rồi ra hiện thực cũng chỉ là một ảo tưởng có khi chết người, vì phải qua lăng kính, cách nhìn. Mặt khác, tiểu thuyết lịch sử hay được dùng để nói đến thảm trạng người trí thức chí lớn, luôn thao thức, lỡ thời, không được trọng dụng hay có công không được đền bù xứng đáng: Nguyễn Trãi, Nguyễn Du, Nguyễn Trường Tộ, ... cũng là bi kịch của dân tộc! Nói bi kịch xưa để thật sự nói đến bi kịch thời nay dù phần nào đã có khác khi người trí thức nay luôn thiên vị, khác người và dễ bị rơi vào thái độ "tháp ngà", dễ bị thiêu hoặc gãy... bút!

So với sử gia, người viết tiểu thuyết lịch sử thành công hay không là ở tài năng riêng, tài vẽ, biết sử-dụng những sắc màu làm nổi nguồn gốc của sự kiện; ở cái tài vạch ra những bí ẩn của tâm hồn con người, nhân vật lịch sử, những tâm hồn với những biến chuyển cao thấp mà nhà viết sử thường phải bỏ qua, ở cả tài thi vị hóa, tiểu thuyết hóa những nhân vật lịch sử. Nhân vật lịch sử cần "sống", tiếp tục sống sau khi người đọc gấp sách, khác với nhân vật sử đã được đồng thuận bởi thời gian và lịch sử, hay bất hạnh thay, bởi "tập thể"... cá lớn! Tuy nhiên nhân vật lịch sử phải ở lại tầm thước con người, chứ không thể ngự với thần thánh khiến con người phải với cao mới đến được!

Mặt khác, tiểu-thuyết lịch-sử đối chọi với khuynh hướng lãng mạn, ở Pháp thế kỷ XIX cũng như ở Việt Nam hiện nay. Khi Khái Hưng, Lan Khai lãng mạn lịch sử thì văn học Âu châu đã đi vào biện chứng và khi Nguyễn Mộng Giác thần thánh biện chứng, lý tưởng hóa thì người trí thức đang trở lại không tương nhượng sau một thời "mất giá"! Lãng mạn tự nhiên hay lãng mạn hiện thực, tranh đấu, đều đã bị tiểu-thuyết lịch-sử đối nghịch. Một bên trốn tránh sự thực, một bên dùng tiểu thuyết để tìm sự thực, đương đầu với sự thực lịch sử hay thực tại! So với sử gia, người viết tiểu-thuyết lịch-sử thành công hay không là ở tài năng riêng, tài vẽ, biết sử-dụng những sắc màu làm nổi nguồn gốc của sự kiện; ở cái tài vạch ra những bí ẩn của tâm hồn con người, nhân vật lịch sử, những tâm hồn với những biến chuyển cao thấp mà nhà viết sử thường phải bỏ qua, ở cả tài thi vị hóa, tiểu thuyết hóa những nhân vật lịch sử. Nhân vật lịch sử cần "sống", tiếp tục sống sau khi người đọc gấp sách, khác với nhân vật sử đã được đồng thuận bởi thời gian và lịch sử, hay bất hạnh thay, bởi "tập thể"... cá lớn! Tuy nhiên nhân vật lịch sử phải ở lại tầm thước con người, chứ không thể ngự với thần thánh khiến con người phải với cao mới đến! Những phá hủy "huyền thoại" bên cạnh chiến thắng Đống Đa của Nguyễn Huệ gần đây cũng trong ý nghĩa này thôi! Nếu sử gia không nhận tham chiếu những huyền thoại lập quốc, thì cũng không thể thêu dệt huyền thoại chung quanh những nhân vật lịch sử! Khi đề tài được "yêu thích" của các tác giả vẫn là thời nội chiến năm trăm năm, phải chăng các tác giả muốn nhấn mạnh đến nội chiến, phân tranh, ... mà nay hình như đã trở thành "cá tính" văn hóa của người Việt! Hay cần một "thống nhất" đúng nghĩa chứ không phải thống nhất kiểu triều Nguyễn Gia Long, kiểu 1976, mà không cả kiểu Quang Trung vì không lâu là một, nhưng thứ nữa, ngay ba anh em còn chưa "thống nhất" nói chi đến thống nhất trăm họ! Mộng tranh bá đồ vương, cái ngã quá lớn. Mạng người không ra gì, cả thân tín và quan tướng cho mình, chỉ là những con cờ muôn thuở! Sử và văn sử về năm trăm năm phân tranh và chinh chiến cho thấy đa số vua chúa, lãnh tụ đều hiếu sát, hiếu chiến, tự ngã và tàn nhẫn trong khi cái ác kéo dài, cái Thiện hiếm hoi hoặc ngắn ngủi!

Tự bản chất, văn chương thường đi đôi với dị thường, huyền ảo, ngoạn mục và bất ngờ. Từ những thập niên đầu thế kỷ XX, thêm những triết lý mới về lịch sử, đề cao sức mạnh và vai trò mới của tập thể, quần chúng, "nhân dân", đưa đến việc tô màu những nhân vật anh hùng "bậc trung", chìm trong đám đông vô danh hay từ đám đông trổi vượt lên: những nhân vật của Walter Scott chẳng hạn. Những nhân vật phụ của lịch sử "thật" trở thành chính trong các tiểu-thuyết lịch-sử mới. Những phiêu lưu tưởng tượng được gán cho nhân vật lịch sử. Hoặc cho những nhân vật của tiểu thuyết đóng những vai tượng trưng và gương mẫu. Ngay con người bình thường cũng mang sử tính, ở họ cũng đầy bi kịch và vấn nạn! Tính chất "kịch" manh nha với tiểu thuyết kịch của Nhật Tiến, gây hứng khởi trí thức với Vũ Khắc Khoan, nay được thử nghiệm. Kịch tính có thể đi với hiện đại hóa khi dựng những nhân vật lịch sử nhưng có hiểm nguy lãng mạn hóa, dễ tha hóa nhân vật và cả lịch sử - điều mà người mác-xít rất sợ và đã phải cảnh giác luôn [19]! Chiến-Tranh Và Hòa-Bình của L. Tolstoi đã được nhắc nhở nhiều đến nay có thể vì đã đi từ truyền thống W. Scott qua Pouchkine và Balzac tức đã không bị lãng mạn của V. Hugo và Vigny quyến rũ. Khởi hứng từ triết lý cách mạng Pháp, nhưng Tolstoi đã khởi từ những hiện thực xã hội của thời đại ông, từ những con người thường, từ những cải cách nông nghiệp 1861 đến cách mạng 1905 trên đất nước ông, mà tiếng pháo trận của Napoléon chưa xa lắm, mới vừa trên 50 năm!

Khi văn chương không có đất để bành trướng tự nhiên như dưới các chế độ độc tài, lúc đó nảy sinh những lý thuyết vụ hình thức như thuyết cấu trúc, cả biện chứng pháp và duy vật sử quan. Thật vậy khi có tự do, nhà văn không cần phải trốn trong tù ngục của hình thức tác phẩm mà người đọc cũng không cần chặt ý tác giả, suy diễn sứ điệp nhiều khi chẳng có! Có tự do, văn chương phức tạp tự nhiên, vẫn là trò chơi con chữ nhưng bám chặt toàn thể hiện hữu của nhà văn hơn! Mỗi lần có những chống đối, phê phán, là vì những vấn đề chung của tiểu-thuyết lịch-sử thực hay hư, có văn chương không hay chỉ là sách truyện chơi "rẻ tiền". Lịch sử càng xa, người đọc càng khó tính đòi sự thực. Ngày càng nhiều tiểu-thuyết lịch-sử lên màn ảnh, sân khấu kịch, sống mạnh vì hình như con người có một kích thước lịch sử, dù duy tân, thích tân, vẫn thích vay mượn quá khứ (Bản Tuyên ngôn Độc lập 9-1946 chứa mấy câu của Jefferson). Đến với quá khứ như nguồn tư duy và hứng cảm cho con người thời đại! Nhưng lại nhạy cảm! Thời 1954-1975 hoặc 1975-2000 chưa đủ xa, chưa thấm phán xét của thời gian, dù sao cũng hãy như cấm kỵ, dễ trượt vỏ chuối chết người, mìn bẫy hình như sót lại còn hơi nhiều nhất là những mảnh mìn trong tâm hồn và tham vọng. Thành ra người ta thích đổ xô viết hồi ký hơn, chủ quan và tự ngã tha hồ, thực tâm có mà tà ý cũng đầy! Thành thử tốt hơn nên theo vết người xưa, như Nguyễn Du viết chuyện Gia Tĩnh nhà Minh, Nguyễn Đình Chiểu nói chuyện Tây Minh, ... Dù biết tình trạng lý tưởng chỉ khi chúa thượng, ta bà, được tự do cho phiêu lưu vào tiểu thuyết, không phải theo chỉ thị hay ý của "lãnh đạo", nghị quyết! Bao cấp và bảo thủ bị động cho nên mới có phương hướng nhiệm vụ thứ năm của Đại hội Nhà văn tháng 4-2000 như một việc cấp thiết cho tình thế mới! Trong nước do đó không thể đi xa vì điều khoản 4 điều 22 luật xuất bản (19-7-1993) vẫn như thanh kiếm Damoclès treo lơ lửng trên đầu người viết: "nghiêm cấm các xuất bản phẩm có nội dung 4 - xuyên tạc lịch sử, phủ nhận thành tựu chung, xúc phạm vĩ nhân, anh hùng dân tộc, vu khống, xúc phạm uy tín của tổ chức, danh dự và nhân phẩm của nhân dân". Trong hoàn cảnh đó, không nên đem *Chiến*

*Tranh Và Hòa Bình* của Tolstoi ra so sánh, chờ đợi, vì hoàn cảnh khác, một bên ngoại xâm, một bên nội chiến, một bên khói súng vừa tắt ngấm 50 năm sau, một bên đã hai thế kỷ với nhiều triều đại cấm kỵ và nhiều chủ nghĩa ngoại lai, hòa chưa có mà bình cũng chẳng thấy!

Một khía cạnh khác cần xét là người viết tiểu thuyết lịch sử là sĩ hay trí? Lịch sử từng cho thấy vai trò người trí thức có giới hạn. Viết tiểu thuyết lịch sử lại còn giới hạn hơn, vì thiên kiến và ngụy biện dễ cưỡng bách nội dung cho giai cấp trí thức hoặc vì tự hào về trách nhiệm. Thiển nghĩ, người trí thức không phải là con người hành động toàn diện, họ làm lịch sử trong giới hạn của chính họ. Đó là lý do trong *La Trahison des clercs*, Julien Benda dù đã viết vào năm 1927, đã nhắc nhở người trí thức phải kiểm lại sứ mạng nhập cuộc của mình. Theo ông, chủ nghĩa, chính trị, tham vọng, ... sẽ đưa người trí thức và văn nghệ sĩ xa lần vai trò chính của mình, ông đưa thí dụ chủ nghĩa Marx và cả chủ nghĩa xã hội đòi dân chủ nhưng lại áp đặt độc tài và hình thức chủ nghĩa! Ông có cái nhìn tiên tri khi cho rằng thế kỷ XX là thế kỷ của những tổ chức trí thức tạo hận thù chính trị (*siècle de l'organisation intellectuelle des haines politiques*) [20]. Karl Marx, Mao, v.v... nổi tiếng 'xúi dại' và cuộc chiến ở Việt Nam vừa qua là một thí dụ điển hình thiển cận của trí thức, mà một lời xin lỗi hình như chưa đủ khi bao triệu người đã phải ngã xuống. Vậy mà nay vẫn có những người chúng tôi gọi là "ngụy trí thức" vẫn bày trò trí thức dạy đời hoặc tự cho vai-trò sửa đổi lịch sử đã qua! Julien Benda kết án đám trí thức cực đoan tả cũng như hữu mà ông cho là hèn hạ, vì họ là những kẻ thường hay lên tiếng chống cơ cấu và chính phủ và những ai không theo họ nhưng lại câm như hến không dám hó hé chống lại phát-xít Đức, Franco, Mussolini cũng như bôn-xê-vít Nga Sô. Miền Nam Cộng-hòa trước 30-4-1975 đầy rẫy thứ "ngụy trí thức" này, những Lý Chánh Trung, Lý Quí Chung, Lữ Phương, Nguyễn Ngọc Lan, Nguyễn Phước Đại, Ngô Bá Thành, v.v... Giới viết lách cũng rơi vào cùng tình trạng khi trên đà thành công với vài truyện ngắn hay tiểu-thuyết (nhà thơ ít hơn!) liền tự cho có "sứ mạng" lớn, rồi lách, đi tắt qua lĩnh hạt chính-trị, văn hóa hoặc xã hội!

Đến đây thiển nghĩ có thể phân biệt hai hạng người viết [21]. Loại thứ nhất như Nguyễn Mộng Giác (qua *Sông Côn Mùa Lũ*) và Nam Dao (qua *Gió Lửa, Đất Trời, Bể Dâu*) viết vì trí, họ muốn nói lên điều muốn nói, muốn đạt đến với người đọc, cùng trường hợp với những cây viết tiểu thuyết lịch sử thời minh họa ở miền Bắc và cả nước từ sau 1975, là cưỡng bách lịch sử, cưỡng ép nhân vật lịch sử vào mô hình khô cứng của một lý tưởng tuyên truyền, một ý đồ! Có người ngụy biện, đổ tội, chạy tội, v.v..., rõ rệt muốn dùng chuyện xưa để nói chuyện đời nay và có mục tiêu chính trị, lịch sử, một cách viết bình luận thời sự bằng phương tiện truyện đời xưa và lịch sử, nắn bản ngã thứ hai cho nhân vật nhất là nhân vật chính. Đây nên gọi là là *sử thoại* và *truyện ký tiểu thuyết hóa* hơn là *tiểu thuyết lịch sử*! Họ muốn phê phán một chế độ, chủ nghĩa, ... nhưng người đọc tinh ý sẽ nhận ra mưu đồ thể hiện trong tiểu thuyết và chưa chắc đã thuyết phục được người đọc hôm nay nói gì đến sau này. Xét cho cùng, các vị đó - cũng như Nguyễn Gia Kiểng trong *Tổ Quốc Ăn Năn*, cuối cùng đã huyền thoại hóa các nhân-vật và lịch sử! Như vậy nếu có người viết tiểu thuyết lịch sử có dối trá, ngụy biện thì đâu có khác gì những biện giả thời Khổng-tử và cả thời Jesus bên Trung Đông?

Loại thứ hai gồm phần lớn các tác giả trước đệ nhị thế chiến, rồi Phùng Cung, rồi Nguyễn Huy Thiệp, Trần Huy Quang, ... , gần đây thêm Hoàng Khởi Phong, Lê Minh Hà, v.v... viết tiểu thuyết hay truyện lịch sử là vì tấm lòng đối với đất nước, vì cảm xúc. Các tác-giả này chứng tỏ nỗ-lực xét lại lịch sử để mà đề cao, tiếc rẻ, thương cho người xưa, viết với cảm tính văn hóa! Nói chung, truyện dựng trên nền lịch sử hay ngoại sử, các tác giả gửi gắm tâm sự, "làm lại" lịch sử, phê bình các triều đại. Thường các tác-giả đưa ra cảm nhận về lịch sử của họ! Có thể họ viết về con người hôm nay hoặc là một cách đi tìm đạt cái Chân Thiện Mỹ, cái thẩm mỹ văn chương. Họ viết để chia sẻ, nuối tiếc và cả hối hận! Trong khi lịch-sử chỉ ghi sự-kiện, biến cố với những nhân danh lịch-sử, các tác-giả cho người đọc thấy cái Tâm của người xưa - mà đối tượng "người đọc" đối với những tác-phẩm như *Người Trăm Năm Cũ*, còn là người đời sau. Cái Tâm ở đây nối kết đất với trời, quá khứ với hiện tại! Và mỹ-học cá nhân ở đây phục vụ cho sự thật tập thể; mỹ học nằm ở sự trình bày với người khác, với tập thể!

Tác-giả viết tiểu-thuyết lịch-sử, nếu không tự cho mình một thiên chức, thì cũng ít ra ý thức việc mình làm. Hoàng Khởi Phong đã làm công việc dã sử, với tâm nóng của một con người từng suy nghĩ về con người và lịch-sử hiện đại, của một nhà văn dấn thân, không trốn tránh trách nhiệm công dân và nhà văn! Khác với một Nguyễn Huy Thiệp sắc bén, lạnh lùng, muốn vượt lên trên lịch-sử và hậu quả hiện tại để hướng tới nguyên lý tối thượng của... con người, của... tâm thức Việt Nam! Cũng khác Nam Dao và Nguyễn Mộng Giác muốn hướng tới một mục-đích nào đó, một lý giải nào đó, tự cho có sứ mạng tìm sinh lộ mới cho toàn bộ dân-tộc, một thứ tiểu-thuyết luận đề cưỡng ép, có khi gần với thể loại "tâm lý chiến", "sử thi"!

Về phương diện hình-thức và thể-loại, Hoàng Khởi Phong đã khá thành công diễn đạt nhiều tiêu biểu của con người đất ngàn năm văn vật, làm cho người đọc yêu mến con người văn-hóa nơi đó (như trang 454-455, v.v...), như Khái Hưng đã thành công thời tiền chiến. Một số nhân-vật lịch-sử được tác-giả thành công trình bày tỏ chí khí cao, lòng ái quốc dạt dào nhưng bất phùng thời. Dưới ngòi bút tác-giả, hình ảnh những Tôn Thất Thuyết, Tôn Thất Đạm, Nguyễn Thiện Thuật dũng liệt nhưng đồng thời gây cảm thương, tưởng tiếc cho vận số dân-tộc. Những hành cử và ngôn từ của một số nhân-vật lịch-sử khá linh động, đúng là của người thời đại ấy. Vì thế đã thành công gây xúc động, hấp dẫn tự nhiên - như về Tôn Thất Đạm, con Phụ Chính Đại Thần Tôn Thất Thuyết (tr. 545-546). Chân dung oai dũng của Tôn Thất Thuyết - được người Tàu cư dân nơi ông sống lưu vong sau khi khởi nghĩa thất bại, gọi là "đả thạch lão" vì bao hận nước ông chuyển qua lưỡi gươm mỗi ngày ông "chém nhầu vào mấy gốc cây, mấy tảng đá quanh nhà" (tr. 531). Tác-giả thêm "hình ảnh có vẻ oai hùng, nhưng thê lương quá" (tr. 557) nhất là đối với chứng-nhân cảnh bi đát ấy lại là cụ Phan Bội Châu!

Nếu so với *Sông Côn Mùa Lũ* và *Gió Lửa*, thì những cảnh tả chiến trận, những cuộc thư hùng, phục kích, tấn công, ... trong *Người Trăm Năm Cũ* khá sinh động và hiện thực. Một phần vì Hoàng Khởi Phong đã có kinh nghiệm trận mạc, phần khác tác-giả để tâm tư mình vào từng nhát gươm, từng mũi tên, viên đạn, từng nạn nhân, ... mà cả trong những tình huống ngược lại, ở những nhát dao xử tử những anh hùng kháng chiến chống thực dân. Cảnh xử tử Đề Tiến được mô tả trực tiếp ở pháp trường nơi dân chúng tò mò đến xem trong hãi sợ, và gián tiếp qua Xuyến, qua âm thanh vọng lại, là một trong những đoạn tả tài tình, đáng đem vào sách giáo khoa (tr. 104-108). Lương-tri bỗng chợt vượt lên trên hận thù: "Chỉ có trời mới có thể quyết định cho số phận của con người. Mọi cái chết gây ra bởi con người, với con người đều là những việc bất thường" (tr. 107).

Về khía cạnh tác giả, với thể-loại tiểu thuyết lịch sử, nếu không thành công - và thường là như vậy, tác giả biến mất, núp dấu đằng sau tác phẩm, nội dung, cái được nói ra, phải nói lên, phải này phải nọ. Riêng *Sông Côn Mùa Lũ, Gió Lửa* là tác phẩm tham chiếu, là lịch sử, là thời gian và không gian được nói đến hơn là tác giả. Nhất là về nghệ thuật văn chương, miêu tả, thì *Người Trăm Năm Cũ* vượt trội. Những cảnh tượng hùng tráng, những sự kiện đáng nhớ, đều được ngòi bút Hoàng Khởi Phong chăm sóc, nâng niu. Trào phúng, châm biếm nếu có thì cũng dở khóc dở cười, thay vì trịch thượng như ở một số người viết tiểu thuyết lịch-sử khác! Chỉ mới hai tập, nhưng Hoàng Khởi Phong đã chứng tỏ bản lãnh nhà văn "làm chủ tình hình" tác phẩm tiểu-thuyết lịch-sử của mình, cả một hệ thống đề tài được nối kết, liên hệ và bổ túc cho nhau một cách thành thạo; sợi dây xuyên suốt tác phẩm được co giãn, nhưng luôn hiện-diện và chằng chịt nối kết với nhau!

Làm sao để thoát những ám ảnh của quá khứ và có cái nhìn trong suốt, điều gần như bất khả? Điều khả-thể là có cái nhìn đa diện, có tính phê phán và nhân bản, sẽ phong phú và hữu ích hơn! Văn hóa cũng như giá trị lịch sử là cái còn lại, và là của các thế hệ sau! Và người Việt Nam có vẻ thích sống lịch-sử, đã qua thì ôm chặt, thay vì sống cái hiện thực trăm phần trăm, vì thế có những người thích hằn học, trả thù cả người chết! Viết tiểu-thuyết lịch-sử trong hoàn cảnh nhân tình đó, là mang lên vai và đè nặng tâm-thức một số gánh nặng lịch-sử!

Các tác giả tiểu-thuyết lịch-sử có thể hiện đại hóa, biến hóa ngôn ngữ, nhân vật, ... nhưng có thể nào tin tưởng họ có thể nói lên "tâm hồn" của cả một dân tộc? Con người hôm nay khoa học, mất gốc, xa dần những huyền thoại về nguồn gốc, lại muốn tìm lại gốc gác, nguyên ủy văn hóa qua tiểu-thuyết lịch-sử? Xét cho cùng, tiểu-thuyết lịch-sử hay lịch sử, văn hay sử, rồi ra cũng là trò chơi của con người, của giải mã và nhất là thuyết phục! Mở ra cho thế hệ tương lai, phải bỏ ám ảnh của quá khứ, lịch sử, chánh tà, v.v..., người viết tiểu-thuyết lịch-sử mới có thể thành công để lại cho đời những tác phẩm văn chương lớn!

Lịch sử có anh hùng và phản động, phê phán tốt xấu công tội luôn là chủ quan từ cái nhìn thời đại, pe nhóm. Sự thật do đó chỉ là tương đối. Những chuyện tàn bạo, loạn luân, sai quấy, ... đầy rẫy trong lịch sử từ khi có con người. Lịch sử luôn có hai mặt, thời nào và ở đâu cũng vậy! Cuối thế kỷ XX về kinh tế, chủ nghĩa hậu-hiện-đại lùi trở lại một thế kỷ, vì lại cũng quyền lực kinh tế, dù nay có những hình dung từ mới như "hoàn cầu", "siêu không gian", v.v... Nghịch-lý tất yếu của lịch sử cũng như văn chương là sự xuất hiện và bành trướng của cái mới-rất-cũ, nói mới tái-xuất thì đúng hơn!

**Nguyễn Vy Khanh**

**Chú-thích**

1- *Bà Chúa Chè* (Houston, TX: Xuân Thu tb, 1986?), tr. 9.

2- Nguyễn Văn Bổng. "Một trường hợp đáng bàn cãi". *Văn Nghệ,* 36-37, (3-9-1988), tr. 7,

3- Hữu Thỉnh. "Báo Cáo của Ban chấp hành Hội nhà văn khóa V". *Văn Nghệ*, bm, 17, 22-4-2000, tr. 6).

4- *Văn-Nghệ* 24, 16-9-1999, tr. 6.

5- Nguyễn Tử Năng. "Tiểu thuyết Đường một chiều của Nguyễn Mộng Giác và sự tuyển trạch của trung tâm Văn Bút...". *Văn*

*Học* (SG), 197, 1974, tr. 75-82.

6- *Sông Côn Mùa Lũ*, 4 tập. Mai Quốc Liên giới thiệu, Đỗ Minh Tuấn viết Tựa bìa. 1998. 2008 trang. Chúng tôi sử-dụng bản An-Tiêm, 1990, 1942 trang truyện.

7. Xem tùy bút của Nam Dao "Một vị thuốc đắng, một vị thơ" (Hợp Lưu, 52, 4&5-2000, tr. 116-133). Riêng *Gió Lửa* do NXB Thi Văn (Ste-Foy, Canada) xb, 1999. 495 trang.

8- *Người Trăm Năm Cũ*. Hai tập đầu đã xuất-bản mang tiểu-tựa Trên Núi Đồi Yên Thế: Tập 1 xuất-bản lần đầu do nhà Đại Nam (Glendale CA, 1993, 433 tr.), tái bản năm 2002 cùng năm xuất-bản Quyển 2 do nhà Người Việt (Westminster CA, 2 quyển, 864 trang).

9- Lukács, Georg. *The Historical Novel*. Lincoln: University of Nebraska Press, 1983. p. 24.

10- Bản dịch Ngô Tất Tố (Sài-Gòn: Phong-trào Văn-hóa tb, 1958), tr. 104 và 103.

11- Phạm Văn Sơn. *Việt Sử Tân Biên*, q. 4. Sài-Gòn: Tác giả xb 1961, Đại-Nam tb, tr. 247. Thù oán và phong thủy khiến Nguyễn Ánh cũng không hơn gì, do đó mà nay không còn mồ mả anh em Tây Sơn và cả vua Cảnh Thịnh.

12- Lan Cao. *Monkey Bridge*. New York: Viking, 1997. 260 p.

13- Nguyễn Mộng Giác. "Nhìn lại những trang viết cũ". *Văn Học* CA, 167, 3-2000, tr. 34-57.

14- Lương Đức Thiệp. *Xã Hội Việt Nam: Việt Nam Tiến Hóa Sử*. Sài-Gòn: Hoa Tiên tb, 1971, tr. 66-67.

15- Nguyễn Mạnh Côn. *Đem Tâm Tình Viết Lịch-Sử*. Sài-Gòn: Nguyễn Đình Vượng, 1958. 200 tr. (ký Nguyễn Kiên Trung); *Lạc Đường Vào Lịch-Sử*, Quyển 1: 1945. Sài-Gòn: Giao Điểm, 1966. 294 trang. Sau không thấy xuất bản tiếp hai tập về thời "đảng tranh 1945-1946" và "kháng chiến 1946-1954" như tác-giả đã loan báo.

16- "Phải chăng nhân vật Nguyễn Huệ qua lịch sử đã được tôn vinh quá lố?" Ngày-Nay (Houston) 377, 1-11-1997, tr. B3-4; "Về một vấn đề lịch sử", *Thông Luận*, 108, 10-1997. Sau in trong *Tổ Quốc Ăn Năn* (Paris, 2001), tr. 149-185. Ngược lại, có những biên khảo như *Nhà Tây Sơn* của Quách Tấn và Quách Giao (Tp HCM: Trẻ, 2000. 215 trang) lại huyền thoại và thần thánh hóa cuộc đời anh em Nguyễn Nhạc và cả những thuộc tướng!

17- Thông Luận, 137, 5-2000.

18- Tranh luận chung quanh cuốn *Đối-Thoại Sử Học* của Bùi Thiết và sáu tác giả (Hà Nội: Thanh Niên, 2000. 518 tr.). Và quanh thuyết về 2 hoặc 5 ngàn năm văn hiến, đế Minh họ Nguyễn, v.v... (X. *Thực Chất Của Đối-Thoại Sử Học* (Hà Nội: Thế Giới, 2000. 417 tr.)).

19- Lukács, G. Sđd. Lukács tỏ ra độc tài lý luận khi nhận vơ tiểu-thuyết lịch-sử vốn phải là cách mạng, đề cao vai trò quần chúng, vì theo ông cuộc cách mạng từ 1789 đến thất bại của Napoléon là những kinh nghiệm sống thật của đại chúng (mass experience, tr. 23). Cho nên ông phản đối ảnh hưởng của lãng mạn tức của giới quý phái và tiểu tư sản phản động. Ông nặng nề phê phán E. Erckmann và A. Chatrian khi viết về Cách mạng Pháp đã sai lầm chính trị rơi vào cái bẫy *vinh danh dễ dàng* sự hồn nhiên thuần túy của quần chúng (tr. 206-220). Ngày nay người ta phê ông lợi dụng lịch sử cho ý thức hệ!

20- Benda, Julien. *La Trahison des clercs*. Paris: Grasset, 1927, tr. 40.

21- Chúng tôi không liệt kê vào hai loại kể đây những ấn phẩm thương mại hoặc người soạn ra chúng muốn có... "tác-phẩm", những ấn phẩm khá nhiều trên thị trường sách báo trong cũng như ngoài nước!

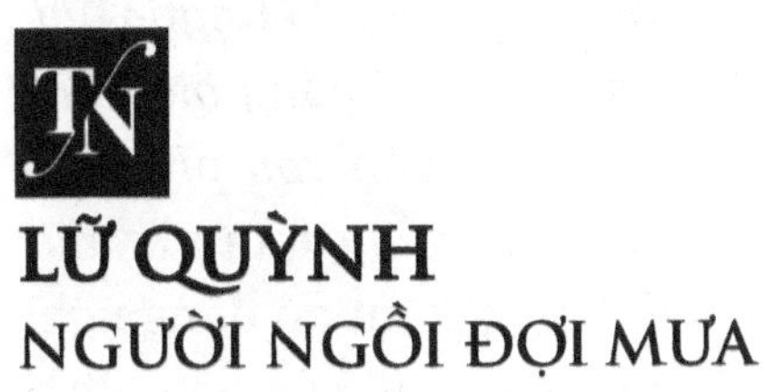

# LỮ QUỲNH
## NGƯỜI NGỒI ĐỢI MƯA

*tặng Trần Hoài Thư*

Hắn ngồi đó, nhìn con đường vắng ngắt trước mặt. Một ngôi sao thật lạnh lẽo nằm trên nóc nhà đối diện. Ngôi sao sắp bị chết đuối trong biển mây đen. Thế nào đêm nay cũng có một trận mưa lớn, hắn nghĩ thế và ngồi đợi. Sau những ngày rời đơn vị và ẩn dật ở một thị trấn miền núi, hắn về thành phố này sống tạm với gia đình người chị họ vài ngày, để suy nghĩ rồi tính tiếp.

*"Chị ạ đêm nay tôi xin giữ cửa"*. Hắn nói khi người đàn bà đưa hai đứa trẻ về phòng. *"Tự nhiên cảm thấy khó ngủ quá"*. Hắn nói với chị rồi bắt ghế ra hiên ngồi. Hắn rỉ rả uống bia, chờ cơn mưa đến; nhưng ngôi sao duy nhất vẫn chưa tắt ở trước mặt. *"Có lẽ phải mua thêm vài chai nữa, cứ để đây rỉ rả. Khi cơn mưa đến sẽ uống nhiều hơn"*. Hắn nghĩ, rồi bước qua bên kia đường, đưa tay gõ gõ lên mặt gỗ của quán.

- *Bà chủ à, cho thêm vài chai nữa.*

Bà già ngái ngủ:

- Vài chai là mấy chai?

- *Sao ngủ sớm thế? Vài chai là vài…, hai ba chi cũng được.*

Bà già đưa ra mấy chai bia. Hắn vừa xách, vừa cặp vào nách. Hắn băng qua đường trở về chỗ cũ, đặt nhẹ nhàng mấy chai bia xuống nền gạch rồi nhìn lên trời. Ngôi sao trên nóc nhà trước mặt đã mất hút. Mây đen phủ kín, nhưng cơn mưa vẫn còn ở xa.

*"Uống nữa đi. Cứ rỉ rả… Mưa chưa đến mà"*. Ngồi chờ những giọt nước quất vào mặt, những bụi nước bám lên áo quần

cho hắn cảm giác se lạnh. Tự nhiên hắn thích cảm giác đó, ngồi uống rỉ rả, chờ đợi và nghĩ ngợi lan man.

*Bây giờ có lẽ trung đội đã xuống đồi, đã xuống hết ngọn đồi. Chúng nó đang di chuyển ra cánh đồng thường lệ. Không biết đứa nào sẽ thay hắn chia tổ phục kích. Thằng Tròn vẫn còn giữ máy truyền tin? Tiếng máy rè rè mọi đêm... Tự nhiên hắn cảm thấy nhớ đồng đội của mình. Rồi tự hỏi, không biết bây giờ tụi nó đang nghĩ gì về hắn?* Chắc chắn là chúng nó phải hiểu sự bỏ đi của hắn. Phải hiểu chứ. Hắn đã sống với đơn vị ba bốn năm qua, đã bị thương nhiều lần, đã từng ôm tử thi đồng đội mà khóc. Hắn từng dẫn đầu những cuộc xung phong chiếm mục tiêu, từng nhịn đói chờ tiếp tế, từng sợ hãi; không muốn chết vì sự phi lý, vô nghĩa. Hắn là tụi nó phải hiểu sự bỏ đi của hắn, hiểu cặp kính cận thị chỉ còn một độ nữa là ra Hội đồng miễn dịch, hiểu những đêm mưa hắn cố đưa tay che nước, nhưng nước vẫn chảy xuống đôi kính nhòe nhoẹt làm hắn chẳng thấy gì.

Dĩ nhiên là chúng nó phải hiểu như vậy.

Hắn rót bia ra ly. Mấy viên nước đá cuối cùng đã tan hết. Hắn nâng ly uống, rồi nhăn mặt, khà khà. Hắn thở và nhìn hơi thở mình, tưởng sẽ ra mù như khói chứ?

Cơn mưa vẫn chưa tới, nhưng bầu trời ẩm đục hơi nước. *"Thì khi nào mưa cứ việc mưa. Rỉ rả, uống nữa đi. Cứ tà tà. Đêm vẫn còn dài".*

Con đường vắng ngắt. Hai dãy nhà nằm im lìm nổi lên nền trời đêm xám, trông như tranh tĩnh vật. Chỉ có mấy con chó đang chạy lui chạy tới, nhìn hắn, như muốn kết bạn chăng? Chúng đang tìm cái gì thế? *Ta đâu có nhậu, chỉ uống lè phè thôi mà.* Hắn cầm chai bia lên soi trước ánh đèn đường, rồi rót vào ly.

*"Sống thế này không ra gì cả. Lang thang, chui rúc. Nhưng được một cái là biết chắc rằng, có một ngày nào ta sẽ hết lang thang, chui rúc. Chỉ lý do đó, đủ để ta can đảm sống rồi".* Hắn cười cay đắng. Bây giờ chút lạnh trong ly cũng không còn. Hắn uống một hơi, bọt bia dính quanh môi, những giọt bia nhỏ xuống cằm. Hắn đưa mu bàn tay lên quẹt miệng.

*"Nóng quá. Sao cơn mưa chưa đến cà? Bây giờ là mùa gì nhỉ. Mùa thu. Ờ, mùa thu. Mùa thu có lá vàng rụng, có mây trắng bay. Cũng như tuổi trẻ. Tuổi trẻ thì màu xanh, hăng hái, hy vọng, tin yêu..."*

Hắn cầm chai bia lên. *Ủa chai này là chai chót sao? Ồ, còn một chai nữa kìa, tốt quá.* Hắn nâng ly uống một hơi, nhăn mặt, thở phì phì. *"Tuổi trẻ, tuổi trẻ là màu xanh... Ta bây giờ là tuổi gì? Ta hăm tám tuổi là tuổi gì? Là tuổi già. Khà khà. Đúng quá, là tuổi già."*

Hắn đặt ly xuống, nhìn bầu trời tối đen. Bỗng hắn hét lên: *"Là gì?"* Nhưng vội vàng ngừng lại, khi nhớ ra người chị và những đứa cháu đang ngủ trong nhà. *Ta hăm tám tuổi là tuổi già. Tuổi già nên phải chết, chết trận mạc, chết tự tử, chết vì chống tham nhũng...*

Nâng ly uống một hớp, hắn nhìn thẳng vào bóng đêm. *Vậy không phải tuổi già, như ta đây là tuổi gì?* Khà khà, hắn cố nén tiếng cười, nhưng càng nén, hắn càng bị sặc sụa. Hắn chạy ra giữa đường để tránh tiếng cười lớn. Con đường mà sự yên tĩnh như làm nó thênh thang ra. Mấy thằng nhỏ thức dậy thì cả nhà xúm lại dỗ đến sáng cũng chưa chắc đã nín. Hắn biết vậy, nên ngại làm phiền lắm. Hắn chạy ra giữa đường để cười, nhưng khi ra đến nơi thì tiếng cười lại tắt mất. Hắn chợt thấy cột đèn và ghé lại mở cúc quần... *Tuổi già là gì? Tuổi già là nước đái vàng như rượu whisky mỗi tối. Là những thằng bụng phệ tuổi mới bốn năm mươi, sống bẩn thỉu như trâu bò, ham chơi, cờ bạc suốt đêm, đến sáng về gọi xe tăng hộ tống. Là những tên khôn vặt từng làm chó săn cho thực dân, đế quốc; là biết nói tiếng lóng yêu nước, yêu dân, công bằng, dân chủ... Tiếng lóng yêu nước có nghĩa là chấm chấm... Không chấm chấm thì ta bỏ mạng từ lâu rồi!*

Hắn cười ngất. Đêm nay không ngủ được là phải. Thức để thấy lòng mình mở hội chứ. Hắn nhắm mắt có vẻ toại nguyện trong hơi say.

Cơn mưa cũng vừa trút xuống. Mưa lớn quá. Hắn nhìn mưa xối trắng trên mái nhà phía trước. Mưa trở nên ồ ạt. Hắn đứng dậy nhảy tưng lên như một đứa trẻ. Đêm đã khuya, ngoài tiếng mưa rơi xối xả, cả thành phố đều im lìm ngủ kỹ. Những giọt nước tạt vào mặt hắn, dần dần ướt đẫm cả mái tóc, ướt hết cả quần áo. Hắn ngồi xuống ghế. Cơn mưa làm tâm hồn hắn dịu lại. Trong hơi lạnh đang thấm qua cơ thể, hắn bỗng nhớ tới cảnh ấm cúng ngày còn thơ dại của mình, ngày mà hắn thường vỗ tay mỗi khi nhìn mưa rơi trắng xóa. Không như sau này hắn đã sợ mưa như sợ thần chết, vì mưa làm hắn không thấy đường, không thấy đường thì làm sao mà thấy địch? "Không thấy địch thì địch thấy ta. Địch thấy ta, thì ta không bao giờ còn thấy bạn bè, cha mẹ, anh em nữa."

Hắn rót số bia còn lại trong chai ra ly, rồi đặt chai xuống.

"Uống ly này cho ai, cho cái gì? Ly cuối cùng này quý lắm! Vậy nãy giờ ta đã uống cho ai? Không uống cho ai cả. Uống cho cái buồn. Còn bây giờ uống cho ta, ly này uống cho chính ta, kẻ đào ngũ."

Hắn ngửa cổ cạn ly, rồi thẳng tay ném chiếc ly vào tường. Tiếng thủy tinh vỡ toang. Âm thanh sắc nhọn vang lên làm người đàn bà trong nhà thức dậy, hỏi gần như thét:

- Cái gì, cái gì thế?

Hắn đứng dậy choán cả khung cửa. Hai bàn tay run rẩy vì lạnh đang tìm lồng vào nhau.

- Không có gì cả. Xin lỗi chị, chiếc ly vỡ... Hắn nghe tiếng mình trả lời thật điềm tĩnh.

"Rõ ràng là tiếng mình". Hắn lặp lại trong đầu.

**Lữ Quỳnh**

# PHẠM CAO HOÀNG
## NGÀY TÔI TRỞ LẠI MIỀN ĐÔNG

ngày tôi trở lại miền đông
tôi mang theo một nụ hồng cao nguyên
vẫn là tôi, vẫn là em
vẫn khu vườn cũ, vẫn thềm nhà xưa

đi cùng tôi nhé, Cúc Hoa
trên con đường mịt mù mưa xứ người
và xin cảm tạ đất trời
đã cho em lại nụ cười hồn nhiên

đi cùng tôi, giọt sương đêm
nhẹ nhàng như nhạc và hiền như thơ
mơ cùng tôi nhé, Cúc Hoa
giấc mơ Đà Lạt thời chưa biết buồn

vẫn là tôi, vẫn là em
vẫn khu rừng lạnh tiếng chim gọi đàn

vẫn là mây trắng ngàn năm ∎

# TRẦN VẤN LỆ
## ÔI CỔ HƯƠNG NGƯỜI ƠI CỔ NHÂN

Hồi em mười bốn, mười lăm tuổi... cô bé học trò biết học
thôi!  Buổi sáng đến trường, trưa khỏi lớp.  Cuối năm đệ nhất cấp,
em vui...

Hồi em mười sáu, em mười tám, vầng trán em hình như có
nhăn.  Đệ nhị cấp em lo với lắng... và em "người lớn" sau ba năm...

Hết năm mười hai, vào Đại Học.  Cô Tú Tài rồi sẽ Cử Nhân.  Em đã
lớn hơn, em trổ mã, tóc che vầng trán một vầng trăng...

Buồn tay tôi mở trang lưu bút, tôi thấy em từng mỗi tuổi xưa...
thấy khói đạn còn thơm phức giấy, nhớ em áo gió nắng ban trưa...

Chỉ lúc ở tù, tôi mất hết... phố phường, nhà thấp với nhà cao,
người đi trên phố trai và gái... Lấp lánh bây giờ: những ánh sao!

Chỉ lúc ra tù, tôi mới thấm: cuộc đời thay đổi giống chiêm
bao.  Buồn tay, lục lại còn Lưu Bút,  còn thấy em dù có hụt hao!

Bởi chữ có lem, hình có nhạt... mà mùi khói đạn vẫn thơm tho!

Bốn bảy năm trời!  Hai Thế Kỷ!  Tàn chưa em hỡi nén hương
trầm?  Năm châu, bốn biển, người trôi dạt, đời lạ lùng nhau khó
hỏi thăm!

Nghĩ em cũng vậy, hồi em nhỏ... Lớn mấy, vẫn là cô-bé-thơ!  Tôi
vuốt phẳng tờ lưu bút cũ... ngó trăng, em ạ... bóng trăng mờ!

Nghe nói bây giờ em Manvel... Nghe nói bây giờ em Austin... Nghe
nói bây giờ em Dallas... Nghe nói bây giờ em Jacksonville...

*Ở đâu, em vẫn trong Niềm Nhớ, ôi Cố Hương người ơi Cố Nhân!*

# TRẦN THỊ NGUYỆT MAI
## HOA VÀNG

hoa vàng làm anh nhớ
áo hoàng yến ngày nào
nơi góc giáo đường xưa
em dịu hiền dáng nhỏ
quỳ ngoan bên tượng Chúa
nguyện cầu anh bình an

đã mấy độ hoa vàng
vẫn anh ngày xưa ấy
vẫn sông lững lờ chảy
vẫn trời xanh mây bay
mà sao nơi chốn này
anh tìm hoài chẳng thấy?

ơi em nhỏ năm xưa
hoa vàng trời ngày nọ
vẫn còn trong trí nhớ
dáng ngoan hiền ngây thơ
ước gặp lại bây giờ
cùng em, bên nhau mãi... ∎

# CAO NGUYÊN

## CHO MƯỢN

Cho mượn cái hôn sưởi ấm tình
Màn đêm lạnh nhạt đã vây quanh
Tấm lòng cho mượn chưa được trả
Mãi tiếc con tim chẳng biết mình

Mượn lại chiêm bao để kiếm mình
Mượn chút thăng bằng để thở ra
Mở mắt sao còn nghe than thở
Một chút lo ra, chút nhớ mình

Lại mượn yêu đương, lại gói mình
Mượn tên, mượn tuổi, mượn bình yên
Chim bay cánh mượn vào không biết
Mượn của mai sau, mượn không-nên

Mượn mãi vô duyên kể chuyện mình
Đi không thấy tới mượn hay quên
Dù sao đi nữa trong cái lỡ
Mượn cái vô thường của vô biên ■

# THỰC UYÊN
## NHỮNG SỢI BUỒN

Nắng tháng bảy nắng như huyền thoại
Nắng vỗ về đốt cháy thịt da
Nắng hy vọng nắng bốc hơi nhân loại
Nắng êm đềm khô cạn những bờ xa

Ngày nắng về gió Lào hiu hắt thổi
Sông khô nguồn soi bóng thực hư
Nhánh xương rồng gục đầu sa mạc
Chờ bao năm nở được đóa tương tư?

Em đợi mưa về mưa tháng bảy
Bớt héo khô những ngọn cỏ lưu đày
Lũ chim biệt xứ thôi nhớ tổ
Dấu hạ buồn trên những cánh bay

Em đợi mưa về, mưa trên lá
Mộng nổi chìm trên từng phiến đá trôi
Giọt bơ vơ lăn qua biển rộng
Kết ngàn năm thành lệ mới tinh khôi

Hoàng hôn hắt bóng từ cơn gió
Thổi muôn trùng màu tóc viễn phương
Sợi quấn quýt sợi lạc loài thương nhớ
Những sợi buồn trôi về phía quê hương ■

# ĐẶNG HIỀN
## BÀI THÁNG SÁU

Tháng sáu bắt đầu bằng những cành hoa mong manh
Trưa nắng chói chang lấp lánh mảnh thủy tinh vỡ
Theo vòng tay buông lơi
Mùa hè trở lại ở góc 360
 Những cánh phù du trĩu nặng mắt chiều
*

Phún thạch đóng băng nụ cười em
Chiều ôm đôi tay bắt gió
Kỷ niệm chôn sâu vào biển
Cùng những cánh hoa
Nghe mưa trên tách cà phê nghiêng đổ
Mưa ướt phỉnh phờ
*

Hoa phù du rơi rơi
Đêm thách thức từng đêm cắt trên thịt da
Nỗi ngậm ngùi choàng bóng chiều hoang vu
Tháng sáu lung linh mùa xanh trở lại
Xanh mướt nỗi buồn
**

Từng cánh phù du theo mưa tay em
Trôi về biển nhớ... ∎

# NGÀN THƯƠNG
## MAN MÁC CỐ ĐÔ

Tháng sáu
ký ức dâng đầy
Nhớ người yêu dấu xa xôi
Dáng em kiêu sa
nghiêng nghiêng vành nón
Bên sông xưa
soi bóng phượng hồng

Tháng sáu
đâu rồi
sao chẳng hồi âm
Cơn gió thổi len vào hồn lạnh buốt
Ve gọi bầy
trên tầng cây réo rắt
Giữa kinh thành vọng khúc mênh mông

Hình như Huế sắp sửa vào thu
"Gió heo may vỉa hè"
 chiều tím
Gạch cựa mình
trong từng mạch vỡ
Những khẩu súng thần công ngơ ngác đợi người

Tháng sáu
cơn mưa về
bất chợt nhớ ai
Mà sao nửa chừng không rơi nữa
Lặng nhìn qua khung trời lặng lẽ
Một nét buồn
man mác cố đô ∎

# NGUYỄN AN BÌNH
## ĐÊM RỜI TUY HÒA

Dừng một chút nghe lòng mình dợn sóng
Xe qua cầu còn thoảng gió Đồi Thơm
Đèn bên sông lung linh mờ nhân ảnh
Biết mai này còn nhớ nắng Tuy An?

Cánh cò trắng trên cánh đồng xanh mướt
Ngậm phù sa lúa ngọt nước sông Ba
Đồi xương rồng phơi mình trên Bãi Xép
Tiễn ta đi nào có kịp trổ hoa.

Thành phố nhỏ đắm mình trong sương sớm
Ta lang thang nghe cái lạnh mưa chiều
Hàng phi lao rì rào cùng sóng biển
Ánh trăng vàng soi ngọn tháp xanh rêu.

Đêm Tuy Hòa ta đi không hẹn trước
Mờ sương đêm chim Nhạn chẳng bay về
Buông thả mình theo nhịp đời hối hả
Người xa người xin giữ chút tình quê.

Đêm Tuy Hòa nghe đất trời trăn trở
Tiệc rượu tàn ta giữ lại nỗi buồn
Bao mùa lũ cùng những tin bão rớt
Hà cớ gì ta lại nhớ lại thương? ∎

*5/5/2022*

# DAN HOÀNG
## MƯA TÌNH

Mưa ru cơn mộng tình,
Vào tận chốn xa xăm.
Tay đan tay thì thầm,
Mộng về chỗ em nằm.

Mưa êm êm đầu ghềnh,
Cơn gió tình quẩn quanh.
Em thơm tho rượu nồng,
Hồn anh trôi bềnh bồng.

Mưa đêm mãi vô cùng,
Lời tình quá mênh mông.
Đôi mắt em dịu dàng,
Lối địa đàng thênh thang.

Mưa đem ân tình về,
Dìu người vào đam mê.
Môi thơm môi mặn nồng,
Trao nhau vẹn lời thề.

Mưa thấm mát cuộc đời,
Cây cỏ nở chồi tươi.
Em như hoa mỉm cười,
Bình minh anh đón mời ∎

*Amarillo, 06/04/22*

# CHU VƯƠNG MIỆN
## CÒN TA

Ta chờ chót kiếp chả hồi âm
còn chăng vài nốt nhạc dương cầm
Ta mang ra đốt [cây đàn cháy]
cháy rụi tình ta ra nước trong

Người đã toi rồi đâu khoác nữa
dù mồm có há cũng như không
Trói trương chi nữa con nước cạn
có khác chi đâu? Tháng cuối ròng

Đôi ta ấm đó để chờ ly
hết đầy trà đá đến men bia
Tuổi chớm đôi mươi đành ly biệt
xé nát trong ta đoạn ngứa nghề

Hai ta cùng chờ cho nhau chết
kẻ ở đầu non kẻ cuối rừng
vẫn khóc nhưng mà chưa nước mắt
cố nhìn cũng chỉ thấy sau lưng

ở đó sao hôm đây sao mai
giận bâng quơ theo mặt biển dông dài
người đang còn sống hay đã chết
còn ta ánh nắng tắt nguôi ngoai ∎

# TRẦN ĐÌNH SƠN CƯỚC
## CÂU HỎI TẦM XUÂN

"Nụ tầm xuân
Nở ra xanh biếc..."
Em lấy tôi rồi
Ai tiếc em không?!

Tầm xuân
Xanh biếc
Nở bông
Hỏi em...
Có tiếc... lấy chồng
Là tôi?!

Câu hỏi
Không có
Trả lời...
Câu hỏi
Tôi đợi
Một đời theo em!

*(Chicago, 6/2020)*

# NGUYỄN ĐỨC NAM
## VAI PHỤ

Mẫn biết rõ là My không yêu Mẫn. Những lúc My nằm trong tay Mẫn, mắt nhắm nghiền, đôi môi run nhè nhẹ, thì thầm gọi tên Huỳnh, Mẫn hiểu ngay là nàng đang nhớ Huỳnh, đang tưởng tượng nằm trong vòng tay thằng bạn thân của Mẫn.

Huỳnh hơn Mẫn một tuổi, học hơn Mẫn một lớp ở trường trung học Chu Văn An. Huỳnh lại đẹp trai, nhà không giàu nhưng khá giả, đủ để Huỳnh may mặc cho đúng thời trang. Cả trường, đứa nào cũng phải công nhận Huỳnh ăn mặc rất "chic". Nguy hiểm cho các cô gái mới lớn hơn nữa là Huỳnh làm thơ tình rất bay bướm. Những bài thơ của Huỳnh, một khi đã được đăng báo, là các cô đua nhau chép. Có những cô đã học thuộc lòng thơ của Huỳnh, thuộc còn hơn cả bài học ở trường.

Thú thật, Mẫn cũng là kẻ phục tài Huỳnh sát đất và có khi đã lượm một bài thơ bỏ quên của Huỳnh, chép lại cho sạch sẽ, ký tên Mẫn để gửi tặng cô hàng xóm mà Mẫn mê như điên từ hồi học lớp Đệ Tứ trường Nguyễn Trãi.

Huỳnh có tật làm thơ bất cứ lúc nào hứng, viết lên bất cứ chỗ nào có thể viết được: bìa sách, bìa truyện, giấy học trò, tờ lịch, *napkin*, sau đó chắc chắn là bỏ quên, không tiếc nuối. Vì vậy, Mẫn mới có dịp để ăn cắp thơ của Huỳnh mà Huỳnh không nhớ gì cả.

Nhưng tai hại thay, cô hàng xóm của Mẫn, ngoài sự thích thơ thẩn ra, lại còn thích nhiều thứ khác nữa như: quần áo mới, nước hoa, nữ trang v.v..., những thứ ngoài khả năng của một tên học trò nghèo và ngoài trí tưởng tượng của một cậu trai vừa mới lớn. Và cô láng giềng - người tình đầu của Mẫn - chẳng cần kèn trống, chẳng đấm cũng chẳng đá, đi theo một chàng tóc chải đít vịt, mặt mày nhà quê, nhưng có chiếc Vespa Italie bóng loáng, để lại trong lòng Mẫn một vết thương rướm máu... trắng. Từ đó, Mẫn không thích ăn cắp thơ của Huỳnh nữa.

Mẫn không còn hy vọng là thơ thẩn sẽ mang lại tình yêu cho mình. Nhưng ngạc nhiên thay, Huỳnh vẫn ăn khách như thường, vẫn có các em mầm non văn nghệ đến thăm nom, yêu đương tưng bừng. Nghệ sĩ chân chánh khác nghệ sĩ thuổng ở chỗ đó? Mẫn như tỉnh ngộ và bắt đầu tập tành sáng tác.

Trong số các mầm non văn nghệ của Huỳnh, có My là xinh đẹp, dễ thương và được Huỳnh để ý nâng đỡ hơn cả. My không những chỉ đẹp mà ăn nói còn dịu dàng nữa. Mẫn không rõ hai đứa quen nhau trong dịp nào, chỉ biết rằng hôm Nhóm Văn-Nghệ Lạc Việt tổ chức buổi họp mặt Tất Niên ở Câu Lạc Bộ Văn-Học & Nghệ-Thuật thì Huỳnh dẫn My tới và hai đứa là một cặp nổi nhất. Chúng nó vừa nổi vì đẹp, lại còn nổi vì danh nữa. Thành thật mà nói, Mẫn rất muốn có một người yêu như My và Mẫn đã ghen thầm với Huỳnh suốt buổi đó. Huỳnh ngồi trong đám đông, bên người đẹp, lại còn được bao nhiêu người xưng tụng, tưởng như nói với Huỳnh được một câu là hãnh diện lắm rồi.

Mẫn đứng trên sân khấu, làm bổn phận xướng-ngôn-viên, muốn gây được sự chú ý của khán-giả, đã bắt buộc phải khen tặng Huỳnh, đề cao Huỳnh bằng những lời lẽ thật rực rỡ, nhưng lòng đau như cắt vì Mẫn thấy rõ My âu yếm nhìn Huỳnh, cấu khẽ tay Huỳnh ra vẻ sung sướng được làm em gái văn nghệ của Huỳnh. Rồi theo lời mời mọc của Mẫn, Huỳnh lên ngâm thơ, một bài thơ của Huỳnh sáng tác, lấy đối tượng là tình yêu và mùa xuân, rất được khen thưởng. Tiếng vỗ tay tưởng như không dứt được. Trong lúc đó, Mẫn thấy Huỳnh cao quá. Đôi mắt kính trắng gọng đồi mồi làm cho khuôn mặt trái xoan, trắng trẻo của Huỳnh đẹp một cách rất trí thức. Chiếc sơ-mi trắng may bằng vải pích-kê và chiếc quần nhung đen của Huỳnh sao mà lịch sự quá. Huỳnh đi trong những âm thanh của vỗ tay và trong những ánh mắt thán phục. Rồi My của Huỳnh cũng lên sân khấu giúp vui bằng một bài hát ngoại quốc. Nàng hát hãy còn non lắm nhưng người ta vỗ tay như điên vì sắc đẹp của nàng và vì nàng là người đi cùng với Huỳnh, phải vỗ tay để làm đẹp lòng Huỳnh.

Như tất cả những người nổi tiếng khác trên thế giới này, Huỳnh dẫn My về sớm. Từ lúc Huỳnh đưa My về, Mẫn không thiết nói năng gì nữa và trao công tác điều khiển chương trình cho một tên đàn em rồi ngồi vào đám đông, tìm an ủi trong những nụ cười, những điệu bộ nũng nịu khác. Tuy thế Mẫn không tài nào quên được bóng hình My với nụ cười tươi, giọng nói ngọt ngào và khuôn mặt thiên-thần.

Sau một đêm không ngủ, vì nhớ, vì mê, sáng hôm sau, Mẫn đến nhà Huỳnh trong lúc Huỳnh còn đang ngủ. Mẫn phải lay Huỳnh dậy và mời Huỳnh đi ăn sáng. Huỳnh cho hay sáng nay Huỳnh có hẹn đi chơi với My. Mẫn hoan hỉ bảo Huỳnh rủ My đi ăn sáng luôn cho vui. Dĩ nhiên là Mẫn xin hân hạnh được mời hai người.

Mẫn quen My sau buổi đi chơi đó và dần dần thân với My. Đối với Mẫn, My không còn là một vật bất khả xâm phạm như Mẫn đã nghĩ trong buổi dạ hội nào. Nhưng, với Mẫn, My vẫn là My-của-Huỳnh, vẫn ôm ấp Huỳnh, nắm tay Huỳnh, hôn hít Huỳnh ngay cả trong những lần đi chơi chung. Và, Mẫn luôn luôn nghĩ rằng mình chỉ là một **"Vai Phụ"** trong vở kịch "Tay Ba" hoặc chẳng khác gì một khán giả coi Huỳnh và My đóng phim ái-tình.

Vào những ngày đầu Xuân năm đó, Mẫn thường đến nhà My, ăn cơm, nghe My hát, chuyện gẫu với My hoặc nghe My tâm sự về Huỳnh. Có một buổi tối, Huỳnh hẹn mà không đến, My đã đưa nhật ký cho Mẫn xem. Qua những trang nhật-ký, Mẫn thấy My yêu Huỳnh điên cuồng. Huỳnh là nguồn sống, Huỳnh là thần-tượng, Huỳnh là tất cả. Chỉ cần coi sức của một trong hai đối thủ, Mẫn biết chắc kẻ sẽ thắng trong trận giặc ái tình này là Huỳnh. Mẫn không hiểu trong những lúc My mong đợi sự có mặt của Huỳnh thì Huỳnh đi đâu, làm gì, nhưng Mẫn chắc chắn rằng Huỳnh sẽ không cô đơn như người con gái này. Trước kia, Mẫn phục Huỳnh bao nhiêu thì nay Mẫn ghen ghét Huỳnh bấy nhiêu. Từ đó, tình yêu nhiệt thành của Mẫn dành cho My lại có thêm một chút tình thương nữa.

Có những đêm, Mẫn ở lại nhà My đến nửa khuya, đàn cho My hát những khúc nhạc sầu. Mẫn đàn không hay cho lắm nhưng nhờ thuộc những ca khúc mà My thích nên tiếng đàn của Mẫn cũng khá ngọt nên nhiều đêm, My bắt Mẫn đàn cho My ngủ. Những lúc nhìn đôi mắt My khép lại, hai làn mi cong cong và đôi môi hé mở, rung động như bướm buổi sáng, Mẫn muốn đặt một nụ hôn lên đôi môi ấy vô cùng. Nhưng, còn Huỳnh, thằng bạn thân của Mẫn? Lỡ My không chịu, mách lại Huỳnh thì sao? Tình bạn giữa Mẫn và Huỳnh còn ra thế nào nữa?

Và Mẫn đã yêu My trong đau khổ, âm thầm. Trong khi Mẫn đau khổ thì My cũng không vui sướng gì vì Huỳnh lúc nào cũng có những người con gái xinh đẹp sẵn sàng đi vào con đường tình yêu với Huỳnh. Huỳnh đã có những dấu hiệu ngoại tình, bỏ rơi My. My lại viết nhật ký, lại khóc từng đêm, lại đưa cho Mẫn đọc, lại bắt Mẫn đàn ru nàng ngủ, lại bắt Mẫn an ủi nàng và vô tình, bắt Mẫn yêu nàng hơn. Nhưng Mẫn vẫn chưa dám tấn công vì không muốn lợi dụng lúc nàng đang đau khổ. Mẫn vẫn nhẫn nhục đóng "Vai Phụ" và quyết tâm đợi chờ.

Dịp may hiếm có tới với Mẫn: Huỳnh được học bổng đi du học. Ngày Huỳnh đi, My khóc hết nước mắt trong khi Mẫn mở cờ trong bụng. Mẫn cũng giả vờ bắt tay Huỳnh ra vẻ bùi ngùi nhưng chỉ muốn hét to lên, đuổi Huỳnh đi khuất mắt để Mẫn được gần gũi My sớm hơn. "Cái thằng trông đẹp trai, thông minh như vậy mà cũng ngu gớm", Mẫn thầm nghĩ khi Huỳnh cầm tay Mẫn ân cần nhờ Mẫn săn sóc My giùm trong bốn năm Mẫn du học.

Từ khi Huỳnh đi, Mẫn năng lui tới My hơn, thứ nhất là để làm tròn lời gửi gắm của Huỳnh và thứ nhì là an ủi My trong lúc nàng đang buồn. Mẫn và My bắt đầu thấy cần nhau, nhớ nhau. Có những buổi tối không lại My, tâm thần Mẫn không yên, không làm gì được. My cũng vậy: độ vài tối, Mẫn không tới là nàng kêu buồn và trách móc liền.

Mẫn và My thỉnh thoảng đi ăn, đi ciné. Nhưng trong tất cả những cuộc gần gũi đó, Mẫn đối với nàng vẫn hoàn toàn trong sạch. Không phải là Mẫn muốn vậy nhưng thật ra Mẫn là thằng chết nhát, chỉ sợ nàng cự tuyệt thì ê mặt.

My bắt đầu để ý nhiều đến Mẫn. Có lúc nàng khen Mẫn đẹp trai. Có lúc nàng khen bộ quần áo Mẫn mặc may khéo và nàng nhắc Mẫn những modes quần áo của Huỳnh, nhắc Mẫn lối nói chuyện của Huỳnh, nhắc Mẫn những thói quen của Huỳnh, những bài thơ tình ướt át của Huỳnh.

Để vừa lòng My, Mẫn cố-gắng thay đổi từ cách ăn mặc, cử chỉ, ngôn ngữ, tác phong, kiểu tóc, kiểu kính trắng, kiểu xe đến cách làm thơ và cả nội-dung của những bài thơ nữa. Chỉ trong một thời gian ngắn mà Mẫn đã hoàn toàn biến đổi. Mẫn đã giống Huỳnh hoàn toàn.

Một buổi sáng thật sớm, Mẫn đến My. Nàng còn đang ngủ nhưng vì người nhà đã quá quen biết Mẫn nên để Mẫn tự nhiên vào phòng nàng. My ngủ, không đắp chăn, bộ đồ ngủ mỏng không che đậy được những đường nét cần che đậy. Đôi môi mọng của nàng hé mở như sẵn sàng đợi một nụ hôn. Mẫn đứng ngắm nàng ngủ rất lâu và cuối cùng để xua đuổi những ý nghĩ đen tối đang cuồn cuộn dâng lên trong đầu. Mẫn đặt nhẹ tay lên vai thon của nàng và khẽ lay.

My mở mắt, kêu lên kinh ngạc: "Anh Huỳnh!". Khuôn mặt My thật rạng rỡ. Rồi My kéo tay Mẫn, vòng tay lên cổ Mẫn ghì đầu Mẫn xuống, lẹ làng hôn lên môi Mẫn một nụ hôn nồng nàn. Mẫn tưởng như trời đất vừa sụp đổ. Tính sợ sệt e dè biến mất hết. Mẫn ghì lấy My... Đôi môi My ướt mềm, ngọt và mát như một miếng xu-xoa. Vòng tay con gái như con rắn quấn chặt cần cổ Mẫn. Thân thể My trong bộ quần áo ngủ mỏng, nằm gọn trong đôi tay điên dại của Mẫn. Bao nhiêu yêu đương âm thầm, bao nhiêu thèm khát giấu kín được dịp tung ra như trái bong bóng quá đầy hơi. Làm sao tả nổi những xúc cảm cuồng nhiệt của Mẫn lúc bấy giờ! Làm sao Mẫn có thể tách rời khỏi bản thể để ngó mình trong những động tác ấy? Bởi vậy, Mẫn không nhớ mình đã làm những gì và những gì đã xảy ra...

À thì ra My tưởng Mẫn là Huỳnh, giả vờ như không biết đến con người hiện thực của Mẫn. Điều ấy làm Mẫn hơi bất mãn trong vài giây của cuộc tình tự, nhưng sau vì xúc động quá, Mẫn cũng chả cần. Miễn là Mẫn được gần gũi nàng, nói rõ hơn là được làm chủ thân xác kiều diễm ấy trong ít phút, còn nàng muốn tưởng tượng Mẫn là ai thì điều ấy cũng chả có gì là quan trọng. Mẫn đã cố gắng, đã sung sướng làm tròn bộn phận của Huỳnh, của một người tình lý-tưởng.

Sau những phút biến động của tình cảm, Mẫn và My tách rời nhau. Một chút thẹn thùng hiện trong đôi mắt, trên khuôn mặt My. Cô bé cười nụ:

- Sáng nay anh đẹp quá, trông anh y như Huỳnh vậy, không khác tí nào. Lúc đầu em cứ tưởng Huỳnh tới với em như những buổi sáng ngày xưa.

"Ô, tôi mà giống Huỳnh, đẹp trai như Huỳnh sao? Huỳnh, tự thuở nào tới giờ vẫn là thần-tượng của tôi, mà ngày nay tôi ngang hàng với nó rồi ư?". Mẫn sung sướng quá, không biết nói gì nữa. Quen thói, Mẫn hôn lên môi My. My hưởng ứng, không một mảy may phản đối. Mẫn liền mang một chút hãnh diện trong lòng. Bây giờ, My đã biết rõ Mẫn là ai rồi mà My vẫn chấp nhận tức là Mẫn cũng hiện hữu. Mẫn muốn là người yêu thực sự của My. Mẫn chán đóng Vai Phụ rồi. Mẫn phải là Vai Chính mới được. Mẫn không thấy sợ sệt gì nữa. Mẫn như đang tiến dần đến thế chủ động. "Tôi muốn là người yêu thực sự của My, không phải núp dưới bóng thằng Huỳnh, cái bóng dáng ma quái đó, đã ám ảnh My bao lâu nay."

Mẫn hy vọng tràn trề. Mẫn xử sự như một người được yêu chính cống. Mẫn vứt bỏ những mặc cảm xấu trai, nghèo nàn, kém cỏi. Mẫn cố xoay sở để có chút tiền còm, đưa My đi ăn chơi, đến những nơi mà trước đây, Huỳnh đã từng dẫn nàng đi. Cuộc sống của Mẫn vì thế mà biến đổi hẳn. Trước đây, khi chưa quen My, Mẫn là một thằng đại cù lần, chân chỉ hạt bột, một đứa con ngoan trong gia đình, một học sinh chăm chỉ ở học đường. Bây giờ, mọi sự đã khác hẳn. Bây giờ, Mẫn ăn chơi lêu lổng và dưới những con mắt của gia đình, Mẫn là một thằng hư hỏng. Không còn ai có thiện cảm với Mẫn, kể cả mấy đứa em nhỏ vì chúng có bao nhiêu tiền, Mẫn cũng vay hết và không bao giờ trả. Nhưng biết làm sao hơn khi mà Mẫn phải tới My, phải dẫn My đi chơi để My khỏi buồn. My đang buồn lắm, buồn khủng khiếp vì Huỳnh đã thưa thư từ cho My và một người quen của My đang học cùng trường với Huỳnh, ở Mỹ, viết thư về cho My, báo tin cho My biết là Huỳnh đang say mê, theo đuổi một cô gái cùng lớp, con của một tỷ phú Huê Kỳ.

Có những đêm buồn, My tới nhà Mẫn, bắt Mẫn lái xe lang thang suốt đêm. Có những đêm, Mẫn và My ngồi đến hai, ba giờ sáng ở hè đường, nhìn phố khuya vắng tanh và lũ chó chạy rông. Có những buổi chiều Mẫn bỏ học, cùng My chui vào rạp ciné máy lạnh nào đó, coi lại mấy xuất cho hết một buổi chiều. Có những buổi sáng, Mẫn tới đón My ở cổng trường rồi phóng xe đi Thủ Đức, Biên Hòa, hoặc ghé vào một bóng mát, một quán giải khát nào bên xa lộ ngồi than dài với nhau.

Trong thời gian ấy, Mẫn có làm một vài bài thơ tình và được đăng trên báo, trong mục *"Thơ Bạn Trẻ"*. Mẫn tưởng Mẫn là một thi sĩ rồi nên chẳng thèm học nữa. Kết quả kỳ thi Tú-tài năm đó, Mẫn rớt ngay keo đầu. Dĩ nhiên là Mẫn buồn lắm. Mẫn cảm thấy tự ái bị thương tổn nặng. Thi sĩ mà thi Tú-tài ban C không xong thì còn gì nhục bằng. Thế là, không kèn không trống, Mẫn bỏ thành phố, bỏ những nơi chốn yêu đương, đầy kỷ niệm, trốn về một ngôi nhà thuộc vùng ngoại ô, học đêm, học ngày suốt ba tháng hè để dự thi lần thứ hai.

Mẫn đỗ kỳ thứ hai, ban Văn Chương, hạng Thứ. Với cái thân thể gầy còm, sau những đêm ngày học gấp rút, với bộ quần áo không vừa vặn như xưa, Mẫn mò đến nhà My, trước là để báo tin thi đỗ, sau là rủ My đi chơi. *"Tội nghiệp My, Huỳnh đã bỏ My, tôi lại không tới My cả tháng nay, chắc cô bé nhớ tôi, chắc cô bé cô đơn lắm?"*

Quen như mọi lần, Mẫn đi lên gác và bước vào phòng My. Phòng My vắng tanh, chỉ có những đồ vật, những quần áo của My im lìm trước mắt Mẫn. Nhìn chiếc giường xinh, trải khăn hoa mà thân thể thơm tho của My đã từng nằm lên, lòng Mẫn thấy bồi-hồi, ngẩn ngơ. Kỷ niệm những ngày yêu đương còn đó, đang có mặt trong căn phòng nhỏ bé, ấm cúng này. Mẫn rời căn phòng đầy kỷ niệm ấy với nỗi sầu mênh mang. Không buồn hỏi chị người làm là My đi đâu, Mẫn gọi taxi ra trung-tâm thành phố.

Khi xe chạy qua hè đường Lê Lợi, Mẫn thấy My và một tên giống hệt Mẫn dung dăng dung dẻ như đôi chim non. Đó là hình ảnh Huỳnh-My thuở xưa, là hình ảnh My và Mẫn trong mấy tháng qua. Gã con trai giống Huỳnh và Mẫn từ dáng người, từ mái tóc, khuôn mặt tới cặp kính trắng, bộ quần áo và đôi giầy. My đã cấu tạo được một thằng Huỳnh thứ ba để thay thế thằng Huỳnh thứ nhất, thằng Huỳnh thứ hai (là Mẫn). Mẫn không còn lý do gì để đóng vai trò của một cái bóng trong cuộc đời tình ái của My nữa. Mẫn đã trở nên dư thừa rồi. Mẫn mỉm cười chua chát và nghĩ rằng đã đến lúc vai trò diễn viên phụ nên chấm dứt từ đây.

Mẫn không hiểu đến khi nào thì thằng Huỳnh thứ ba bị phế thải và trong tương lai, không biết sẽ còn bao nhiêu thằng Huỳnh nữa. Mẫn không ghét My, không giận My vì biết nàng làm thế chỉ vì yêu Huỳnh quá. Không ai có thể thay thế nổi bóng dáng người tình thứ nhất của My được. Người con gái khi yêu, còn có thể làm nhiều chuyện tày trời khác, chuyện biến đổi cá-thể của một người có gì là đáng trách móc đâu?!

*"Dù sao, tôi cũng không thể là Huỳnh, vì ngoài những phút là Huỳnh, tôi còn phải là tôi. Theo như thuyết hiện sinh của Jean-Paul Sartre, Tôi hiện-hữu, Tôi phải trở về với bản thể, bản ngã. Tôi xin trả lại em cái Vai Phụ đó để em trao cho những người con trai khác."*

Mẫn xa My hoàn toàn. Đã bao nhiêu mùa Xuân qua, Mẫn không có tin tức gì về My cả. Tuy nhiên, mỗi khi Xuân đến, Mẫn đều nhớ nàng, dù Mẫn chỉ được nàng yêu chưa đầy một mùa Xuân. Mẫn vẫn cho rằng: dù chỉ được yêu trong một mùa Xuân và được yêu qua hình bóng một kẻ khác nhưng thân xác trần tục, xấu xí này mà được gần gũi vóc dáng Tiên-Nga trong cả một mùa Xuân thì cũng đủ mãn-nguyện lắm rồi.

**Nguyễn Đức Nam**

# TRIỀU HOA ĐẠI & ĐINH PHỤNG TIẾN
## NHỮNG NĂM XẺ (CHẺ) GỖ TRÊN NGÀN

*Đối thoại văn học do Triều Hoa Đại thực hiện*

**Triều Hoa Đại**:

Đinh Phụng Tiến là một trong số rất hiếm hoi nhà văn thuộc nhóm Trình Bầy, một nhóm mà trước đây được coi là "phản chiến" còn ở lại với chúng ta mặc dù cuộc đời xô đẩy, lao xao thác ghềnh với trên dưới mười năm "xẻ (chẻ) gỗ trên ngàn".

Năm 1967, nhà Trình Bầy đã in cho ông cuốn truyện đầu tay "Hòn Bi" mà theo như thi sĩ quá cố Nguyên Sa thì: "... được coi là một tác phẩm có giá trị trong văn học Việt Nam thời kỳ trước 1975",  và theo nhà báo Vũ Ánh nhận xét về văn phong của Đinh Phụng Tiến: "Những tác phẩm của anh đều là những tác phẩm dễ đọc, vì lời lẽ chân thật, không gọt giũa quá đáng, giản dị và không làm dáng chữ nghĩa".

Như đã viết ở trên, "Hòn Bi" được trình làng vào năm 1967 và rồi bẵng đi một thời gian đằng đẵng gấp hai lần truân chuyên lầu đỏ, lầu xanh của Thúy Kiều, ba mươi năm sau, 1997, "Trên Đôi Cánh Hạc" của ông ra mắt độc giả và bằng hữu thân quen. Chúng tôi quen biết nhau từ cái thuở cùng chung một màu áo ở nơi được mệnh danh là: "Gió núi mưa mùa", một nơi mà: "đi dăm phút đã về chốn cũ", chiến tranh đã mang chúng tôi đến gần với nhau và cũng chiến tranh đã cắt chia chúng tôi mỗi người một ngả, vật đổi sao dời, tan tác rình rập thế rồi ông cũng như bao nhiêu quân, cán chính "nhủ" nhau lên rừng xẻ (chẻ) gỗ, thôi thì mỗi người đều có một cái số, cái quần xì-líp còn có số nữa là... người đời thường tặc lưỡi mà nói vậy.

Mừng ông sau nhiều năm được "đảng và nhà nước" cho đi học tập miễn phí ở một trường đại học lớn nhất trần gian may mà còn sống sót trở về để hai ta lại có dịp chuyện trò sau những tháng năm xa cách.

Để gợi lại một chút với độc giả về ông, tôi nghĩ không gì hơn là xin ông tự giới thiệu một chút về mình.

**Đinh Phụng Tiến**:

Tôi có quê quán tại Nam Định, sinh năm 1940. Thuở nhỏ có vài ba năm sống ở Phát Diệm, là thời kỳ "tản cư" đến năm 1949 thì ở Hải Phòng và một thời gian ngắn ở Hà Nội rồi cùng với cha mẹ di cư vào miền Nam Việt Nam năm 1954.

Năm 1963 nhập ngũ, xuất thân từ trường Sĩ quan Trừ bị Thủ Đức, phục vụ tại quận Kiến Đức, tỉnh Quảng Đức với chức vụ Phụ tá Quận trưởng. Năm 1966, thuyên chuyển về Bộ Tư Lệnh Quân Đoàn II vùng 2 Chiến Thuật, làm việc tại Phòng Báo Chí thuộc Khối CTCT Quân Đoàn. Cuối năm 1967, giải ngũ sau 4 năm rưỡi phục vụ trong quân đội. Ở đây cũng xin nói thêm là, có lẽ từ 1954 về sau, chỉ riêng khóa 16 Sĩ Quan Trừ Bị Thủ Đức mới có một biệt lệ cho phép giải ngũ những quân nhân đáo hạn nghĩa vụ quân sự, nếu có đơn xin. Sau khi giải ngũ, tôi về làm việc tại Việt

Nam Thông Tấn Xã với vị trí là phóng viên tại đây. Năm 1968, trong dịp hưu chiến Tết Mậu Thân, gần hết các tỉnh thành tại Nam Việt Nam đã bị cộng quân tấn công, chính quyền VNCH ban hành lệnh tổng động viên, tôi trở lại quân ngũ trong dịp này. Sau đó, được biệt phái trở lại cơ quan cũ và tôi phục vụ tại Việt Nam Thông Tấn Xã đến ngày 30 tháng 4 năm 1975.

Từ đây, tôi đi "học tập" … đến đầu năm 1984, qua nhiều trại giam từ Nam đến Bắc Việt Nam, tôi được thả ra khỏi trại giam từ miền Bắc Việt Nam. Dịp này, tôi lại "được" ở thêm ít ngày tại nhà giam Hỏa Lò, Hà Nội. Lý do vì hôm ấy, một chiều cuối đông, chuyến tàu hỏa Bắc-Nam bị kẹt không đến được ga Hàng Cỏ. Cán bộ quản giáo, người dẫn đường chúng tôi từ trại tù Vĩnh Phú đến ga Hàng Cỏ, nói các khách sạn trong thành phố đều đã… không còn chỗ, cho nên dù đã có lệnh "Tạm Tha" nhưng chúng tôi cũng vẫn phải vào "nghỉ đỡ" ở nhà giam Hỏa Lò. Người cán bộ dẫn đường ấy nói "khách sạn không còn chỗ", tôi biết, chỉ là một thói quen nói dối của ông ta mà thôi.

Sau khi ra khỏi trại giam, với lệnh "Tạm Tha", tôi còn ở lại với chế độ mới tới năm 1992 thì qua Mỹ và định cư ở đây, California, cho đến nay.

**Thơđại:** *Cám ơn nhà văn Đinh Phụng Tiến.*

**ĐPT**: Không có gì anh.

**Thơđại:** *Chuyện đã theo nước mà qua cầu từ rất lâu ấy vậy mà nhiều độc giả sau này có nhắn bảo với tôi là: Nếu như có dịp được cùng anh chuyện trò thì hãy thử hỏi xem nhà xuất bản Trình Bầy lúc bấy giờ có xu hướng "phản chiến", chống chiến tranh, anh là một trong số nhà văn trong nhóm ấy nhưng có lẽ anh đã "lội ngược dòng" với nhóm bởi vì qua hai tác phẩm: Hòn Bi (1967) và Cơn Lốc (1969) đã chứng minh điều ấy. Vậy thì sự "chung sống" giữa anh và những người trong nhóm thuận buồm, xuôi gió ra sao?*

**ĐPT**: Thưa anh, tôi không "lội ngược dòng", tôi và những người cùng thời đều chống chiến tranh. Chúng tôi thèm khát hòa bình, thèm khát cuộc sống yên ổn mà mình đã có tại miền Nam Việt

Nam, nhưng cuộc sống yên bình ấy trở nên bất ổn vì đâu... Cho nên, việc "chung sống" như anh nói, không có gì là không "thuận buồm, xuôi gió". Nhưng, vâng đúng vậy, vẫn có điều khác biệt giữa những người cùng chống chiến tranh...

Ấy là có xu hướng chống chiến tranh ở một phía, ấy là có xu hướng chống chiến tranh chỉ ở miền Nam. Đó là cách "trói tay" người lính miền Nam chỉ tự vệ khi bị xô đẩy vào cuộc chiến huynh đệ tương tàn, một số người trong nhóm này có xu hướng ấy. Trong khi ấy cũng có xu hướng chống chiến tranh trên mọi phần đất nước, kể cả Nam và Bắc Việt Nam. Đó là cách phản đối cả cuộc chiến mà, sau này cho thấy là vô nghĩa, ngay sau khi những người cộng sản trở thành "bên thắng cuộc".

**Thđại:** *Anh có thể nói rõ hơn một chút được không, chẳng hạn như anh viết "Hòn Bi" trong hoàn cảnh nào, và vì sao?*

**ĐPT**: Xuất phát từ những kinh nghiệm thực tế, tôi viết "Hòn Bi" khi tôi đang làm việc tại quận Kiến Đức, tỉnh Quảng Đức. Kiến Đức là một quận rất nhỏ, trong một tỉnh nhỏ mới lập do nhu cầu chiến thuật của chính quyền VNCH thời bấy giờ.

"Hòn Bi" được kể lại với không gian và thời gian ấy đồng thời cũng có phần nào chuyên chở ý kiến chủ quan của người viết về cuộc chiến diễn ra trên đất nước.

Lúc ấy, tôi còn rất trẻ, biết rằng khi tôi sinh ra thì chiến tranh trên nước Việt Nam đã có rồi. Khi có trí khôn, trong họ hàng bên nội cũng như bên ngoại có người đi theo Việt Minh, có người đi theo Quốc Dân Đảng, có người theo đảng phái khác... đều với ước nguyện giải phóng dân tộc khỏi ách cai trị của thực dân. Về sau, lại có người từ bỏ hàng ngũ Việt Minh để... chống lại Việt Minh vì Việt Minh là cộng sản. Cũng có người còn tin vào chủ nghĩa cộng sản, tiếp tục theo cộng sản đến hết cả cuộc đời, với tâm niệm xây dựng cho bằng được một xã hội công bằng và tự do. Đây là một bi kịch của đất nước, cũng là một bi kịch trong gia đình, dòng họ.

Thời trẻ, nhận thức của tôi khá đơn giản, thấy những ông chú, ông cậu trong dòng họ có người theo phe này, phái nọ rình rập hãm hại lẫn nhau còn hơn kẻ thù, có người bỏ xứ di cư vào miền Nam "tìm tự do", có người ở lại miền Bắc để "xây dựng chủ nghĩa xã hội".

Tôi theo cha mẹ vào Nam, lớn lên thành người lính của miền Nam; một vài người anh em trong họ ở lại miền Bắc lớn lên thành người lính của miền Bắc. Anh em chúng tôi đánh nhau, người bên này cầm súng M16, người bên kia cầm súng AK47, những khẩu súng ấy được làm ra từ các nhà máy chế tạo vũ khí ở Hoa Kỳ, Liên Xô và cả Trung Cộng.

Thân phận chúng tôi, anh em chúng tôi, trong dòng họ tôi, ví như những "hòn bi" trên mặt bàn "bi-da" được đẩy đi trên những đường "cơ" của những tay chơi giấu mặt. Chúng tôi đã bị đẩy đi trên những con đường định mệnh mà thân phận như "viên đạn đồng trong nòng súng cũ trên tay một xạ thủ tồi".
Vào thời trẻ tuổi, nhận thức của tôi chỉ có thế. Chiến tranh là một bất hạnh trên quê hương. Chúng tôi không ai muốn chiến tranh, nhưng vẫn phải sống với chiến tranh vì để tự vệ, để còn được sống trong tự do.

***Thđại:*** *Thế còn "Cơn Lốc"?*

**ĐPT**: Hai năm sau, 1969 Trình Bầy ấn hành "Cơn Lốc". Lúc này chiến tranh tại Việt Nam đã bước vào cao điểm của sự tàn khốc, người Mỹ đã đổ quân vào miền Nam Việt Nam. Còn tại miền Bắc thì Liên Xô và Trung Cộng đều chi viện tối đa, có cố vấn và về sau được biết cả quân đội Trung Cộng, Triều Tiên, Liên Xô hiện diện ở miền Bắc. Họ dốc toàn lực đánh chiếm miền Nam, miền Nam hứng chịu những tàn phá cả trong lẫn ngoài. "Cơn Lốc"được kể lại cũng vẫn trong không gian cũ và thời gian mới hơn, đưa đến cho tôi một chút nhận thức mới hơn về cuộc chiến...

***Thđại:*** *Anh nhận thức như thế nào, khi viết "Cơn Lốc"?*

**ĐPT**: Ấy là thế hệ chúng tôi, trong đó có tôi và những người anh em họ hàng và cả bạn bè... không những chỉ là những "hòn bi" trên mặt bàn bi-da mà chúng tôi đang đi vào "cơn lốc" xoáy của cơn bão tố trên quê hương và trên thế giới, cuộc chiến này không còn biên giới của một quốc gia nữa. Lịch sử Việt Nam đã có những lần người Việt chém giết lẫn nhau, người cùng một nước chém giết nhau. Người ta gọi là nội chiến cho nên dù muốn định nghĩa "nội chiến" theo cách nào đi nữa thì cuộc chiến vừa qua, trước sau cũng chỉ có hai "phe" Việt Nam chém giết nhau. Chúng tôi đang đi vào "cơn lốc" của Việt Nam và của thế giới. Đó là một hiểu biết mới của tôi được thêm vào khi viết "Cơn Lốc".

***Thđại***: *Vậy thì sau "Hòn Bi" và "Cơn Lốc" là gì?*

**ĐPT**: Năm 1972, tôi viết "Tro Tàn". Đây là một truyện dài đăng từng kỳ trên nhật báo "Xây Dựng" mà về sau khi chỉnh sửa, đã được in lại tại hải ngoại vào năm 2019.

Năm 1972 là lúc Hội Nghị Paris về Việt Nam sắp kết thúc, chiến tranh trở nên ác liệt và tàn khốc, vì cả hai miền Nam Bắc đều muốn chiếm thế thượng phong. Khi có hiệp định, mọi cố gắng và quyết tâm của các bên đều đóng góp vào những đau thương trên đống "tro tàn"… của quê hương.

***Thđại***: *Cám ơn anh đã cho biết thêm về những cuốn sách mà anh đã viết trong thời kỳ trước 1975. Vậy anh thấy có điều gì cần phải bổ túc thêm?*

**ĐPT**: Thưa anh, có nhiều điều muốn nói thêm lắm nhưng để không làm mất thì giờ của độc giả và của anh, tôi xin vắn tắt như thế này: Trước 1975, tôi là người lính của miền Nam. Tôi yêu mến thời yên bình và tự do của miền Nam, tôi bảo vệ thời yên bình và tự do ấy trong vị trí của một người lính. Tôi đã gặp những xác chết "quân thù" ngoài mặt trận, lật xác chết ấy lên đó là một người Việt Nam, một người có thể là người anh em trong họ hàng của tôi ở "phía bên kia"… Lúc ấy, tôi mới tự hỏi vì sao chúng tôi đi vào cuộc chiến tranh này. Câu hỏi rất cũ mà những ông chú, ông cậu của tôi đã từng hỏi như thế nhưng các câu trả lời thì rất khác nhau. Có lẽ phải đi lại từ đầu, lại phải hơi dài dòng một tí. Không biết anh có cho phép không?

***Thđại***: *Vâng, mời anh cứ tự nhiên.*

**ĐPT**: Tôi được nghe những người đi trước, là các ông chú, ông cậu tôi nói ban đầu cuộc chiến ở Việt Nam là cuộc chiến tranh giải phóng dân tộc. Thời ấy có nhiều nhân sĩ yêu nước giương ngọn cờ này và cũng có nhiều sách lược khác nhau để thực hiện mục đích ấy... Cho đến khi ông Hồ Chí Minh về nước chủ trương, hoạt động của ông có tổ chức và có quốc tế ủng hộ nên nhiều người theo. Lúc ấy mặt trận Việt Minh ra đời, ngọn cờ giải phóng dân tộc giữ vị trí hàng đầu cho đến khi ông Hồ đưa ra thêm một ngọn cờ khác: Ngọn cờ chủ nghĩa xã hội, với màu đỏ và búa liềm thì, ngay lập tức, dân tộc Việt Nam chia rẽ. Những ông chú, ông cậu của tôi cũng chia thành hai phe. Về sau, có người vào miền Nam và có người ở lại miền Bắc, sau năm 1954. Từ khi xuất hiện "Ngọn cờ chủ nghĩa xã hội", những người cộng sản đi lùng giết những người không cùng đảng phái, gây cảnh huynh đệ tương tàn. Không ai thích chiến tranh dù người miền Nam hay miền Bắc.

Người cộng sản, đảng cộng sản chủ trương bạo lực, nhất định làm "cuộc cách mạng" thay đổi thế giới. Những người cộng sản Việt Nam cũng tin tưởng như vậy, nên bằng mọi giá họ phải chiếm miền Nam. Họ cầm trên tay hai ngọn cờ "Giải phóng dân tộc" và ngọn cờ "Chủ nghĩa xã hội". Hai ngọn cờ này thay đổi vị trí khi thì ở tay phải, khi thì ở tay trái...

Khi còn trẻ kinh nghiệm chưa nhiều. Với "Hòn Bi", tôi chỉ thấy thân phận người lính của cả hai miền, như những hòn bi bị đẩy trên những đường "cơ" trên bàn "bi-da" của những tay chơi giấu mặt. Với "Cơn Lốc" là vùng bão tố trong cơn lốc xoáy của hai ý thức hệ trên thế giới mà người Việt Nam phải đi qua. Và "Tro Tàn" là những đổ vỡ... mà chỉ người Việt Nam phải gánh chịu cho một cuộc chiến mang tầm cỡ thế giới là ý thức hệ cộng sản và tự do. Người Việt Nam chúng ta là nạn nhân của cuộc chiến này đã hy sinh như một tín đồ "tử đạo" để cho thế giới được bình yên. Về sau, tôi nhìn thấy rõ hơn, là tiếp theo "cuộc chiến tranh giải phóng dân tộc", chúng ta bước vào một cuộc chiến tranh lớn hơn đó là "chiến tranh ý thức hệ"...

(ngập ngừng)

**Thđại**: *Vâng, xin anh cứ tiếp...*

**ĐPT**: Thông qua "chiến tranh ý thức hệ", chúng ta bị đẩy vào cuộc "chiến tranh ủy nhiệm", miền Nam Việt Nam được giao cho nhiệm vụ làm một con đê vững chắc để "ngăn chặn làn sóng đỏ", miền Bắc được giao nhiệm vụ là "tiền đồn của phe xã hội chủ nghĩa". Chiến tranh ý thức hệ trên thế giới được giao cho hai miền Nam-Bắc Việt Nam bằng một cuộc "chiến tranh ủy nhiệm". Cuộc "chiến tranh ủy nhiệm" ấy được giao cho người Việt Nam biến thành "cuộc chiến huynh đệ tương tàn". Rồi luôn thể, các siêu cường quốc làm luôn "chiến tranh trắc nghiệm" và "chiến tranh thí nghiệm". Người ta trắc nghiệm về chiến lược, chiến thuật như chiến lược "lấy cao nguyên chế ngự đồng bằng", "nông thôn bao vây thành thị"... và trắc nghiệm chiến thuật đánh lâu dài, phục kích, công đồn đả viện v.v... Tất cả những thứ này chống lại "vũ khí luận" của một siêu cường quốc khác. "Chiến tranh thí nghiệm" thì từ những khẩu súng ngựa trời được thay thế bằng những khẩu AK47. Và từ những khẩu súng Garant M1 đến M16, sau này máy bay chiến lược B52 được sử dụng trong nhu cầu chiến thuật. Hỏa tiễn SAM1 thành SAM2 để chống B52 vân vân... Tóm lại, người ta thí nghiệm các vũ khí mới, các khí tài quân sự mới... Nhưng một cách ngắn gọn nhất dù là chiến tranh kiểu gì đi nữa thì hai phe tàn sát lẫn nhau vẫn là người Việt Nam.

**Thđại**: *Không "nỡ" nào cứa thêm vào vết đau mà anh đã phải chịu đựng nhưng độc giả nhờ tôi nếu có một dịp nào đó thì thử hỏi xem với gần mười năm "chém tre xẻ (chẻ) gỗ trên ngàn" anh đã "học tập" được những gì, "đảng và nhà nước" đã giáo dục các anh ra sao?*

**ĐPT**: Xin trả lời chỉ bằng một câu rất ngắn: Tôi học được một điều rằng những người cộng sản không hề biết đến bao dung. Họ chỉ có hận thù, thủ đoạn và dối trá.

**Thđại**: *"Chín năm đốt đuốc soi rừng / về đây ánh lửa ngập ngừng bước chân", nhà thơ Chế Lan Viên nói thế; còn với Phạm Duy thì: "Ngày trở về anh bước lê trên quãng đường đê đến bên lũy tre,* *nắng vàng hoe vườn rau trước hè cười đón người về". Nắng có "vàng hoe" và mắt có "đỏ hoe" cười đón anh không, tâm trạng của anh lúc ấy ra sao?*

**ĐPT**: Cũng giống như từ phòng kiên giam trở lại phòng giam bình thường, tôi ra khỏi trại tập trung về đời thường cũng như thế. Nghĩa là từ một trại giam nhỏ ra một trại giam lớn hơn cùng với cả gia đình, và tôi ở thêm gần 10 năm nữa cho đến khi định cư tại Hoa Kỳ.

***Thđại***: *Hãy nói về tác phẩm đầu tay của anh là cuốn "Hòn Bi" được nhà Trình Bầy xuất bản vào năm 1967, anh đã mô tả cuộc đời này rồi cũng chỉ là một cơn gió lốc, cuồng quay, lăn lộn qua lại như một hòn bi. Nếu cho rằng nhà văn nhiều khi là một nhà tiên tri bởi những gì anh viết ở trong đó đã hiển hiện, anh có nghĩ thế không?*

**ĐPT**: Tôi viết với vốn kinh nghiệm sống của mình, "Hòn Bi"là một kinh nghiệm vỡ lòng của thời tuổi trẻ như đã trình bày ở trên.

***Thđại***: *Ngẫm lại chuyện đã qua nhưng có khi nào đêm đêm khi thức giấc, lúc trở mình anh có và cảm thấy buồn phiền bởi vì những người có trách nhiệm đã phủi tay để lại hệ quả của chia lìa, chết chóc mà biết bao nhiêu người phải gánh chịu cho mãi tận bây giờ?*

**ĐPT**: Có thưa anh, tôi trình bày cảm nghĩ này trong truyện ngắn "Thảm Đỏ Cho Người Về" và một số bài viết khác trong ngày 30 tháng Tư đại ý là khi ấy thượng cấp của tôi ra lệnh "tử thủ" thì cũng là lúc ông ta vội vã ra đi. Chuyện ấy cũng chưa đáng nói, nhưng 15 năm sau vị chỉ huy này từ Mỹ trở về Việt Nam được đón tiếp như một "Việt kiều" về thăm quê hương. Ông ta rất hớn hở khoe rằng ông đang được trọng đãi mà quên hết khẩu lệnh "chết người" năm xưa cũng như trong truyện ngắn "Đêm Đông"…

***Thđại***: *Những câu chuyện này có ở trong cuốn "Trên Đôi Cánh Hạc" được xuất bản ở hải ngoại vào năm 1997?*

**ĐPT**: Thưa, đúng vậy.

**Thđại:** *Sau một thời gian rất lâu, khi định cư tại Hoa Kỳ, anh mới viết lại, anh có điều gì muốn gửi gắm tâm sự của mình?*

**ĐPT:** Đúng là đã rất lâu tôi mới được viết, gần 20 năm ở trong nước tôi đã không viết được gì. Kinh nghiệm sống là vốn quý cho tôi nhìn lại những chặng đường mình đã đi qua mà những chặng đường ấy các ông chú, ông cậu của tôi, những người của thế hệ trước từng đã đi như một định mệnh. "Trên Đôi Cánh Hạc" thể hiện những kinh nghiệm ấy qua 11 truyện ngắn.

**Thđại:** *Bảo rằng chiến tranh đã qua, theo tôi đó chỉ là một cách nói; còn anh, "chiến tranh" thực sự đã qua chưa?*

**ĐPT:** Cuộc chiến "ủy nhiệm" ấy đã qua rồi. Kể từ 30 tháng Tư năm 1975 những quân bài tẩy đã được lật ngửa. Việc bao vây, ngăn chặn làn sóng đỏ đối với Trung Cộng không còn cần thiết nữa, tiền đồn chống cộng tại miền Nam Việt Nam bị xóa bỏ, những người cộng sản miền Bắc thuộc về phe thắng cuộc. Nhưng kể từ lúc ấy, những người cộng sản bên thắng cuộc khởi sự cho một cuộc chiến khác, một cuộc chiến thực sự một lần nữa đã lại làm chia rẽ cả dân tộc...

**Thđại:** *Vậy thì theo anh, "cuộc chiến" ấy đã xảy ra như thế nào, và khởi sự ra sao, kể từ sau năm 1975?*

**ĐPT:** "Một đội quân man rợ đã thắng một nền văn minh", một nhà văn của miền Bắc đã nói thế, sau khi quan sát mọi sinh hoạt đời sống của miền Nam. Trong lịch sử nhân loại cũng đã từng có những đội quân man rợ thắng nền văn minh như thế. Nhưng lần này, ở Việt Nam, nó diễn ra tàn bạo hơn, triệt để hơn và nhất là nó lại xảy ra giữa những người có chung một nguồn gốc, chung một tổ tiên...

Những người cộng sản Việt Nam đã biết cách khai mở cuộc chiến, bằng cách lợi dụng tinh thần yêu nước của toàn dân. Nhưng họ đã không biết cách kết thúc cuộc chiến hoặc là họ cố ý kết thúc theo cách của họ, với lòng hận thù giai cấp nên mới chia rẽ dân tộc, kể từ ngày 30 tháng Tư năm 1975.

**Thđại:** *Tại sao lại như thế nhỉ? Ngày ấy anh còn ở lại trong nước, đã chứng kiến đầy đủ. Xin cho biết vì sao?*

**ĐPT:** "Đội quân man rợ" ấy vào Saigon với tư thế của một đội quân chiếm đóng. Họ lùa dân của thành phố bị chiếm đến một nơi gọi là "kinh tế mới", những căn nhà bỏ trống bị tịch thu, những tài sản tư hữu bị chiếm đoạt. Đội quân chiếm đóng ấy đến từng nhà tịch thu của cải như những chiến lợi phẩm, những người thuộc chính quyền cũ bị trả thù bằng những trại giam không xét xử, không có ngày về, con cái của những nạn nhân không được vào các trường đại học, người dân bị kỳ thị thành những công dân hạng hai... Sách báo chế độ cũ bị tịch thu, bị đốt, trí thức bị lùng bắt... Đội quân chiếm đóng ấy cướp bóc tinh vi bằng ba lần đổi tiền, ba chiến dịch đánh tư sản tại miền Nam Việt Nam, xô đẩy dân chúng miền Nam vào cảnh khốn cùng. Thử hỏi suốt mấy ngàn năm lịch sử đã có thời nào như thế không? "Một ngàn năm nô lệ giặc Tàu, một trăm năm nô lệ giặc Tây" có những cảnh này không?

**Thđại:** *Có phải đây là một bi kịch của một dân tộc. Một dân tộc văn minh "được" giải phóng để "được" cai trị bởi một đội quân man rợ?*

**ĐPT:** Đến lúc ấy tôi thấy tấn bi kịch này vẫn chưa đến... đỉnh điểm của sự tàn khốc...

**Thđại:** *Vậy thì... đỉnh điểm là ở chỗ nào?*

**ĐPT:** "Họ" chiếm miền Nam, "họ" tịch thu tài sản của dân trong vùng chiếm đóng, "họ" đổi tiền ba lần, "họ" đánh tư sản bằng ba chiến dịch càn quét, nhân danh bãi bỏ quyền tư hữu những tài sản, bất động sản bị tịch thu đem chia chác cho nhau, những người của "phe thắng cuộc" như đội quân cướp bóc.

**Thđại:** *Vô sản hóa mọi tầng lớp dân chúng là mục tiêu của mọi chính quyền cộng sản mà.*

**ĐPT:** Tấn bi kịch trở thành hài kịch, nhưng màn hài kịch này không thể cười được, là sau năm 1986, khi đã chia chác "chiến lợi phẩm" xong rồi, họ quay trở lại công nhận quyền tư hữu, họ cấp sổ đỏ, sổ hồng cho nhau trên những bất động sản và tài sản đã chiếm được. Từ đây, họ khuyến khích mọi người... làm giàu. Cái này, gọi là... "thời kỳ đổi mới". Người ta "đổi mới" bằng cách trở lại "cái cũ". Trở lại "cái cũ", nhưng những gì đã cướp bóc được thì không trở lại tức là những gì mà người dân miền Nam đã mất thì... mất luôn. Người ta trở lại chế độ tư sản của thời kỳ hoang dã, giai cấp "tư sản mới" hợp tác với nhà cầm quyền "đổi mới" chia chác tài sản đất nước như của riêng. Câu chuyện làm cuộc cách mạng bẩn thỉu này đã từng được George Orwell viết trong truyện ngụ ngôn "Trại Súc Vật"[1] được xuất bản ở nước Anh từ năm 1945. Đây là cuộc "cách mạng" kỳ cục nhất trong lịch sử loài người, cuộc cách mạng nhuốm máu tàn bạo nhất của nhân loại từ các chế độ của các ông Lenine, Staline, Mao Trạch Đông, Kim Nhật Thành, Hồ Chí Minh, Pol Pot... đã giết chết trên một trăm triệu người, mà những người bị giết đều là đồng bào của họ. Các chế độ phát xít, phân biệt chủng tộc trước đó không tiêu diệt đồng bào mình.

***Thđại:*** *Một nhà văn từ trong nước có lần sang Mỹ đã có nhận xét: "... những điều mong muốn của người Mỹ và người Việt thì rất khác nhau, còn những điều không mong muốn thì giống nhau. Cả hai, người ta cùng không mong muốn nghèo khổ, chiến tranh", tôi xin bổ túc thêm không cứ gì hai dân tộc Việt Nam và Mỹ mà hầu như mọi dân tộc trên trái đất này cũng đều có chung sự không mong muốn như thế và nếu muốn được như vậy thì chính quyền "phải" làm gì và "nên" làm gì?*

**ĐPT:** Thưa anh, hiện tại nhà cầm quyền tại Việt Nam thừa biết họ phải làm gì và nên làm gì nhưng họ không làm vì nếu họ làm theo nguyện vọng của người dân thì quyền và lợi của họ sẽ mất, tư bản hoang dã hay Cộng sản đổi mới là như thế, nhóm tư sản "mới" câu kết với nhóm quyền lực "mới" thành giai cấp tư bản "mới" là giai cấp tư bản đỏ. Toàn bộ nhóm này có chung một lợi ích cùng nhau cai trị đất nước với quyền lực tuyệt đối trong gian xảo và dối trá...

***Thđại:*** *Khi bàn về văn chương chữ nghĩa thì vẫn theo nhà văn ấy: "... văn học Việt Nam hải ngoại giữ gìn được tiếng nói dân tộc" và vì vậy mà "cần có thêm văn học hải ngoại trong nước, và văn giới hai* nơi cần liên hệ gần gũi, trao đổi với nhau để làm phong phú thêm cho đôi bên..." Đấy là một ý tưởng hay (theo tôi), còn về phần anh thì thế nào?

**ĐPT:** Tôi cũng thấy rằng đây là một ý tưởng hay như anh vừa nói nhưng người có thể làm được việc này thuộc về những người ở trong nước, chỉ trong nước mới làm được. Chúng ta, những người ở cả trong và ngoài nước đều yêu quê hương, yêu đất nước, tình yêu ấy được gắn kết với nhau bởi những buồn vui của vận nước, bởi những thăng trầm của lịch sử. Chúng ta có chung một cội nguồn, chung một dòng lịch sử suốt trên gần năm ngàn năm nhưng dòng lịch sử ấy đã từng bị xuyên tạc. Phải trở lại với sự thật của lịch sử, trước khi làm những việc khác. Vai trò lịch sử này thuộc về những người ở trong nước, lại... những người làm nên lịch sử của lịch sử. Mọi người Việt Nam ở trong hay ngoài nước có chung nguồn gốc lịch sử sẽ đoàn kết chặt chẽ trên nền tảng lịch sử không bị xuyên tạc như hiện nay.

***Thđại:*** *Anh nghĩ sao về văn học Việt Nam ở hải ngoại trong những năm tháng gần đây? Anh lạc quan hay bi quan?*

**ĐPT:** Thưa anh, tôi lạc quan vừa phải. Đã có nhiều trường Việt ngữ được mở ra, nhiều phụ huynh sẵn sàng đưa con em đến những lớp học này, một số trường học bản xứ công nhận tiếng Việt là ngôn ngữ thứ hai. Thế hệ thứ hai, các cháu sinh ra tại hải ngoại hít thở văn hóa đầu đời nơi các cháu sinh ra. Quê hương là nơi "chôn nhau, cắt rốn" nhưng các cháu vẫn có nguồn gốc Việt Nam. Rồi sau này sẽ có thế hệ thứ ba, thứ tư và kế tiếp, những thế hệ tiếp nối cùng bơi lội trên dòng sông lịch sử của cội nguồn. Nhưng dòng lịch sử ấy đã bị xuyên tạc thì... tôi lạc quan vừa phải... là như thế!

***Thđại:*** *Ai cũng có một hoặc nhiều giấc mơ và tôi biết trong anh cũng đang có "Một giấc mơ" hoặc nhiều hơn thế nữa. Martin Luther King Jr. cũng có một giấc mơ. Vậy thì anh đang mơ gì nào? Xin anh hãy vì tình bạn lâu năm mà nói nhỏ, chỉ cho một mình tôi và chỉ một mình tôi nghe được không?*

**ĐPT:** Tôi hiểu những thành phần trong "đội quân man rợ" ngày xưa, ngày càng trở nên văn minh hơn. Hôm nay, trong tầng lớp cai trị, nhiều người có trình độ học vấn cao. Thời kỳ đấu tố man rợ trong cải cách ruộng đất không còn nữa, thời kỳ cướp bóc trong các đợt đổi tiền, đánh tư sản đã qua... Nhưng những thây ma quyền lực vẫn còn ám ảnh trong giới quyền lực, họ không dám thoát ra cái bóng ấy vì thoát ra được thì quyền lực họ sẽ mất. Tôi ước mơ lớp người này có đủ dũng cảm thoát ra khỏi bóng ma quá khứ để lịch sử không còn bị xuyên tạc như hiện nay. Một niềm mơ ước rất đơn sơ nhưng xem ra khó thành hiện thực.

*Thđại: Ngày xưa đọc Trần Văn Thái với Trại Đầm Đùn nghĩ lại thấy mà ghê, nhiều đêm giật mình thức giấc nghe lạnh cả châu thân. Những lúc gần đây, tôi cũng được đọc nhiều hồi ký, thơ, văn truyện dài, truyện ngắn viết về những năm tháng trong lao tù cộng sản. Nhưng tôi vẫn thắc mắc sao chúng ta chưa có một tác phẩm nào có đủ tầm cỡ gọi là một tác phẩm lớn đủ để đánh động lương tâm nhân loại. Là một nhà văn, anh có nghĩ rằng một ngày không xa anh sẽ thay mặt những người bạn tù, những nhà văn Việt Nam để làm công việc ấy?*

**ĐPT:** Tôi không dám nghĩ đến điều ấy, vì biết rằng mình không có đủ tầm cỡ để mặc cho mình tấm áo quá khổ. Nhiều tác giả đã làm việc này, theo tôi là xuất sắc. Còn có thể "đánh động lương tâm nhân loại" thì lại là câu chuyện hoàn toàn khác.

*Thđại: Biết là còn rất nhiều điều muốn hỏi anh nhưng thời gian đang giục giã nên đành lòng phải tạ từ nhau vậy. Trước khi chúng ta chia tay, anh còn muốn bổ túc thêm những gì mà tôi đã thiếu sót?*

**ĐPT:** Thế hệ chúng ta, trong đó có anh và tôi, được sinh ra trong một thời kỳ ít may mắn vì khi mở mắt chào đời thì chiến tranh đã có rồi. Bây giờ nhìn lại, những người anh em của tôi, họ hàng nội, ngoại và bạn bè... những người đã nằm xuống dù ở bên này hay bên kia, khiến ta ngậm ngùi. Chúng ta lại tự đặt câu hỏi là vì đâu lại bị đẩy vào một cuộc chiến "huynh đệ tương tàn", tàn khốc đến như thế? Cuộc chiến ủy nhiệm này do các nước lớn của hai dòng ý thức hệ "ép" người Việt Nam phải bước vào hay vì nguyên do nào khác... Tôi trộm nghĩ, nạn nhân của những mất mát, đau thương là chúng ta, người Việt Nam. Nhưng thủ phạm gây ra những thương đau này cũng bởi chúng ta, người Việt Nam. Cội nguồn của những tang thương ấy khởi đầu có thể chỉ do con người, một con người nhân danh lòng yêu nước, yêu quê hương đã mang chủ nghĩa cộng sản vào Việt Nam, làm chia rẽ những người Việt Nam, con người ấy là Hồ Chí Minh. Nhưng suy cho cùng, một con người như thế, chưa đủ để làm nên bão tố, nếu như không có sự đồng lõa của số đông đi theo thúc đẩy. Chủ nghĩa cộng sản đã được xây dựng và thí nghiệm trên 70 năm và nó đã sụp đổ, chứng minh rằng cuộc cách mạng này là vô ích, nó biến những người làm cách mạng thành một đám cướp bóc, thành bọn thảo khấu bất lương.

Người Việt Nam đã đi vào một cuộc chiến tranh chống ngoại xâm để biến hình thành kẻ nội xâm, người Việt chúng ta rất đáng thương và cũng rất đáng trách vì người Việt chúng ta vừa là nạn nhân vừa là thủ phạm. Có người nói, tại vì ông Hồ Chí Minh đem chủ nghĩa cộng sản vào Việt Nam nên mới có nông nỗi này. Không, một mình ông Hồ không thể làm được việc đó, nếu không có đông đảo người Việt đồng lõa...

**Thđại:** *Chân thành cám ơn nhà văn Đinh Phụng Tiến đã ưu ái dành thời giờ cho buổi chuyện trò này, quý mến thân chúc anh và quý thân quyến mọi điều tốt đẹp và may mắn nhất./.*

**Triều Hoa Đại** *thực hiện.*

[1] George Orwell tên thật là Eric Arthur Blair, sinh ngày 25 tháng 6 năm 1903. Qua đời ngày 21 tháng 1 năm 1950, nổi tiếng với bút danh George Orwell, là một tác giả và phóng viên người Anh. Được biết đến như một tiểu thuyết gia, một nhà phê bình, một nhà bình luận về văn hóa, Orwell là một trong những ngòi bút tiếng Anh được hâm mộ nhất ở thế kỷ 20. Ông nổi danh nhờ hai cuốn tiểu thuyết bài xích tính độc tài của nhà nước nói chung và chủ nghĩa Stalin nói riêng, được viết và xuất bản vào cuối đời: *1984 (Nineteen Eighty-Four)* và *Trại súc vật (Animal Farm)*
*(Tài liệu: Wikipedia)*

# NGUYỄN THIÊN NGA
## THƠ LUÂN HOÁN, MỘT CHÚT TẢN MẠN

Một ngày buồn giữa lúc đại dịch Covid lan tràn khắp nơi, tin ca sĩ Phi Nhung là một trong hàng ngàn người chia tay cõi tạm khiến nhiều người nghẹn ngào. Đâu đâu cũng vang lên tiếng hát của cô. Mọi người nghe cô hát như một sự tưởng niệm.

Riêng tôi, từ trước đến nay gần như tôi không nghe dòng nhạc Phi Nhung hay trình diễn. Tôi nhớ và chú ý nhiều hơn đến cô ca sĩ xinh đẹp này chủ yếu là những việc làm thiện nguyện cô ấy đã góp cho Vườn Hoa Từ Tâm của cuộc đời này thêm sắc, thêm hương. Ngày Phi Nhung mất và nhiều ngày sau đó nữa, hàng xóm nhà tôi mở tới mở lui một nhạc phẩm mà tôi cũng lẩm bẩm hát theo. Đến lúc đó, tôi mới biết bài "Phải Lòng Con Gái Bến Tre" do Nhạc Sĩ Phan Ni Tấn phổ thơ của Thi Sĩ Luân Hoán. Từ "phát hiện" này, tôi mon men tìm và nghe hẳn một list các bản nhạc phổ từ thơ của anh Luân Hoán trên *https://www.saigonocean3.com*.

Tôi đọc thơ của Thi Sĩ Luân Hoán từ khá lâu, có nhiều bài tôi rất thích vì nét hóm hỉnh, hồn nhiên, duyên duyên. Kể từ khi biết các bài hát trên, tôi đến với thế giới thơ của Thi Sĩ Luân Hoán thường xuyên hơn trước. Sự thường xuyên hơi muộn màng, tôi biết vậy.

Tuy nhiên, sự muộn màng vẫn không khiến tôi phải vội vã. Cứ từng bước, thật rón rén tôi bước vào rừng Thơ của ông bạt ngàn hương sắc. Với một người không biết làm thơ nhưng rất mê đọc thơ như tôi, sự rón rén thận trọng đó hoàn toàn có lý do rất thuyết phục: vì Thi Sĩ Luân Hoán là người nổi tiếng.

Tôi đã vô cùng thích thú theo bước chân Thi Sĩ đi ngược thời gian, qua từng "ngõ mỹ nhân" với tâm thế mỗi nơi một khác. Từ *"rập rình, thấp thỏm..."* tới *"lò dò, mon men..."*, rồi bắt đầu *"bâng khuâng, lờ khờ..."* Cuối cùng, hùng dũng hơn, chàng cất tiếng *"Chào em, ..."*

Bao nhiêu giai nhân đã trở thành nàng Thơ của Thi Sĩ, cũng như mọi người, tôi không thể đếm được.

*...*
*Thanh Thảo, Kiều Phúc, Kim Anh, Bích Đào*
*Phương Lan, Mộng Thúy, Lạc Giao*
*Bích Hường, Phước Khánh, Hồng Đào, Thái Thu*
*Huỳnh Thi, Phước Hạnh, Quỳnh Cư*
*Duyệt Lai, Châu Yến Loan, Từ Thoại Chi....*
*mê tên người để làm gì?*
*Thu Liên vẫn lạ, Hồ Hồng vẫn xa*
*hóa ra là để ba hoa*
*có chăng chữ nghĩa đậm đà sắc hương...*

Chỉ biết rằng mỗi "ngõ mỹ nhân" ông dừng lại dù theo cách nào, những chiếc áo thơ đẹp lung linh đã được dệt và để lại cho đời, để lại cho người đọc sự ngây ngất, say say...

Và "ngõ mỹ nhân" ông chọn dừng chân cuối cùng, nàng Thơ ấy mãi mãi dịu dàng, vĩnh hằng cả trong thơ và trong đời thực:

*em vẫn là thơ của những thơ*
*ngày xưa ta viết đến bây giờ*
*cho dù bay bướm đôi ba bận*
*tình vẫn về em hóa kiếp thơ*
(Cho Lý Ngày 61)

*lãnh thổ thơ tôi, một cõi Em*
*hàng trăm chánh thất, chỉ một tên*

*và không cung nữ, không hoàng hậu*
*lộng lẫy trong cùng một dáng Em*
    (Mời Em Lên Ngựa)

Tôi cũng chăm chỉ đọc những bài các Thi hữu viết về Thi Sĩ Luân Hoán và thơ của anh. Mỗi người đứng ở mỗi góc khác nhau nhìn về thơ Luân Hoán, thấu cảm thơ Luân Hoán nên nét đẹp của thơ anh được khai thác đa dạng vô cùng.

oOo

Rồi một chiều, thật tình cờ tôi được đọc một bài thơ nho nhỏ của anh. Bài thơ không có bóng giai nhân, không cỏ hoa gối đầu nhưng cứ dâng lên trong tôi với những cảm xúc thật lạ. Có lẽ do tôi giữ ấn tượng về Thi Sĩ từng là một người lính chăng, mà chỉ một **"Chiều Trên Sườn Đồi"** với tất cả sự hoang hoải, mịt mù đã khiến cảm xúc của tôi đẩy lên hết mọi cung bậc của nó.

Bài thơ có 5 khổ, đều bắt đầu từ câu *"ngày trần truồng trên sườn đồi"*.

Phải chăng đây chính là sự trần truồng của chiến tranh (?) Cuộc chiến tranh mà khi tôi lớn lên đã không còn nhìn thấy nhưng dư âm của nó thì vẫn còn vang vọng suốt nhiều năm qua; để lại nhiều nỗi đau, nhiều vết thương mãi chưa chịu lành.

"Ngày trần truồng" vẫn vang lên đâu đó những âm thanh nhỏ nhất, dịu dàng nhất và cũng chát chúa nhất.

Trong khoảnh khắc im lặng giữa cuộc chiến, tay ôm súng nhưng tai người lính trẻ vẫn nghe được tiếng chim đầu ngọn lá, nghe được tiếng hát của cỏ cây trong gió, cả tiếng gõ trên báng súng theo nhịp bài hát nào đó bất chợt vang thầm trong đầu. Anh vẫn nhìn thấy con suối ngoan hiền vuốt ve ghềnh đá và tự thưởng cho mình một ngụm nước trong veo, trong như giọt nước mắt người yêu ngày tiễn anh ra trận.

Lãng mạn lắm chứ! Sự lãng mạn này, theo tôi, không đơn giản chỉ vì trước khi là người lính, anh Luân Hoán đã là Thi Sĩ.

Rồi chút lãng mạn ấy cũng qua nhanh, khi cuộc giao tranh đã diễn ra và phải kết thúc. Nắng miền Trung hay nắng cao nguyên cũng vậy thôi, chói chang, bỏng rát. Tôi tưởng tượng những mặt người nhấp nhô, những mũi súng di động và cuộc chiến một mất một còn. Đau quá, đều là con Lạc cháu Hồng máu đỏ da vàng!

Tôi đã quặn thắt khi anh – người lính ấy đã thay ngụm nước suối mát lành bằng những giọt mồ hôi đang chảy ngang môi mặn đắng. Ngón tay trên cò súng run run… Không, không phải anh run sợ và đó chính là sự xúc động mạnh khi chứng kiến chiến hữu mình ngã xuống và rất có thể mình là người tiếp theo.

Sự sống và cái chết biên giới mong manh. Trong khoảng mong manh đó, con suối ngoan hiền chảy bên sườn đồi, chiều nắng vàng vuốt ve, khuyên nhủ:

*con suối vuốt ve ghềnh đá*
*con suối khuyên nhủ lòng tôi*
*thản nhiên mày*
*thản nhiên mày, đừng nghĩ*
*...*
*chiều nắng vuốt ve ngực áo giáp*
*chiều nắng khuyên nhủ lòng tôi*
*thản nhiên mày,*
*thản nhiên mày, đừng nghĩ*

Cả khi ngón tay trên cò súng run run, anh cũng tự trấn an mình như thế.

Khi cận kề cái chết, anh cũng tự trấn an mình như thế.

*tiếng buồn đầy tiếng nổ*
*tôi chợt hiểu lòng tôi*
*con chim lìa cõi phúc*
*đường bay mù mù khơi*

*thản nhiên mày,*
*thản nhiên mày, đừng nghĩ*

Tôi gọi đó là sự Thanh Thản.

May mắn thay, người lính trong bài thơ đã trở về, dù trở về trên đôi nạng gỗ… Vút lên, trong tôi những câu hát quen thuộc của bài "Kỷ Vật Cho Em" của Nhạc Sĩ Phạm Duy nhưng cái kết ở đây đẹp hơn rất nhiều. Tôi nhẹ nhõm.

**"Chiều Trên Sườn Đồi"**, một bài thơ ngắn của Thi sĩ Luân Hoán, đã đủ phơi hết những gì thực nhất, xót xa, đớn đau nhất mà một người lính đã trải qua.

Một lần nữa *"tiếng buồn đầy tiếng nổ"* đã ám ảnh tôi thật sự.

Tôi nhớ Hoàng Bình Dung, bạn học suốt thời hoa niên. Sau đó, tôi vào Sư Phạm để thực hiện ước mơ làm cô giáo, còn Dung đi lính qua Campuchia và hy sinh tại đó vào một chiều cuối đông lành lạnh. Mìn nổ, thân thể bạn tôi không còn nguyên vẹn. Ngày trở về của Dung là hình hài thu gọn trong chiếc tiểu sành nho nhỏ. Hôm làm lễ truy điệu, tôi và các bạn cùng lớp khóc nhiều, nhiều lắm.

Bạn tôi đã không trở về. Bạn ấy có lẽ cũng chưa kịp nắm tay ai và trao nụ hôn gợi một ban mai trong suốt.
Và tôi nghĩ đến những người từng là lính và là Thi Sĩ.

Sự Thanh Thản hôm nay tôi cảm nhận từ bài thơ anh cũng là một Giá Trị, Giá Trị rất riêng.

**Nguyễn Thiên Nga**

# NGUYỄN ĐỨC AN
## TÌNH GIÀ

Ông Grant, 80 tuổi, cựu chiến binh WW-II cùng đơn vị với tướng Van Fleet, người đã trực tiếp dẫn đầu đoàn quân đổ bộ lên bờ biển Normandie, theo lệnh của Thống tướng Eisenhower. Tại đó, ông Grant trúng thương, phải cưa trên khuỷu tay phải. Về Mỹ, ông giải ngũ, làm công chức, rồi hưu trí. Cũng vì có tật tay phải, ông Grant phải mua xe Ăng-Lê sang số bằng tay trái. Ông hiện tạm sống với con gái và con rể.

Bà Seaman, 71 tuổi, góa chồng từ lâu, hiện là hội viên Nhóm Thiện Nguyện của First Baptist Church.

Chính tại nhà thờ, ông Grant gặp bà Seaman. Trước lạ sau quen, hai người đồng ý trở thành roommates khi ông Grant từ biệt con và rể dọn tới căn nhà tiền chế ba phòng ngủ, hai phòng tắm của bà Seaman, để góp gạo thổi cơm chung từ đó. Như thế vừa có bạn già, hết cô độc, chưa kể việc tiết kiệm được một số tiền kha khá và nhất là không phiền hà tới con gái, con rể để bọn trẻ sống tự do.

Chính bà Seaman dắt ông Grant tới Bình để giới thiệu người bạn mới roommate, nguyên cựu chiến binh, cùng đơn vị với Tướng bốn-sao Van Fleet. Nói chung cả hai ông bà đều có sức khỏe khá tốt ở lứa tuổi thất thập cổ lai hy. Bà Seaman uống thuốc huyết áp cao, đau khớp và Premarin. Ông Grant cũng xài thuốc huyết áp cao và thuốc số mũi kinh niên vì bệnh dị ứng. Khám bệnh xong, Bình kiếm thuốc mẫu biếu hai ông bà và có lời mừng cho họ. Hẹn tháng sau tái khám khi có kết quả thử máu.

Từ khi có bạn mới, bà Seaman vui vẻ, tươi tỉnh hẳn ra. Đó là nhận xét của bà y tá già và nhân viên phòng mạch.

Bình để ý thì thấy có vẻ như thế thật. Bà Seaman trông còn an toàn trên xa lộ như ai. Bà y tá già thì hỏi Bình: "Tại sao ở cái tuổi 71-72 bà Seaman còn xài cái thứ thuốc quỷ quái Premarin, kích thích tố nữ, liều cao?

Bình giải thích cho bà y tá già nghe về chuyện quý bà trên 40 tuổi có thể gặp rắc rối về lượng kích thích tố nữ trong cơ thể do hai buồng trứng sản xuất: ít nhiều tùy theo tuổi tác của phụ nữ. Thời kỳ phụ nữ trước khi và sau khi tắt kinh là "vấn đề" nhiều khi rất rắc rối cho họ về đời sống vợ chồng, tình trạng tâm trí và những "đột xuất" xấu như: mất ngủ, cáu kỉnh, ăn nhiều lên cân lên ký, nhiều điểm nóng cứ chạy rần rần trong người... Người ta gọi đó là triệu chứng rối loạn kích thích tố nữ. Nhưng nặng nhất là chuyện quý bà bỗng dưng chán chuyện chăn gối với chồng, bồ bịch.

Bà Seaman bị chứng hậu kinh hành từ năm 51 tuổi kia. Và dĩ nhiên, bệnh quỷ phải có thuốc tiên Premarin, bà đã thoải mái xài từ hồi đó.

Sở dĩ bà Seaman bảo Premarin là thuốc tiên, vì thuốc giúp bà có đời sống bình thường trở lại: ăn no, ngủ kỹ, không gắt gỏng, nổi nóng bất thường nữa. Và nhất là từ khi xài Premarin mắt bà sáng long lanh, môi bà tươi tắn, da dẻ mịn màng nhanh tay nhanh chân cứ như thời bà còn con gái 18 đôi mươi. Và được nhiều ông độc thân trong Họ Đạo thăm hỏi, chiếu cố hoài hủy.

Nhưng hình như số bà Seaman kết với đám nhà binh lính chiến.

Này nhé, ông chồng thứ nhất của bà là một Thượng sĩ cơ khí Hải quân. Ông này bỏ bà ra đi vì cái tật hút thuốc lá như cá uống nước trên tàu biển nên mắc đủ thứ bệnh về phổi, cuối cùng bệnh ung thư phổi đã rước ông đi luôn, nhanh đến nỗi ông không kịp về nhà gặp bà lần cuối.

Người chồng thứ hai của bà, là một tay liều mạng kinh niên: biệt kích dù đã biệt tích khi nhảy toán đêm xuống Bắc Hàn.

Sau hai lần hốc hác vì chuyện chồng chết, bà Seaman tuyên bố xanh rờn: từ nay chừa tội làm vợ lính tráng, quân nhân... Nhưng nay bà lại gặp Mr. Grant, cháu chắt mấy đời Tướng Grant chứ phải chơi sao.

Nói cho ngay, ông Bill Grant này ngoài cái tật cụt tay phải, nhưng sắc diện dễ coi, ăn nói chừng mực và sức khỏe khả dụng ít ra 80%. Còn muốn gì hơn nữa? Đó là ý kiến của bà Seaman khi bạn bè xầm xì về Mr. Roommate của bà.

Bình đồng ý và cũng có cảm tình với ông Grant hiền lành, điềm đạm, ăn nói có bảo đảm.

Thỉnh thoảng bị y tá, nhân viên hỏi móc, cái trách nhiệm của ông ở nhà là những gì; thì ông chỉ nhe răng cười trừ rất dễ thương.

Việc nhà ư? Ông bảo: cắt cỏ, làm vườn, giặt giũ quần áo, quét nhà, rửa chén bát... Làm tài xế, đi chợ, nấu ăn bà Seaman lo. Nhân viên đâu chịu ngưng, hỏi tiếp: ai làm giường buổi tối, ban sáng???

Bà Seaman trả lời: ai lo người đó. A há! Vậy là hai người ngủ riêng.

Bà còn mô tả thêm: bà nằm phòng #1 với con mèo trắng Lili. Ông Bill Grant ngủ phòng #2 với con chó lông xù tổ chảng Bobby. Phòng thứ ba dành cho khách vãng lai. Bà y tá già không tin, hỏi: thế phòng #1 và #2 có cửa chung không hé?

Thì bà Seaman không trả lời, im lặng vô tuyến.

Bà y tá già bèn bàn Mao Tôn Cương: ngủ với con mèo, uống thuốc Premarin thả dàn để làm gì há? Tôi hổng có tin cái truyện ngụ ngôn này. Bác sĩ Bình nghĩ sao?

Bình nhún vai:

- Biết đâu chỗ ma ăn cỗ. Mà chung hay riêng thì cũng có chết ai đâu. Thôi bỏ đi cho họ nhờ, bà chằng!

Bà y tá già chưa chịu thua vì Charlie Chaplin (vua hề Charlot) 80 tuổi còn có con, TNS Bob Dole gần 8 bó còn khen Viagra không hết lời. Ông Grant này có thể vẫn là Superman nên bà Seaman mới không uổng công rước về chứ bộ.

oOo

Đôi bạn già Bill-Seaman theo thông lệ, tới gặp Bình vào ngày đầu mỗi tháng. Nếu bận, thế nào họ cũng gọi tới, xin đổi ngày.

Và cũng gần như lệ thường, bà Seaman tới là có quà cho cả phòng mạch: một chiếc bánh bông lan thơm, ngọt. Mà đây là chiếc bánh đặc biệt bà làm cho phòng mạch, khác với những chiếc bà làm hàng tuần, bỏ mối tại các tiệm ăn: "Làm cho vui và cũng kiếm tí tiền lẻ." Bà vẫn hay nói vậy.

Vì thế, Bình ngạc nhiên, thấy đã 6-7 tây, chưa thấy họ tới và cũng chẳng gọi để đổi hẹn. Bình đang định cho nhân viên hỏi xem tình hình "cặp" này ra sao, thì bà Seaman tới, một mình, buồn buồn khai: ông Grant đã bỏ về với con gái con rể. Trông bà già sọm hẳn đi, da tai tái không còn hồng hào vì hình như bà chẳng phấn son gì ráo. Bình hỏi ngay:

- Hai người giận nhau?

- Cũng có lời qua tiếng lại đôi chút. Ông ấy hiểu lầm tôi.

Bình cười:

- Tưởng gì, hiểu lầm thì bà điện thoại giải thích cho ông ấy nghe, rồi kêu về là ổn ngay...

Bà Seaman vội vàng ngắt lời Bình, tay xua lấy xua để:

- Ấy, chớ Bác sĩ. Ông già này đang giận và... ghen dữ lắm. Cứ để từ từ mới tính được.

Bà y tá già nháy Bình, miệng cười gian ác:

- Ghen? Nói lạ. Với ai? Không lẽ với con mèo trắng Lili.

Bà Seaman được lời như cởi tấm lòng, bèn tâm sự rằng thì là cũng tại cái ông Hủ-lô Martin mới từ Colorado tới chơi. Ông này là bạn với ông chồng Thượng sĩ Hải quân của bà, từ lâu lắm rồi. Vợ mới chết, ở cái xứ Colorado toàn núi với rừng, lạnh trong tim, lạnh ngoài thể xác, chịu không thấu, ông bò qua Florida trước để tránh lạnh nó hành bệnh phong thấp kinh niên của ông tới bến khi mùa Đông tới.

Khi ông Martin nhắn nhe, nhờ giúp, thì bà Seaman thấy tội nghiệp "vẽ đường cho con nai chạy", còn tửng luôn một cái *trailer*, chỉ cách nhà bà có 2 *blocks* thôi. Cái *trailer* này, khá tiện nghi và vừa với túi tiền của Mr. Hủ-lô Martin 64 tuổi vừa hưu trí sau khi làm cho Bưu điện nhà nước trên 20 năm.

Ông này, có *nick-name* là "Hủ-lô Mác" vì trông chàng còn phong độ lắm: râu hầm hàm én, bắp thịt trước đã chẳng thấy dấu hiệu nào của một vụ phong thấp mãn tính xương cốt rệu rạo cả. Vấn đề là như vầy. Sau khi nhà cửa yên ổn, Hủ-lô Martin không chịu ở nhà mình cho "yên bề gia thất" mà cứ mò sang tổ ấm của cặp Bill-Seaman ăn vạ, ăn gỡ, đấu láo chí chát và đôi khi thả lời bướm hoa với bà Seaman không "CARE" gì tới sự hiện diện của Người Bill Grant, cháu mấy đời TT Grant.

Bình đầy, bình phải tràn khi Hủ-lô Martin tỉnh bơ nằm thoải mái ngay trên giường của người đẹp Seaman coi TV sau khi ăn uống thỏa thuê do chính "Nàng" Seaman phục dịch. Mà bà Seaman không phản đối lại có vẻ như khuyến khích Martin nữa. Đấy là ý kiến của Bill Grant, bà Seaman cải chính là không có cái vụ bà khuyến dụ Hủ-lô Martin. Thế là có lời qua tiếng lại. Ông Bill nhà ta bèn khăn gói quả mướp phán: "Thôi, để tôi về với con gái, con rể cho người ta tự do luyến ái."

"Luyến ái"!!! Bà Seaman giơ hai tay lên cao: thật cái ông này hắc ám quá đi. Người ta là bạn cũ lâu năm; hàng xóm mới chân ướt chân ráo không lẽ mình... nặng lời mời về nhà đi, chẳng hóa ra mình thiếu tư cách ngoại giao sao.

Ông Grant bèn kể lể: thế còn cái vụ lái xe đưa nhau... đi chợ từ trưa tới tối mới về; hai người bốn mắt nhìn nhau không nói nên lời; không "luyến ái" thì gọi là cái giống gì đây. Còn cái vụ giặt đồ giúp nữa. Ô hay cái ông này: người ta mới tới, máy giặt hư, nhờ... vài tuần không lẽ mình không giúp, thì bất nhơn thất đức quá... Đại khái là hàng tá "hà tì" như thế... đầu đuôi chỉ tại cái ông Martin tình gian mà lý cũng gian. Cuối cùng chàng Bill Grant điện thoại kêu con gái tới rước về để khỏi làm phiền lòng "Ông bà Martin".

Người đẹp Seaman tức không nói nên lời. Ra người ta coi rẻ, nhất định gán cái tội có mới nới cũ, đâm sau lưng chiến sĩ WW-II Bill Grant...

Nghe chuyện xong, bà y tá già bênh ông Grant, nói cái bà Seaman này già không nên nết, lúc nào cũng xí xọn ỏn ẻn như gái tơ rồi chơi trò bắt cá hai tay điệu nghệ nữa. Cũng tại cái vụ uống kích thích tố Premarin quá liều lượng nên phải quơ cào lung tung beng đó thôi.

Bình cười, nói quá. Bình chắc bà Seaman phải buồn lắm, phải... nhớ Bill Grant nên mới phờ phạc, hốc hác ra thế.

Nhưng Bình lầm. Tháng sau bà Seaman tỉnh bơ dẫn Hủ-lô Martin tới để Bình có một bệnh nhân mới toanh.

Vậy thì mối tình già Seaman-Bill vẫn tuồng thật hay sao?

Bà Seaman vừa ra khỏi cửa là bà y tá già "búa" liền:

- Đấy, tôi nói có sai đâu. Bắt lung tung. Premarin ngày 2-3 cữ là thành Super-Girl mấy hồi.

Bình phì cười:

- Bà này chỉ phóng đại. Premarin có phải là thuốc cải lão hoàn đồng đâu. Thì già, cô đơn, cũng phải để cho người ta có bạn chứ.

Bà y tá không đồng ý, cứ lẩm bẩm: rõ thứ già dịch.

oOo

Bình đi Viện Dưỡng Lão Trường Xuân khám bệnh về, bà y tá chặn ngay trước cửa phòng, báo cáo ngay:

- Bác sĩ biết tin gì không?

- Tin gì? Ông Ross tái tranh cử. Kệ ông ấy.

- Xí! Ai mà để ý tới cái ông Ross, Rột đó. Bà Seaman mới phone xin khám bệnh cho hai người, sáng mai.

- Thì vẫn Seaman & Hủ-lô. Có gì lạ đâu.

- Trật lất. Cho Bác sĩ đoán lại.

- Ông Bill Grant "trở về mái nhà xưa"?

- Đúng, tái hồi Kim Trọng. Có thế chứ, tôi vẫn thương già Grant.

Bình đồng ý. Trong thâm tâm, Bình vẫn thấy tội nghiệp già Grant. Thứ nhất: ông ấy nghèo và hiền lành. Nên sau khi khám bệnh, Bình thường kiếm thuốc mẫu đưa cho ông, nhờ vậy cũng tiết kiệm được cả trăm đô mỗi tháng, một số tiền đáng kể đối với quý vị bô lão chỉ sống nhờ vài trăm đồng lương hưu ít ỏi, mà vật giá thì cứ gia tăng theo giá xăng dầu mỗi ngày. Với hoàn cảnh này ông Grant khó lòng kiếm được một roommate ngon lành như bà Seaman.

Bà Seaman chọn, ở với ai là chuyện riêng của bà ấy, Bình không ý kiến. Tuy nhiên, trong trường hợp này, nếu cần, Bình sẽ "tán vào" để họ đừng "nghỉ nhau" bất tử nữa. Ông Hủ-lô Martin, trẻ hơn Bill Grant 16 tuổi, còn nhiều cơ hội làm lại cuộc đời.

Hôm sau, bà Seaman vô trước. Bà y tá già xí xọn hỏi ngay:

- Thế cái me sừ Hủ-lô Martin ở nơi mô?

Bà Seaman ngớ ra một lúc mới trả lời:

- Lần cuối cùng tôi dẫn tới đây khám bệnh, dễ chừng 4-5 tháng trước, sau đó khoảng tuần lễ "lủy" bỏ xuống Orlando sống với một em bé Xì trẻ măng cỡ 35-36 tuổi rất là *sexy*. Rồi tôi nghe loáng thoáng từ người nhà em bé, Hủ-lô Martin bị "trúng gió" và bán thân bất toại, vô viện dưỡng lão, phục hồi rồi.

Bà y tá À một tiếng. Ra thế. Chắc là "lủy" bị thượng mã phong... Trời có mắt.

Ông Bill Grant tà tà như vẫn thế, vô sau. Bà y tá nháy mắt ra hiệu cho Bình nhìn về phía bà Seaman.

Bà Seaman hôm nay "điệu" hết xẩy. Má phấn, môi son, bóp đầm ngoại, giày cao gót và xức nước bông nước hoa Forget me not thơm lừng phòng mạch.

Chàng Bill Grant cũng không chịu thua: tóc hớt cao, áo sơ mi màu xanh lá mạ, được tô điểm thêm bằng chiếc thắt lưng to bản, có khóa đồng bóng loáng. Giày thể thao kiểu cọ Reebok thời trang thể thao. Chắc tại "chàng" tương tư "nàng" khẳm lắm nên sụt 10 lbs trong vài tháng, trông lại trẻ ra. Chàng cứ tà tà cười mỉm chi chắc là đang hạnh phúc rất là "hoành tráng". Nhìn chàng lúc này, đâu có ai ngờ chàng vừa mới bị trúng thương Tình Già một búa nặng tới nỗi tưởng nằm đo ván như Oscar De La Hoya bị Manny Pacquiao tống cho mấy trái đấm thôi sơn.

Trước khi đưa cặp tình già ra cửa, bà y tá già trao tay cho bà Seaman một bao thơ.

Bà mở ra đọc, xong, đưa cho Bill Grant. Thư là một tấm *carte* màu hồng, ghi rằng:

"Welcome home - Happy Anniversary!"

Dr. Bình & Staff.

Thì ra, họ đã chia vui sẻ buồn với nhau được một năm rồi.

Bà Seaman lấy khăn ra vẫy và chùi nước mắt. Ông Grant nắm chặt tay bà đi ra, khép cửa lại.

**Nguyễn Đức An**

sách tác giả ký tặng
là món quà tinh thần
sách người mua gởi tặng
có thêm mùi kim đồng
sách được tặng tặng lại
có thêm một tấm lòng
* luânhoán

# TRANG CHÂU
## TÌNH CHA

Thăm ông cụ xong, rời bệnh viện, Hương buồn rầu nói với tôi:

- Bố không nhận ra anh em mình nữa thì em nghĩ chắc... không còn bao lâu đâu.

Tôi cũng lắc đầu tán đồng:

- Bác sĩ nói thuốc men đến một lúc nào đó không còn hiệu nghiệm nữa dù có tăng liều lên mức tối đa. Anh cũng nghĩ ngày bố... đi chắc không còn xa.

Nói xong, khoác vai cô em gái, tôi từ tốn mời nó:

- Mình ghé vào quán uống nước, anh có chuyện này muốn nói với em.

Hương ngạc nhiên, ngước mắt nhìn tôi, sắc mặt hơi biến đổi. Tôi đoán nó ngại có chuyện gì không ổn giữa tôi với nó. Vào quán nước, tôi gọi cà phê, bánh ngọt. Hương ngồi cúi mặt, mắt nhìn gầm bàn, rồi nói vừa đủ cho tôi nghe, có vẻ như phân bua:

- Em nghĩ di chúc của bố mình đâu bắt buộc phải theo, chỉ cần anh em mình thỏa thuận với nhau là được.

Bây giờ thì tôi hiểu lý do vẻ lo lắng của Hương. Nó ngại, theo di chúc của bố tôi, nó sẽ được hưởng nhiều quyền lợi vật chất hơn tôi nên sợ tôi bất mãn.

Tôi trấn an cô em gái tôi ngay:

- Chuyện anh sắp nói với em không dính dấp gì tới di chúc của bố cả.

Hương nhìn tôi chờ đợi. Tôi tằng hắng hai, ba tiếng rồi chậm rãi hỏi Hương:

- Em còn nhớ thằng Luc không?

Hương sa sầm nét mặt hỏi lại tôi:

- Anh muốn nhắc tên Luc mà em từng gọi Lucky Luc?

- Chứ còn ai.

- Tên khốn nạn! Suýt nữa em tiêu đời vì nó. May mà nó lộ chân tướng, bị bắt, bị bỏ tù sớm chứ nếu không... Sao dạo đó em khờ quá! Nó nói gì cũng tin.

- Tại lúc đó cô mê cái bộ mã bên ngoài của nó quá chứ gì.

- Mà sao dạo đó em bướng thế! Gây gổ cả với anh nữa.

- Không những bướng mà bắt đầu bỏ bê học hành, phì phèo thuốc lá nữa. Anh còn sợ em rơi vào con đường nghiện ngập ma túy nếu tiếp tục dính với thằng Luc.

Hương im lặng, mím môi, cổ họng như vướng nghẹn bởi cái dĩ vãng u tối đã hơn mười lăm năm trôi qua vừa được khơi dậy. Nàng nhớ lại lần đầu tiên gặp Luc. Sau buổi học cuối cùng để nghỉ hè, Hương cùng ba đứa bạn gái hẹn nhau ở một *discothèque* để nhảy nhót, ăn mừng giã từ một năm học. Trong bốn đứa, Hương là gái Á đông duy nhất. Giữa đám thanh niên đông đảo ở hộp đêm hôm đó Luc nổi bật với cái dáng thanh cao, cặp mắt lanh lợi và nụ cười dễ bắt chuyện. Trong ba đứa bạn da trắng, Sophie đẹp nhất, khêu gợi nhất. Hương nghĩ người Luc để ý sẽ là Sophie. Nhưng không, Luc tỏ ra đặc biệt chú ý Hương. Hương cho có lẽ mình là cánh hoa lạ trong vườn hoa. Nghĩ vậy Hương vừa cảm thấy vui vui vừa hãnh diện. Một cô hầu bàn đến trước mặt Hương đưa một ly bia, tay chỉ về hướng Luc, và nói:

- Cái ông mặc áo vét xám có mái tóc bạch kim mời cô ly bia này và ngỏ ý muốn làm quen với cô.

Con Anne đứng cạnh cảnh báo:

- Bia rót ra ly rồi hãy coi chừng. Chúng có thể lén bỏ thuốc kích dục cho mình uống đấy.

Hương nhanh trí nói với cô hầu bàn:

- Cô về nói với người mời bia tôi rằng tôi chỉ uống bia còn nguyên trong chai.

Cô hầu bàn đi về hướng Luc đứng, ghé miệng nói gì vào tai anh ta. Hương thấy Luc cầm ly bia định mời nàng ban nãy, nhìn nàng mỉm cười rồi đưa lên miệng nhấp mấy hớp. Sau đó anh ta chờ cô hầu bàn mang ra một chai bia chưa khui, rồi đi theo sau cô ta đến gặp Hương. Thế là Hương quen Luc. Luc nhảy hay, ăn nói khéo. Luc nói với Hương anh ta là điều hợp viên của một chi nhánh viễn thông.

- Em nghĩ gì vậy ?

Nghe tôi hỏi Hương giật mình. Nàng lẩm bẩm:

- Cũng may khi tin thằng Luc bị bắt bố không hay biết em đang bồ với nó.

Tôi vói tay cầm tay Hương, nhìn thẳng vào mắt em tôi và nói:

- Bố biết hết. Chính bố đã cứu em đấy. Lúc đó, chính cả anh cũng không hay bố đã biết em quen thằng Luc. Sau này chính bố nói ra anh mới biết. Chuyện anh tính nói với em hôm nay chính là chuyện đó. Bố là người đã cứu em ra khỏi tay thằng Luc. Nói ra để em biết bố thương con, âm thầm hy sinh cho con như thế nào. Em còn nhớ hôm đài truyền hình rồi sáng hôm sau hàng loạt báo chí loan tin cảnh sát ập vào một ổ điếm trá hình bắt trọn chủ chứa, gái mãi dâm và khách làng chơi. Chủ chứa là Luc thì em đã biết nhưng điều em không biết trong số khách làng chơi bị bắt hôm đó có cả bố.

Hương thảng thốt kêu:

- Trời ! Sao bố lại có mặt ở hang động đó?

Tôi đưa ngón tay trỏ lên lên miệng mình ra dấu Hương ngưng hỏi:

- Nghe anh kể tiếp. Trước khi đến đó bố đã báo cảnh sát. Chính bố là người đã hướng dẫn cảnh sát đến địa điểm ổ điếm trá hình để cảnh sát ập vào bắt quả tang. Bố phải làm khách làng chơi để thằng Luc không nghi ngờ. Hôm đó bố hoá trang: đội tóc giả, đeo ria mép.

Anh còn nhớ, chừng một tháng sau khi biết thằng Luc là thằng ma cô, em tỉnh ngộ, thay đổi hẳn cuộc sống: bỏ đi chơi đêm, bỏ hút thuốc lá, chăm chỉ học hành trở lại cho đến khi tốt nghiệp đại học. Thật tình anh lúc đó cũng không thấy được liên hệ giữa tin thằng Luc bị bắt và em thay đổi nếp sống. Anh chỉ mừng mà không tìm hiểu nguyên do, vì cả anh khi ấy cũng không hay biết gì chuyện em bồ bịch với thằng Luc. Chuyện bố làm anh cũng tình cờ mà hay biết. Một hôm anh vào phòng bố tìm kiếm xem bố có lấy nhầm cái mũ bêrê của anh không. Lục lọi các ngăn, anh bắt gặp một bộ tóc giả và một bộ ria mép. Anh thắc mắc không biết bố dùng mấy thứ này vào việc gì. Thú thật lúc đó anh có ý nghĩ xấu bố hóa trang để làm một chuyện không đứng đắn. Ý nghĩ đó ray rứt anh. Anh đánh liều hỏi bố. Tưởng bố sẽ tức giận la mắng anh tội tò mò lục lọi đồ của bố. Nhưng không, bố hiền từ nói với anh:

- Nay con tình cờ thấy những vật này thì bố kể cho con nghe việc bố đã làm để tránh mọi hiểu lầm. Nhưng con phải hứa với bố một điều: Chỉ cho em Hương con biết chuyện khi bố không còn trên thế gian này nữa. Con biết không, khi thấy em con bắt đầu xao lãng chuyện học hành, đi chơi đêm, bố đã âm thầm theo dõi, để thấy đêm đêm nó thức khuya ngồi trước computer. Chờ dịp nó chỉ cho máy ngủ chứ không tắt rồi đi ngủ, bố mở máy đọc những vi thư trao đổi giữa nó với bạn bè của nó. Nhờ đó bố biết nó quen thằng Luc, thấy cả hình thằng Luc. Bố còn biết nó âu yếm gọi thằng Luc bằng biệt danh ''Lucky Luc yêu dấu''. Bố cân nhắc, nếu lên tiếng can ngăn hay la mắng nó, có thể nó bỏ nhà ra đi. Ở xứ này, con gái tới tuổi đó có đứa rất liều lĩnh. Hơn nữa bố nghĩ, nếu thằng Luc là con nhà đàng hoàng, thì liên hệ tình cảm của chúng nó cũng không có gì đáng lo. Bố chỉ sợ nó chơi với bạn xấu thì dễ hư hỏng. Nhưng, như con biết, càng ngày càng thấy những dấu hiệu xấu trong cuộc sống của Hương. Bố nhớ có lần chính con cũng lên tiếng la nó đi chơi đêm về khuya. Nó không sợ mà còn sừng sỏ với con nữa. Bố chỉ buồn tiếc mẹ hai con mất rồi, giá bà còn sống, bà có thể gần gũi con Hương để chăm sóc và khuyên bảo nó.

Một hôm rất tình cờ, không biết tình cờ này là một điều may mắn hay là một ân sủng ơn trên ban cho gia đình mình mà bố đọc ở mục nhắn tin của một tờ nhật báo mấy dòng chữ sau đây: ''Bạn muốn có người đẹp hấp dẫn, chiều chuộng thì liên lạc với Lucky Luc ở số điện thoại sau đây...". Bố giật mình tự hỏi Lucky Luc này với "Lucky Luc yêu dấu" của con Hương có phải là một? Và bố đã gọi số điện thoại Lucky Luc cho. Bố đã đến địa điểm nó hẹn. Đó là một ổ điếm trá hình. Và Lucky Luc chủ chứa đúng là Lucky Luc yêu dấu của con Hương. Bố phải đóng vai khách làng chơi cho nó không nghi ngờ. Bố có linh cảm thằng Luc không thương yêu gì con Hương cả. Nó đang kiếm cách đưa con Hương vào đường mãi dâm.

- Bằng cách nào ?

Anh đã hỏi bố như thế. Và bố trả lời:

- Theo những điều tra của cảnh sát mà bố đọc trong tờ tuần báo "Điều Tra" thì những tay ma cô như thằng Luc sẽ áp dụng một trong ba thủ đoạn sau đây: Hoặc nó dùng tình cảm làm em con mê muội, chiếm đoạt thể xác, sau đó nó sẽ phục rượu hay cho em con uống thuốc ngủ rồi cho đám tay chân của nó hiếp dâm tập thể em con. Khi biết mình đã qua tay nhiều gã đàn ông, em con sẽ dễ dàng rơi vào đường mãi dâm. Hoặc Luc sẽ dần dần biến em con thành một người nghiện ma túy để rồi sau đó muốn có tiền để tiếp tục mua dùng ma túy em con không còn chọn lựa nào khác là làm gái mãi dâm. Thủ đoạn cuối cùng là dùng vũ lực áp chế, dọa nạt nếu em con chống đối hay tìm cách thoát thân. Chúng sẽ bắt nhốt em con và ép tiếp khách ngày đêm...

Để biết toan tính của Luc, bố hỏi dò nó:

- Tao muốn "vui vẻ " với một em Á đông, mày có ai không?

Nó cười trả lời bố:

- Sắp có một em Á đông, thơm lắm.

Nghe nó nói vậy, bố tin nạn nhân Á đông trong tương lai gần sẽ là con Hương chứ không ai khác. Cho nên bố quyết định ra tay trước. Bố đi báo cảnh sát. Và như con đã biết, cảnh sát đã ập vào bắt quả tang cái ổ mãi dâm trá hình của thằng Luc. Cảnh sát đã không chụp hình bố, gọi bố bằng một cái tên giả. Phần bố thì bố vẫn hóa trang với bộ tóc và ria mép giả. Biết là nguy hiểm nhưng vì thương con nên bố không có chọn lựa nào khác.

Hương ôm mặt, nước mắt ràn rụa. Tôi ngưng kể, lấy cái khăn lau tay giấy đưa cho nó chấm nước mắt rồi nói nhỏ:

- Thôi mình về.

Hương run rẩy bước bên tôi. Tôi đưa cánh tay choàng vai nó dìu đi, như một cặp tình nhân cho người chung quanh không để ý.

Trên đường ra xe, Hương bỗng nói, giọng khẩn khoản:

- Em cầu xin lần tới vào thăm bố, bố bỗng tỉnh lại, nhận ra em. Em sẽ quỳ bên giường, ôm hôn tay bố và nói với bố rằng: "Bố đã cứu con, con thương bố lắm."

**Trang Châu**

## ĐẶT MUA DÀI HẠN
### Tạp chí NGÔN NGỮ
#### Phát hành 2 tháng 1 kỳ

**Ở Hoa Kỳ:**

$120 US/1 năm
$20 một số
Liên hệ: Lê Hân, han.le3359@gmail.com - tel: (408) 722-5626

**Ở Canada:**

$138 CAD/1 năm
$25 một số
Liên hệ: Lê Hân, han.le3359@gmail.com - tel: (408) 722-5626

**Ở Pháp:**

Mua qua www.amazon.fr
Liên hệ: Lê Hân, han.le3359@gmail.com - tel: (408) 722-5626

**Ở Đức:**

Mua qua www.amazon.de
Liên hệ: Lê Hân, han.le3359@gmail.com - tel: (408) 722-5626

**Ở Việt Nam:**

150.000 đ một số
Liên hệ: Nguyễn Thành, vanhocunescom@gmail.com
tel: (84) 0903385141

# NGUYỄN ĐÌNH PHƯỢNG UYỂN
## NHỎ

Sang thăm ông cụ. Một công đôi ba chuyện, tính gặp lại vài người bạn thân, bèn gọi điện nhưng ai cũng bảo bận việc gia đình. Nhỏ ở "group chat" do ông thầy tạo ra. Nhóm này, kể cả thầy, xôn xao, bàn tán đủ thứ trên đời. Ông thầy sáng sáng đi đánh banh, ăn hủ tiếu cũng chụp hình cho học trò xem; riêng nhỏ, hiếm khi lên sóng, chẳng trả lời trả vốn.

Tôi và nhỏ liên lạc được với nhau trên "phây". Nhỏ là người giúp tôi kết nối với thầy cũ. Nhỏ nói khi nào sang Mỹ, nhớ báo để tụi mình gặp nhau. Tôi ừ hữ, lòng vui vui nhưng hiểu điều ấy không dễ xảy ra.

Láu táu trong group rằng sẽ bay qua Mỹ vài ngày tới, nếu nhỏ đọc được – khó lòng – và thực sự muốn tao ngộ thì... tôi đây! Việc mình, mình đi, chả trông chờ, chả hy vọng gặp gỡ.

Vài ngày ở xứ cờ hoa, thấy trên "group chat" nhỏ hỏi, "Vậy Uyển đang ở Mỹ?" Tôi gọi, nhỏ liến thoắng, "Đi mấy ngày? Với ai? Hôm nào bác ra mắt sách?..." Tôi đáp trả lốp bốp. Tự dưng nhỏ bảo chờ chút rồi ngắt điện thoại, hai mươi phút sau nhỏ phôn:

- Tui book vé xong rồi đó. Mai gặp bà.

- Hả?

Trời đất, tôi không ngờ bạn tôi nói chơi, làm thiệt. Nó cũng có mẹ già phải chăm sóc, chồng con lủ khủ để nấu nướng, dọn dẹp như bao người khác, thế mà nó bỏ hết để đi gặp tôi, nể!

Nhỏ là bạn cùng học với tôi lớp Ba, Bốn, Năm ở trường tiểu học Hàn Thuyên. Ghê chưa? Bé tí tì ti. Nhỏ hiền lành, dịu dàng nên mẹ tôi hay bảo, "Con phải bắt chước nó." Chém chết tôi cũng không thể hóa thân thành cô Tấm. Nhẹ nhàng, nhỏ nhẻ được vài hôm rồi đâu lại vào đấy, mẹ thất vọng ghê lắm.

Đã một lần nhỏ can ngăn tôi, không được ăn hiếp con bạn cùng tổ, tôi làm càn, thế là nhỏ rủ cả đám nghỉ chơi tôi luôn. Nhớ hoài vì đó là đám múa may quay cuồng, chơi bán hàng bán họ mỗi ngày của tôi, tự nhiên chúng nó dông hết, hè năm đó tôi lủi thủi một mình, buồn ghê gớm.

Lên cấp Hai, mỗi sáng sớm sáu bảy đứa kể cả nhỏ và tôi, ríu rít cùng đạp xe đến trường, giờ chơi chia cho nhau miếng bánh mì, quả ổi, cây kem... dù một đứa học Anh Văn, đứa kia Pháp văn. Tan trường, cả đám í ới cong đít đạp xe ngoài xa lộ thênh thang, bữa nắng thì nắng chang chang, mặt đường lấp lóa bốc hơi nước, bữa mưa thì mưa tầm tã, gió lồng lộng, thổi đứng xe lại, có bữa xe đổ vào nhau té lăn cù.

Chơi trong trường chưa đã, nhỏ, My Na và tôi còn là bạn hàng xóm trong làng. Ba đứa hẹn hò ngày nào trong tuần sẽ mặc đầm, ngày nào quần đùi, đồ bộ... dung dăng dung dẻ ngoài đường để thiên hạ biết mình là bộ ba không thể tách rời. Nói gì thì nói, ít khi nhỏ được đi chơi vì mẹ nhỏ khó, bắt học hành, bắt làm việc nhà suốt. Nhỏ lại là chị cả, trông em thôi cũng hết ngày. Mẹ nhỏ sống bằng việc làm búp bê vải, vẽ tranh thạch cao, thêu bao tay em bé... Nhờ vậy nhà nhỏ không héo như nhà mình. Nhỏ thường ra hồ An Phú bơi, bảo để mau đói, ăn cơm nhiều cho ba mẹ vui. Tôi ngạc nhiên hết sức, vì tôi ăn như hạm dù không bơi, điều quan trọng là chả thấy bố mẹ mình hài lòng chi cả.

Chúng tôi lớn lên, chả gần nhau nữa. Nhỏ đi Mỹ định cư lúc nào, tôi không biết.

Nhờ Facebook chúng tôi nối kết lại. Hôm nay trên điện thoại, nhỏ kể vô tình dọn dẹp nhà cửa, thấy mấy bản nhạc viết tay của bố gửi ba mẹ nhỏ gần bốn mươi năm trước, nhờ cầm ra nước ngoài phổ biến. Ngoài sân bay, hải quan Việt Nam lục xét hành lý, nếu chúng bắt được thì cả nhà nhỏ không những vuột chuyện đi Mỹ mà còn có thể bị bỏ tù, ba mẹ nhỏ nín thở nhìn nhau nhưng mấy bản nhạc đã được cuộn chung với đống tranh ảnh, giấy má nên thoát. Nhỏ hẹn sẽ đưa chúng lại cho bố khi gặp lại, ly kỳ !

Em tôi hỏi có cần đi đón chị không? Kêu chị về đây ở chung với mình luôn. Thân tôi còn nương nhờ ở đậu, làm sao tôi sắp xếp cho bạn, nhất là ở một đất nước lạ hoắc. Tôi bảo để nhỏ tự xử. Không hỏi gì hết có nghĩa là nhỏ đã tính trước sau rồi.

Ngày ra mắt sách, tôi lu bu với bố, với khách khứa. Nhỏ đáp máy bay, xuất hiện vào đầu bữa, kịp tham dự trọn buổi tiệc. Tôi ôm lấy nhỏ, mấy chục năm rồi mà nhỏ vẫn gầy gầy, tóc ngắn. Tay bắt mặt mừng xong, tôi để nhỏ một mình, vào trận tiếp với ông cụ. "Cứ lo cho bố đi. Lát nói chuyện sau," nhỏ nói, tay đẩy tôi ra xa làm tôi thầm cảm ơn nhỏ, lòng áy náy vô cùng.

Tôi lăng xăng chạy qua chạy lại, chụp được với nhỏ vài tấm hình, trong đó có một hình toàn dân Làng Báo Chí, cỡ chục mạng, gia đình tôi thôi là năm người, quý chưa?

Cuối buổi, khách khứa ra về, nhỏ và tôi xoắn lấy nhau, nhỏ thở hắt, cốt cầm theo mấy bản nhạc cho bồ mà lại quên, lục hết trong va-li chả thấy đâu, tức dễ sợ. Chán nhỏ thiệt, nhưng thôi, miễn còn là tốt, gửi sau cũng được.

Cả nhà kéo nhau đi ăn phở, thấy nhỏ chuyện trò với đại ca Đinh Quang Anh Thái và đại tỷ Nhã Lan giòn giã, tôi khâm phục quá xá, mới quen mà nhỏ tự tin đối đáp, trong khi chính mình vẫn ngại ngùng dù đại ca và đại tỷ quen biết bố từ lâu, riêng đại ca là người sắp xếp chương trình cho bố hôm nay.
Tối đó tôi hỏi:

-   Bồ quen anh Thái hồi nào?

-    Có quen gì đâu. Nhỏ lắc đầu.

-   Sao nói chuyện rôm rả vậy?

- Vui mà.

-   Tưởng ảnh nổi tiếng quá nên bồ biết?

- Tui ngại làm quen với người nổi tiếng, sợ bị nói thấy sang bắt quàng... mà ổng là ai vậy?

Tôi lăn ra cười, bạn mình ngờ nghệch hết sức. Vụ này phải phỏng vấn Đinh Quang Anh Thái xem làm chương trình truyền hình thế nào mà một mạng ở đất Mỹ gần bốn mươi năm, nói tiếng Việt rành rọt lại không biết gì về Đinh tiên sinh thế.

Nhỏ bàn, đã mướn nhà, muốn qua ở chung với nhỏ tối nay cũng được, mai nhỏ chở đi chơi.

Có thế mới ra cư dân Mỹ quốc chứ! Nhỏ thuê luôn xe pháo để đi lại dễ dàng, khác gì nhỏ đón tôi về nhà riêng, ấm áp! Em tôi lo lắng việc đưa đón, phòng ốc cho nhỏ bằng thừa.

Tối, hai đứa dẫn nhau đi ăn cháo. Với nhỏ, tới Little Saigon mà không săn lùng các món ăn thì phí của.

Cả đêm chúng tôi nằm ôn lại chuyện trường lớp, thầy cô, chuyện Làng Báo Chí, mắt mở không lên mà mồm vẫn lép nhép mãi.

Sáng, hai đứa ra vườn, ngồi dưới tàn cây râm mát, bốc phét, chụp vài tấm hình rồi ra biển chơi. Nhỏ nói tối nay muốn ngủ với nhỏ nữa không, trưa mai nhỏ bay về. Tôi ngập ngừng, thôi để mình qua bố, không dành thì giờ thêm cho nhỏ được. Nhỏ thông cảm ngay, bảo hiểu mà. Mình thương con bạn ghê luôn. Nó biết mình bận bịu, biết mình ưu tiên cho gia đình nhưng nó vẫn bay tới dù gặp mình ba sồn bốn sực...

Ra sân bay, nó gọi điện, "Biết sao không? Lúc trả xe, lục kỹ trong ngoài, thấy mấy bản nhạc của bác để trong cốp trước mặt. Rõ ràng tui nhớ có đem theo mà, chán thiệt. Về đến nhà tui sẽ gửi bưu điện cho bồ hén."

Một ngày một đêm với bạn, cả đoạn đời ấu thơ quay lại. Nhỏ cứng cáp, nhanh nhẹn hơn hồi bé - chắc chắn rồi – nhưng nụ cười vẫn nguyên thế. Hành lý mang về nước hôm nay có thêm nụ cười của nhỏ đó, biết không?

**Nguyễn Đình Phượng Uyển**
*18/05/22*

**VÕ PHÚ**

## CON GÀ MÁI VÀNG

Tuấn lảng vảng trước ngõ nhà thằng Lượm, nhưng không thấy bóng dáng nó đâu. Hôm nay Lượm hẹn với Tuấn sẽ cùng nhau đến nhà ông Ẩn mua gà về nuôi.

Mấy tháng hè qua Tuấn chăm chỉ hái rau, mót củ, vớt bèo hay cắt rau gốc giúp người ta ở ngoài đồng để dành tiền mua gà. Trong đầu Tuấn đang nghĩ đến hình ảnh gà mẹ dắt đàn gà con ríu rít trước sân nhà làm lòng Tuấn lâng lâng vui sướng. Tuấn đang chìm trong những suy nghĩ của mình, bỗng giật mình khi nghe tiếng thím Tám, má của Lượm, gọi:

- Tuấn... Bây đi đâu mà lởn vởn trước ngõ vậy? Tìm thằng Lượm phải không hè?

Tuấn ấp úng:

- Dạ... Dạ... Thím Tám... Có Lượm ở nhà không thím?

- Nó ở trỏng kìa. Đang ngủ như heo. Chắc hồi khuya ăn trộm hay gì...

- Dạ. Con cám ơn thím. Thôi con dìa. Chút nữa con qua.

- Mà bây tìm thằng Lượm có chi không? Để tao kêu nó dậy?

- Dạ không gì đâu thím. Con rủ nó lên đường cái quan mua gà về nuôi thôi chứ hổng có gì gấp.

- Mua gà? Mà gà gì?

- Dạ con để dành tiền tính nhờ thằng Lượm dẫn con lên nhà ông Ẩn mua con gà mái về nuôi kiếm trứng cho vui đó thím.

- Ờ... Ờ... Vậy để tao kêu nó dậy. Nó ngủ như heo... Ngủ ngày để đêm phá làng chứ ích chi.

Nói xong thím Tám đi vô nhà gọi lớn:

- Lượm... Lượm... Dậy... Dậy... Mày hẹn với thằng Tuấn con bà cô sao chừ còn ngủ như heo vậy?

Tuấn đi vào trước hiên nhà thằng Lượm để chờ nó dậy. Thằng Lượm ngáp ngắn ngáp dài, vươn vai, nhìn nó hỏi:

- Mày tới sớm vậy?

- Sớm đâu mà sớm, hơn ba giờ rồi còn sớm gì?

- Ờ... Mày chờ tao chút. Để tao ra sau hè rửa cái mặt đã. Mà mày để dành đủ tiền chưa? Chứ tao không cho mượn đâu à nha.

- Ừa tao nghĩ chắc đủ. Mà lần này mày có mua không?

- Mua thêm một hai con gà cồ nữa chứ con lần trước đá yếu xìu. Không đã gì hết. Ừa mà mày mua gà về đá giống tao hả?

- Không... Tao mua gà mái về nuôi lấy trứng.

- Chán mày thiệt. Mua gà cồ về nuôi, coi nó đá sướng con mắt chứ gà mái làm gì?

- Thì tao mua gà mái về cho nó ấp mai mốt cũng có gà trống.

- Ừ sao cũng được. Thôi giờ mình đi.

Từ xóm chài chúng tôi ở đến nhà ông Hai Ẩn cũng hơn nửa giờ đi bộ. Con đường làng vào mùa này không còn những cơn nắng chói chang, oi ả. Những tia nắng vàng nhè nhẹ thêm chút gió bụi mỗi khi một chiếc xe thoáng qua không làm cho Tuấn khó chịu như những lần trước gánh rau lên chợ xã để bán. Sau khi băng qua con đường quốc lộ số Một, rồi qua đường ray xe lửa, nhà ông Ẩn ở dưới ngọn đồi trồng đầy bắp. Hoa bắp thẳng tắp dựng đứng như những ngọn cờ lau. Gió hiu hiu thổi từ cánh đồng qua, mang cho người ta một cảm giác dễ chịu. Tuấn quay qua hỏi Lượm:

- Mày nghĩ gà mái với gà cồ giá có khác nhau không?

- Tao không biết. Chút nữa mày hỏi ổng. Mà mày có bao nhiêu?

- Mười ngàn đồng.

- Ừa... Chắc đủ. Con gà giò hôm trước tao mua cũng có bảy ngàn. Biết đâu gà mái rẻ hơn.

- Tao hy vọng vậy.

Hai đứa con trai mười bốn đứng trước sân vườn gọi lớn:

- Ông Hai ơi... Ông Hai có ở nhà không?

Người đàn ông trung niên khỏe khoắn từ trong nhà đi ra chào:

- Hai đứa bây tìm tao có chuyện gì?

Tuấn trả lời:

- Dạ... Tụi cháu tìm mua gà về nuôi.

Thằng Lượm quay qua Tuấn, chỉ vào Tuấn, rồi chen vào:

- Hôm trước tui có mua con gà giò của ông, hôm nay tui dẫn thằng này tới mua thêm. Ông không nhớ tui hả?

- Ờ... Tao nhớ rồi. Con gà của mày lớn bộn chứ?

- Cũng lớn, nhưng nó đá dở quá. Hôm nay ông tìm bán cho tui con khác, biết đá hay hay chút.

- Ờ... Còn thằng này mua gà gì?

- Dạ chú bán cho con một con gà mái tơ. Mà một con bao nhiêu vậy chú?

- Tao bán rẻ cho mày tám ngàn. Nhưng tụi bây phải chờ tới xế chiều mới bắt được.

- Dạ...

- Ừm... Mà nhớ tìm cho tui con chiến nha. Chứ con bèo bọt tui không thích đâu.

Nói rồi Lượm quay qua nhìn Tuấn hỏi:

- Tuấn, từ giờ tới xế cũng còn lâu. Mày tính sao? Ở chờ hay chút quay lại?

- Thôi chờ đi mày. Chứ về rồi quay lại mất thời gian và mệt lắm.

- Ừa.

Lượm quay qua ông Hai Ẩn hỏi:

- Ông Hai cho bọn tui ở đây chờ được không? Tụi tui ngồi đằng trước, dưới gốc mít chờ xế để ông bắt gà.

- Ừa.

Hai đứa nhỏ ra trước hiên ngồi chờ mặt trời xuống. Nhà ông Hai Ẩn nằm dưới lòng đồi. Mặt trước của ngôi nhà hướng về đường quốc lộ số Một, sau đường ray xe lửa. Ngôi nhà tôn và ván gỗ, dựa lưng về phía núi Bạc, rất riêng biệt cách xa phố chợ. Hai đứa nhỏ ngồi nhìn trời mây và nói chuyện chờ thời gian trôi qua.

Ông mặt trời lúc này đang dần lặn xuống phía dãy núi Bạc, bên kia rẫy bắp. Bầu trời màu vàng ruộm. Cụm mây đỏ hồng lơ lừng di chuyển về hướng mặt trời. Những chú chim mỏi cánh sau một ngày bay lượn kiếm ăn cũng gấp rút tìm về tổ. Đàn gà cũng ríu rít tụ lại trước sân nhà. Một vài con còn nán lại để bới tìm thức ăn dưới đám bắp ngõ hầu nhét vào cái diều đã căng cứng trước khi về chuồng. Mặt trời vừa chìm sau núi, bóng đêm bao trùm cả ngọn đồi.

Đàn gà ríu rít kêu. Ông Hai từ trong nhà đi ra. Tay ông cầm cái đèn pin, rọi vào hai đứa chúng tôi, nói:

- Hai đứa bây đi theo tao ra sau chuồng bắt gà.

- Ừa...

- Dạ...

Ông Hai rọi đèn vào chuồng gà. Trong chuồng, bầy gà lim dim mắt ngủ trên những cây sào bắt ngang. Ông Hai rọi vào chúng và nói:

- Hai đứa bây chọn con nào?

Thằng Lượm lên tiếng:

- Thì ông chọn giùm bọn tui đi. Chứ bọn tui đâu biết ông bán con nào.

- Dạ, bác Hai bắt cho con con gà mái tơ chứ đừng bắt gà trống thì con nào cũng được.

- Ừa, vậy để tao chọn cho thằng này con gà giò. Mày nuôi chừng non tháng là nó sẽ đẻ trứng.

- Dạ con cám ơn bác Hai.

- Còn thằng này, con gà chọi kia được không?

- Con đó nhìn giống gà nuốt dây thun quá đi. Ông bắt cho tui con kế bên được không?

- Con đó gà nòi, tao lấy mười lăm ngàn. Mày mua không?

- Mười lăm thì mười lăm. Ông bắt con đó cho tui nhe.

- Ừa.

Tiếng quác quác và đàn gà bay nhảy tung, loạn cả khu vườn yên tĩnh. Lông gà bay tứ tung. Ông Hai Ẩn tóm hai chân con gà cồ nòi lại đưa cho thằng Lượm rồi nói:

- Mày cầm giùm tao. Nắm chặt chứ nó xổng là không biết đường đâu mà lần.

- Tui biết rồi mà.

Đợi cho đàn gà im lại, ông rọi đèn vào chuồng và bắt thêm một con gà mái tơ cho Tuấn.

Sau khi trả tiền xong, mỗi đứa ôm một con gà quay về xóm chài. Về đến ngã ba đường, Lượm nói:

- Mày về nhớ nhốt nó vài ngày cho quen chuồng rồi mới thả ra chứ không nó đi lạc là mất toi đó.

- Ừa. Tao biết mà. Tao có làm cái chuồng cho nó rồi.

Sáng hôm sau, Tuấn thức dậy thật sớm chạy ra coi con gà mà mình mua hôm qua. Con gà choi choi có bộ lông vàng óng, đôi chân như màu nghệ nhìn rất khỏe khoắn.

Từ hôm mua được con gà mái tơ về Tuấn không còn rong chơi như mọi khi.

Buổi sáng, trước khi đi học, Tuấn lấy cho nó ít gạo, rau muống và ít nước bỏ vào chuồng. Đi học về, Tuấn đi thẳng ra sau nhà để nhìn con gà và lấy thêm thức ăn cho nó. Nhốt con gà mái tơ được một tuần lễ, Tuấn mới mở cửa ra cho nó quen dần. Ban đầu nó chỉ đi quanh quẩn gần chuồng, nhưng đến trưa thì đã đào bới tung cả góc vườn nhà Tuấn.

Mỗi khi thấy Tuấn đi học về, nó chạy lại bên chân xin ăn. Một ngày cuối tháng Mười, Tuấn dậy rất sớm để chuẩn bị đi học, áo len mũ trùm kín mít vì trời trở lạnh. Tuấn không thấy con gà mái vàng chạy theo chân đưa nó đi học như mọi khi. Nhưng vì sợ trễ học, nên Tuấn cũng không để ý.

Trưa hôm đó, Tuấn đi học về. Đến nhà, Tuấn vào nhà bốc một nhúm gạo cho con gà ăn. Gọi một hồi, con gà mái mới chạy tới. Vừa chạy vừa bay, nó kêu cục ta cục tác náo loạn cả buổi trưa. Mẹ của Tuấn nghe vậy nói:

- Chắc là nó đẻ rồi. Con ra sau chuồng coi thử phải không? Mấy hôm nay mẹ thấy nó nằm ổ hoài...

- Dạ.

Tuấn vội chạy ra sau hè, đưa mắt nhìn vào ổ rơm. Một cái trứng tròn vo, màu nâu vàng trong tổ rất dễ thương. Tuấn háo hức chạy lại khoe với Mẹ:

- Mẹ ơi, con gà mái vàng đã đẻ rồi. Một trái trứng.

- Ờ... Vậy là có trứng gà so rồi. Để mai mốt nhiều nhiều mẹ sẽ luộc cho ăn.

- Dạ không... Con không muốn ăn. Con muốn cho nó ấp gà con.

- Thôi đi ông ơi... Trứng gà so ấp không được đâu. Muốn ấp thì để lứa sau rồi ấp.

- Sao vậy mẹ? Sao không ấp trứng gà so?

- Vì trứng nhỏ lắm. Nếu ấp ra con thì chúng cũng yếu ốm, khó nuôi. Ít ai mà ấp trứng gà so.

- Vậy phải chờ lứa tới lận hả mẹ?

- Ừa, phải chờ thôi con.

Cứ đều đặn mỗi ngày, con gà mái vàng đẻ một trứng. Sau gần một tháng cũng hơn một chục trứng thì nó bắt đầu nằm ổ. Nó không chịu đi tìm thức ăn mỗi ngày mà chỉ nằm ì trong tổ. Mỗi lần Tuấn đến gần nó lại xù lông dựng đứng lên để bảo vệ cái ổ của mình. Mẹ Tuấn nói với cậu rằng nếu úp ổ của nó vài ngày để cho nó quên đi và sẽ tiếp tục đẻ lứa khác.

Vài ngày sau, con gà mái vàng dường như quên chuyện ấp trứng. Nó bắt đầu đi tìm ăn và chạy nhảy vui vẻ như trước. Thấy vậy, Tuấn lấy rơm lót lại ổ cho nó. Lần này, Tuấn sẽ cho con gà mái vàng ấp trứng để có một đàn gà con chim chíp như mơ ước của mình.

Thời gian trôi qua...

Lứa này, con gà mái đẻ được mười bốn trứng rồi ấp. Mỗi ngày trước khi đi học, Tuấn đều ra cho con gà mái ăn cũng như coi nó ấp trứng. Gần cả tháng chờ đợi, Tuấn cũng thấy được đàn gà con như mơ ước.

Mười bốn cái trứng, nhưng chỉ nở được mười con gà con. Bốn trứng còn lại chắc do thiếu trống hay gì đó nên không thành con. Nhìn những chú gà con xinh đẹp, lòng Tuấn rộn ràng hẳn lên. Con gà mái vàng là một bà mẹ biết chăm con. Với bộ lông dày ấm áp để che chở cho đàn gà con. Những chú gà con lon ton chạy theo mẹ như những cục bông di động trước sân nhà trông rất dễ thương. Mỗi lần gà mẹ cất tiếng gọi, các chú gà con chíp chíp chạy theo sau. Gà mẹ dùng chiếc mỏ cứng cáp của mình cùng với đôi chân chắc khỏe bới tìm trong đám cỏ những phần thức ăn nuôi đàn con. Các cô chú gà con cũng bắt chước mẹ mà làm theo trông thật là đáng yêu. Mỗi lần gà mẹ tìm được giun đất, nó gọi đàn con đến và chia cho các con. Gà mẹ không mớm mồi cho con như kiểu chim non. Mỗi khi tìm được thức ăn, nó đều mổ nhỏ và thả xuống trước mặt đàn con.

Một thời gian sau, đàn gà của Tuấn lớn lên, nhưng chỉ còn lại được sáu con. Chắc do đất cát ở xóm chài này không thích hợp với việc nuôi gà, hay do thiếu chất dinh dưỡng nên sáu con gà con của Tuấn, con nào cũng vẹo xương, co giật đi đứng không vững. Mặc dầu Tuấn nghe lời người ta chỉ bày và cho đàn gà con ăn thêm ớt tỏi để giúp chúng phòng ngừa bệnh dịch, nhưng con nào cũng chệnh choạng như có tật ở chân. Nhìn đàn gà chệnh choạng, Tuấn buồn lắm, nhưng không biết làm sao. Thấy vậy, mẹ Tuấn nói:
- Thôi con ráng nuôi thêm vài tháng nữa cho lớn rồi bán cho người ta làm thịt. Con lấy tiền đó mua con khác về nuôi lấy trứng. Chứ đất ở đây chắc không nuôi gà thả được con ạ.

Nghe mẹ nói vậy, Tuấn buồn lắm, nhưng không biết làm sao. Mấy tháng sau, Tuấn bán lứa gà đầu tiên cũng là lứa gà cuối cùng. Từ sau đó, Tuấn không còn cho con gà mái vàng ấp nữa.
Con gà mái vàng của Tuấn nuôi được vài năm, đẻ được cả trăm quả trứng.

Bỗng một ngày, Tuấn không thấy nó lai vãng trước sân như mọi khi, nên Tuấn ra chuồng coi.

Ở trong chuồng, xác nó cứng đờ, nằm bất động. Trên lưng con gà là một vết chém dài với vết máu đã khô cứng.

**Võ Phú**

bút danh: hồn cha mẹ
ấm áp mộ bia tôi
đời thơ khiêm nhường đọng
trong chữ ký vọng trời ?!
LH

# ĐỖ TRƯỜNG
## TUYỂN TẬP 1 - VỚI SÁU MƯƠI HAI NĂM THƠ PHƯƠNG TẤN

Tôi thật vui, và cảm động, ngày 15/5/2022 này nhận được bản thảo Tuyển tập 1 của nhà thơ Phương Tấn gửi tặng. Một tuyển tập quan trọng bậc nhất trong sự nghiệp (sáu mươi hai năm) sáng tạo của Phương Tấn. Dù Tuyển tập được rút, chọn ở những thi tập đã xuất bản từ đầu thập niên sáu mươi cho đến nay, nhưng khi đọc kỹ ta thấy, dường như có sự sắp xếp chương mục, chủ đề rõ ràng. Do vậy, nội dung bố cục khá chặt chẽ, mạch lạc với những: Tình yêu đôi lứa, tình yêu gia đình, và bạn bè, quê hương, đất nước, cùng thơ thế sự xã hội xuyên suốt Tuyển tập 1 này.

Tôi yêu mến và tìm đọc Phương Tấn rải rác ở đâu đó đã khá lâu. Tuy nhiên, nhận Tuyển tập này, tôi mới được thực sự đọc ông một cách có hệ thống. Sự tiếp cận có hệ thống ấy, cho tôi nắm bắt được hồn vía tư tưởng, thủ pháp nghệ thuật cũng như diễn biến tâm lý Phương Tấn qua những biến động của đất nước, con người.

Nhà thơ Phương Tấn tên đầy đủ là Nguyễn Tấn Phương, sinh năm 1946 tại Đà Nẵng. Năm 1960, lúc 14 tuổi, ông đã bắt đầu làm thơ và viết văn. Thơ văn ông đã được đăng tải, phổ biến hầu hết trên các báo chí ở miền Nam trước 1975. Ngoài ra, ông còn làm báo, cũng như nghiên cứu và đưa võ thuật Việt Nam đến với các đấu trường quốc tế. Hiện nhà thơ Phương Tấn đang sống và viết tại California - Hoa Kỳ.

## *Ấy tim anh hé, riêng em khẽ vào

Vâng, và tôi xin mượn câu thơ *"Ấy tim anh hé, riêng em khẽ vào"* này của Phương Tấn, để làm tiêu đề cho phần viết về tình yêu cùng nỗi buồn thi nhân. Có thể nói, tình yêu và cái thuở ban đầu ấy, không chỉ chiếm vị trí số một ở Tuyển tập này, mà còn quan trọng nhất trong đời thơ Phương Tấn. Và cũng chính nó làm nên tên tuổi, hồn thơ ông.

Tôi không rõ, tình yêu đầu của Phương Tấn diễn ra như thế nào, nhưng đọc câu thơ viết cho cô gái tên Phương, năm ông 16 tuổi, cảm thấy rạo rực lắm: *"Guốc ai khuất mà hồn ai còn gõ"*. Với tôi, có lẽ đây là một trong những câu thơ tình với phép tương phản hay nhất ở Tuyển tập 1 của Phương Tấn. Và tiếng gõ của mối tình đầu ấy, chẳng biết có làm lạc hồn lạc vía cậu học trò Nguyễn Tấn Phương hay không? Nhưng xem chừng thi sĩ Phương Tấn lung linh và tự tin lắm: *"Im nghe bàn ghế thầm thì/ Nghe trong sách vở li ti là tình/ Phấn cười bảng cũng lung linh/ Mực vui chữ cũng chia tình cho em"* (Lung linh tình đầu). Từ cái lung linh, sự tự tin đó, cho thi sĩ Phương Tấn đủ can đảm hé mở trái tim mình. Song dường như, cô bé lọ lem ấy có một chút ngập ngừng chăng… Và như một tiếng gọi, dụ mời, Phương Tấn muốn em bước vào nơi cửa mở trái tim, với không gian đầy lãng mạn: *"Này này cô bé lọ lem/ Ấy tim anh hé riêng em khẽ vào/ Mình căng lều ở trong sao/ Vui nghe tình thở rạt rào hơi trăng"* (Lọ lem). Có lẽ, trái tim thi nhân vẫn chưa đủ rộng, hay cô nữ sinh chưa đủ can đảm bước đến tận cùng. Do vậy, thơ tình Phương Tấn vẫn buộc phải kẹp vào trang sách. Và Thư Xanh là một bài thơ hồn nhiên, trong trẻo, với hình ảnh ẩn dụ, lời thơ rất đẹp được viết trong cái không gian, tâm trạng ấy của cậu học trò Phương Tấn: *"Một vườn chim hót trong thơ/ Líu lo líu lít thơm tờ thư xanh/ Một tà nắng khép bên cành/ Khép trong vạt chữ xanh xanh là tình"*. Ở cái tuổi học trò như vậy, có lẽ không ai yêu đến điên cuồng, mãnh liệt, và dám viết câu thơ táo bạo như Phương Tấn. Có thể nói, đây cũng là nét đặc trưng thơ tình ở giai đoạn này của ông. Đọc nó chỉ một lần, cứ làm tôi nghĩ đến ngày còn cắp sách đến trường, và ám ảnh mãi không thôi: *"Anh quỳ lót lụa dưới chân/ Lụa thơm đầy gió cho thân là là/ Là là cánh én bay ra/ Én tha đầy mộng ngậm tà áo xuân"* (Nàng tiên).

Thuở còn đến trường, dường như Phương Tấn chủ yếu đã gửi hồn mình vào thơ lục bát. Một thể thơ dễ làm, và thật khó hay, song ông đã chinh phục được người đọc không chỉ nơi học đường. Vâng, ngoài sự tìm tòi, học hỏi, âu đó cũng là tài năng thiên bẩm của người cầm bút vậy. Và Nai vàng, Tan trường, Bông hồng, Trên đường, Lẽo đẽo, cùng Vẫn đợi... là những bài lục bát 4 câu chắt lọc, với từ ngữ mộc mạc, song giàu hình ảnh cùng các biện pháp tu từ nhân hóa, ẩn dụ ở trong Tuyển tập 1 chứng minh cho tài năng ấy của Phương Tấn: *"E chừng trong guốc đầy hương/ Sao nghe chim chóc bên đường xuýt xoa"* (Nai vàng).

Rồi người con gái tên Phương đã khe khẽ bước được vào trái tim hé mở của cậu học trò Nguyễn Tấn Phương. Và từ cái rạo rực và cảm hứng ấy, thi sĩ Phương Tấn viết nên: Ở Huế nhớ Phương, Ngồi giữa ruộng ngắm trăng nhấm trà nhớ Phương, Cười nghiêng ngửa bóng, hay Phương ơi, những ngày ngày trốn học... Đó là những bài bát ngôn, hoặc ông trộn (lộn) các thể loại thơ vào nhau, theo cảm xúc ngắn dài của mình. Có thế nói, đây là những bài thơ mãnh liệt, thiết tha, chân thực và cảm động nhất của Phương Tấn: *"Phương nghe đó trời thu lên lành lạnh/ Lòng cũng vàng theo lá ở trong cây/ Vui cũng bay theo gió ở trong ngày/ Một chút lệ thêm chút buồn vừa chín."* (Ở Huế nhớ Phương).

Có lẽ, trái tim trở nên chật chội chăng? Nên sự rạn vỡ, chia ly buộc Phương Tấn phải ôm sầu muộn, để viết: Quẫy tình, Tình cay, Bến khuya hay Tình sầu... Và trở về với lục bát, nỗi buồn thương ấy, dù có ngàn năm không tát cạn trong lòng thi nhân. Vẫn biện pháp tu từ, với những hình ảnh ẩn dụ, Phương Tấn như rắc muối vào trong lòng người đọc vậy: *"Sầu tình, dẫu lấy gàu sòng/ Tát thiên thu vẫn không mong cạn sầu/ Bóng câu khoe trúc bạc đầu/ Khoe mai tàn cánh khoe màu thời gian"* (Tình sầu).

Chia ly, với nỗi đau là thế, song sự hoài vọng vẫn còn ăm ắp trong lòng thi nhân. Sự ngóng trông, và chờ đợi dài đằng đẵng ấy, tưởng chừng: *"... như pho tượng bên triền núi"*. Nhưng không! Tình yêu dường như có lý lẽ riêng. Thật vậy, sức sống tình yêu, (hay một sức mạnh vô hình nào đó) không thể cân đong đo đếm. Cho nên, Phương Tấn vẫn thấy: *"Ô hay, mình cứ tuổi hai mươi"*. Và *"Chờ đến thiên thu một bóng người"* là một bài thơ thất ngôn, viết trong tâm trạng như vậy của Phương Tấn. Khi viết bài thơ này, ông đã bước vào cái tuổi thất thập. Nếu được phép tuyển chọn, với tôi đây là một bài thơ hay, và toàn bích nhất trong Tuyển tập 1 của Phương Tấn. Vâng, chỉ một trích đoạn ăm ắp hình tượng, mang mang hồn cổ thi sau đây, sẽ cho ta thấy rõ điều đó: *"Sóng xô thuyền mắc bờ nước lạ/ Mình, kẻ lạc loài giữa gió đông./ Và như pho tượng bên triền núi/ Chờ đến thiên thu một bóng người"*.

## *Ván khua lách cách hồn khe khẽ về

Cũng như thi sĩ Nguyễn Nho Sa Mạc, thơ Phương Tấn đã chín trước tuổi. Ở tuổi 14 ông viết những câu thơ già giặn, cô đơn, bi thảm trong thành phố chết hay, và rợn đến kinh người: *"Đêm lên phố vào sa mạc/ Tìm đâu rộn rã kinh kỳ/ Lầu dinh mà như cồn cát/ Thênh thang một nẻo sầu bi."* (Đà Nẵng, trời ni đất nớ). Và với những hình ảnh mang tính ẩn dụ sâu sắc, tôi cứ ngỡ Phương Tấn đã ở cái tuổi 41 vậy: *"Đà Nẵng mình buồn em hỉ/ Hôm nào em ghé vô chơi/ Mùa ni có bông chung thủy/ Nở nơi khóe mắt thay lời."* (Đà Nẵng, trời ni đất nớ). Với Tuyển tập 1 này, tình bạn trong thơ Phương Tấn rất đậm sâu. Tuy nhiên, những bài thơ hay về bạn bè, anh em lại nằm trong phần thơ Cát Bụi, với những cuộc chia ly vĩnh cửu. Đó cũng là nỗi buồn trong lòng thi nhân và trong thơ vậy. Sự ra đi bất ngờ của nhà thơ tài hoa Nguyễn Nho Sa Mạc ở cái tuổi đôi mươi làm cho Phương Tấn xúc động mạnh. Hình ảnh bạn luôn hiện về trong nỗi nhớ thương, tiếc nuối của Phương Tấn. *Ván khua lách cách hồn khe khẽ về*, một bài thơ lục bát được ra đời trong cái chập chờn ấy của ông. Từ ngữ, hình ảnh lạnh sắc làm cho tôi chờn chờn, rợn rợn, khi đọc. Đọc nó, chợt làm tôi nhớ đến: Gửi người dưới mộ của Đinh Hùng. Có thể nói, cùng với Lật trang kinh, tụng chữ tình, Bên đời hiu quạnh, và Buồn như trăng nhớ ai... *Ván khua lách cách hồn khe khẽ về* là bài thơ hay, điển hình nhất trong

Tuyển tập 1 của Phương Tấn: *"Khuya xa xác đổ về trời/ Phố cao sầu cũng nghe đời vóc hoa/ Tay lùa con nước xót xa/ Chân lùa bóng vỡ phôi pha thiên tài/ Từ anh bỏ lại tuổi mai/ Cát vàng thả gió chia hai bạn bè/ Bừng bừng xô dạt lòng khe/ Ván khua lách cách hồn khe khẽ về."*

Khi đi sâu vào đọc, ta thấy Phương Tấn rất dụng công với thơ lục bát. Không chỉ tìm tòi làm mới từ ngữ, hình ảnh, ông còn sử dụng thủ pháp ngắt nhịp, xuống dòng trong câu thơ, nhằm diễn tả cảm xúc, diễn biến nội tâm sâu sắc và chân thực nhất. Và Ngày gặp nhau ngày vĩnh biệt, là bài thơ tiêu biểu nhất cho hình thức nghệ thuật này trong Tuyển tập 1 của Phương Tấn:

*"Thôi rồi*
*    bỏ tuổi*
*        hai mươi*
*Dưng nghe*
*        huyệt lạnh*
*            nổi cười*
*                lạnh căm..."*

Cơn mưa chiều úa rã, bài thơ ngũ ngôn, được Phương Tấn viết năm 1972 ngay tại bến xe Biên Hòa. Tuy không nằm trong số những bài hay nhất của Tuyển tập 1, nhưng đọc nó, tôi thấy được nỗi buồn đau, cùng sự quạnh hiu đến tột cùng của thi nhân. Và mượn cảnh vật thiên nhiên một cách mộc mạc, dung dị để miêu tả diễn biến nội tâm đã đạt đến đỉnh cao nghệ thuật của Phương Tấn. Buồn là vậy, song cái ngôn ngữ giàu nhạc tính làm nên nét đặc trưng thơ Phương Tấn: *"... Từng giọt từng giọt buồn/ Nhỏ xuống lòng nhân gian/ Lăn trong đời hiu quạnh/ Nhỏ xuống lòng nhân gian/ Cơn mưa chiều úa rã."*

Nếu lục bát Phương Tấn đậm chất trữ tình, thì thơ ngũ ngôn của ông mang tính triết lý cuộc sống. Chợt thấy đời đã cạn, Phương Tấn viết năm 21 tuổi, là bài thơ ngũ ngôn điển hình cho đặc điểm này của ông. Có thể nói, đạo đức, hay chân lý đã được nhà thơ rút tỉa ra từ những cạm bẫy của cuộc đời vậy: *"... Đừng soi vào mắt ta/ Chiếc lồng không bóng chim/ Treo một đời để nhử/*

*Chết ngọt những đường kim./ Đừng soi vào mắt ta/ Cánh hồng đen lã chã/ Nhạt nhòa giữa lòng ta/ Cơn mưa chiều rệu rã./ Nào, dốc ngược tim mình/ Ngã chúi vào dĩ vãng/ Ta dốc ngược tim mình/ Chợt thấy đời đã cạn."*

## *Mẹ và quê hương đất nước

Sinh ra và lớn lên trong chiến tranh, do vậy ngay từ buổi đầu hồn thơ Phương Tấn bi đát, và vô vọng. Mười bảy tuổi, Phương Tấn đã viết: Reo vui giữa huyệt đời, lời thơ chán chường, lạnh tanh như thể tự kết thúc cuộc đời tuổi trẻ vậy: *"... Tóc đà trắng buồn bã/ Sao chẳng thấy Phật đâu/ Nhào lộn trên thánh giá/ Vẫn chẳng thấy Chúa đâu/ Thôi đêm còn hai tay/ Bứt tóc vo lấy đầu/ Và ngày còn hai chân/ Giẫm lên cùng nỗi khổ./ Thôi tôi còn một tôi/ Reo vui giữa huyệt đời...".* Và đi giữa phố thị mà nhà thơ vẫn cảm thấy cô đơn, không tìm thấy một con người đích thực. Chiến tranh đưa đến sự lưu manh, giả dối đã làm cho ông và thế hệ ông mất hết niềm tin vào xã hội, con người. Ngày xuống ngày không lên, là một bài thơ ngũ ngôn, mang tâm trạng như vậy của Phương Tấn. Bài thơ được viết tại Saigon năm 1966, có lẽ chiến tranh bước vào giai đoạn mới, khi quân đội Mỹ và đồng minh tham chiến ở chiến trường miền Nam: *"... Nào bước khỏi đám đông/ Khỏi những khuôn mặt kịch/ Xin bước khỏi đám đông/ Lòng mở lòng nguội ngắt./ Hãy xem tôi đà chết/ Tôi đã chết lâu rồi/... Này da vàng đầy phố/ Vẫn không thấy anh em/ Sao da vàng đầy phố/ Vẫn không thấy mặt người!"*

Từ những nhận thức như vậy, cho nên ta thấy tính chân thực sâu sắc trong thơ Phương Tấn. Ông dám cả gan đánh giá cái sự lầm lạc của người cha, và vén bức màn ẩn khuất, buồn đau ngay trong gia đình mình: *"Cha tôi theo cách mạng/ Huyễn mộng giữa đất trời/ Sầu đùn theo năm tháng/ Mẹ đợi bóng ma trơi."* (Đợi bóng). Cái điều tối kỵ này dường như rất ít gặp trong thi ca Việt. Có chăng, tôi mới được đọc ở "Chuyện hai bố con tôi" của nhà thơ Nguyễn Bắc Sơn mà thôi.

Tôi không rõ, bài thơ Thưa Mẹ, Phương Tấn viết (năm 19 tuổi) trong hoàn cảnh nào? Là người lính từ mặt trận, hay sau những ngày lang thang đâu đó mệt mỏi trở về nhà, và viết về mẹ thật cảm động. Có một điều đặc biệt, đoạn kết của bài có những hình ảnh hoán dụ, và cụm từ thật mới lạ. Nó làm câu thơ hay đến độ, tưởng chừng chưa bao giờ được đọc câu thơ về mẹ hay, cảm động, sâu sắc đến vậy: *"Mẹ so đũa gắp lòng reo trong mắt/ Gắp một đời rót xuống chén cơm con"*. Vì vậy, hình bóng người mẹ khốn khó, sống hay thác cũng vì con ấy, Phương Tấn đã mang theo suốt cuộc đời, dù ở quê nhà hay nơi đất khách: *"Mẹ cười bưng bát cơm thiu/ Ầu ơ, móm mém hắt hiu phận bèo/ Mặc lòng trời đất cheo leo/ Ầu ơ, con ẵm bóng theo tạ đời* (Tạ đời). Không có nỗi đau nào bằng nỗi đau mất mẹ. Phương Tấn cũng vậy. Lời thơ nghẹn ngào như được vắt ra từ tâm khảm với nỗi đau tận cùng trong ngày mẹ mất của ông. Có thể nói, rất nhiều áng văn đã viết về mẹ, song viết được như Phương Tấn rất ít: *"Thế gian chụm giữa cơn đau/ Vỡ ra thành lệ rụng vào mộ sâu/ Khuya đi trăng dọi mối sầu/ Cõi xa vằng vặc một màu quạnh hiu."*

Chiến tranh và sự bất lực của con người: *"Tay ôm quá làm sao con che hết/ Biển xô nhanh trên cùng suốt dân mình"*. Cho nên, Phương Tấn hiểu hơn ai hết nỗi đau của đất nước, thân phận con người. Sự đồng cảm ấy, để ông viết nên: Bên kia sông Bến Hải. Một bài thơ về tình yêu quê hương đất nước rất sinh động, và chân thực qua biện pháp tu từ so sánh: *"Ơi giải phóng - phóng bùa vong bản/ Tiêu máu nhân dân - đỏ phố đỏ cờ/ Chân vô thức bủa quanh đầu cách mạng/ Con gõ hồn thân bỗng úa mênh mang"*. Và trước cái dã man, tàn bạo: *"Đừng. Đừng giết con tôi/ Súng bắn thẳng người mẹ/ "Mẹ ơi, con mồ côi..."/ Súng bồi thêm người con"*. Phương Tấn chợt nhận ra, tự do là con đường duy nhất quê hương phải đến. Và cái lý tưởng ấy, chỉ có tình yêu cùng lương tri mới làm nên hiện thực. Vâng, lời thơ có giai điệu du ca dưới đây, như một lời dự báo, và giải thoát trong thơ Phương Tấn vậy: *"Việt Nam phơi hồn cốt/ Lồng lộng giữa đêm đen/ Quê hương chỉ có một/ Đường đi đến tự do/ Tuổi trẻ chỉ có một/ Lý tưởng và lương tri/ Quỷ đỏ đeo mặt nạ/ Giết cả mẹ cùng con/ Cướp cả non cùng nước"* (Nước và non). Bài Túy Ngọa Sa Trường Quân Mạc Tiếu, được Phương Tấn viết vào năm 1963, khi ông mới 17 tuổi. Nếu không nghiên cứu, đọc sâu về văn học miền Nam ở giai đoạn này, thì tôi không thể tin như vậy. Bởi, cái vốn Hán Nôm và hồn vía cổ phong trong thơ Phương Tấn. Ở đây, không chỉ thấy được đổ nát của chiến tranh, thân phận lưu lạc của con người, mà còn chứng minh thêm tài năng, tính dự báo trong thơ của Phương Tấn (đã thành hiện thực). Với tôi, đây là một trong những bài thơ hay nhất trong Tuyển tập 1 thơ Phương Tấn: *"Từ tâm thu lại di truyền/ Chân con giải phóng bóng thuyền vong lưu/ Hồn xô tay phất oan cừu/ Tiền thân tự đó thu mình quạnh hiu..."*

## *Hồn thơ thế sự xã hội

Biết Phương Tấn đã lâu, nhưng tôi chỉ đọc lõm bõm trên mạng, do vậy cứ nghĩ ông chỉ viết thơ tình. Song nhận được Tuyển tập 1 thơ Phương Tấn, tôi hơi bị bất ngờ, có đến mấy chục bài thơ thế sự xã hội. Rất mừng, có một số bài hay, mang sức sống lâu dài, và không có bài nào dở, hoặc quá dở như ta thường gặp ở dòng thơ thế sự xã hội này.

Phương Tấn đứng hẳn về lẽ phải, về đất nước, thân phận con người để viết. Do vậy, thơ thế sự của ông mang tính nhân đạo sâu sắc, và nhận được sự đồng cảm của người đọc. Ngay từ năm 1966, (tức cách nay gần sáu chục năm) đọc lại bài thơ Nam mô A Di Đà và Thánh thần A men, tôi vẫn thấy mới, và còn tính thời sự. Vâng, sự tranh giành, bắn giết nhau giữa đạo hay đời đều mang lại những hậu quả đến nay chúng ta vẫn phải lưu vong gánh chịu. Có thể nói, thơ thế sự Phương Tấn có sức sống như vậy, ngoài tính nhân bản, còn có giá trị dự báo: *"Này đồng bào tôi đó/ Các người thật nghĩ gì/ Khi cam lòng giết nhau/ Để giành phần nô lệ/ Để giành phần lưu vong/ Này đồng bào tôi đó/ Các người thật nghĩ gì/ Một Việt Nam vô phúc/ Thăm thẳm những hận thù/ Nằm giữa áo chùng tu/ Chen nhau vào triệt lộ..."*. Và Phương Tấn đã ghi lại cái tang thương, nỗi đau của đồng bào, đồng loại để từ đó phỉ nhổ vào những kẻ bán mua chiến tranh. Không đao to búa lớn, nhưng lời thơ Phương Tấn đã làm cho người đọc thấy được thực chất của cuộc chiến này: *"Còng lưng thay trâu cày qua luống đất/ Qua những luống đời ròng rã chiến chinh/... Mỗi sáng ra đồng cờ vàng cờ đỏ/ Cờ của bên này cờ của bên kia/ Đây đạn Trung-Xô đấy bom Mỹ quốc/ Kia xác đồng bào nọ xác anh em"* (Thương cây nhớ cội). Tình yêu nước cho Phương Tấn lòng can đảm vạch trần bộ mặt bán và cướp nước của cường quyền, cùng giặc phương Bắc dưới mọi hình thức che đậy. Và từ đó ông khơi dậy chí khí, truyền thống chống giặc ngoại xâm của dân tộc: *"Chúng nó bán quê hương/ Chúng nó bán mình rồi/ Làm người dân khi chết/ Không cọng cỏ che thân/ Giặc tràn từ phương Bắc/ Chảo lửa trụng cơ đồ/ Cháy ngàn năm chưa tắt/ Chảo lửa trụng cơ đồ/ Quê hương bầm vết cắt/ Cứa mối sầu khôn nguôi.* (Chảo lửa trụng cơ đồ).

Với từ ngữ mộc mạc, giản dị, thơ Phương Tấn đến được với mọi tầng lớp người đọc. Do vậy, thơ thế sự của ông có giá trị hiện thực, và lâu dài. Thiên An Môn là một trong những bài thơ điển hình nhất cho đặc điểm này của ông. Thật vậy, Phương Tấn đã không ngần ngại chọc thẳng ngòi bút vào thượng tầng của đám quỷ đỏ, và chỉ ra cái giá trị đạo đức, lòng tin đảo lộn tùng phèo trong xã hội vô luân ấy: *"Trước hàng song sắt đó/ Quỷ đánh rơi mặt trời/ Sau hàng song sắt đó/ Chờn vờn bóng xương phơi/ Phật cũng vừa treo cổ/ Chết cùng Chúa đêm qua!"*

Có thể nói, 154 bài chọn ra từ 6 tập thơ cho Tuyển tập 1, chưa phải là nhiều của đời thơ Phương Tấn. Song nó đã khẳng định lại một lần nữa về giá trị nội dung cũng như nghệ thuật thơ Phương Tấn. Sự đóng góp này của ông làm phong phú thêm cho văn học nước nhà, và để lại những bài học, kinh nghiệm thật quý cho thế hệ người đọc, người viết như chúng tôi.

**Đỗ Trường**
*Ribnitz-Damgarten, ngày 3-6-2022*

# TIỂU LỤC THẦN PHONG

## NGƯỜI MẪU

Khán phòng loang loáng ánh đèn màu mờ mờ, sàn diễn bóng láng như tấm kiếng đen tuyền, khí lạnh từ dàn máy lớn tỏa ra ào ào nhưng vẫn không đủ sức để hạ nhiệt độ nóng của đêm nay. Sau màn khai mạc đầy màu sắc và âm thanh, sau những lời chào mừng, chúc tụng đầy sáo ngữ, sau đó tất cả lắng xuống im lặng đến ngạt thở. Tất cả mọi người đang ngóng nhìn lên sân khấu chờ cái giờ phút quan trọng nhất của đêm nay. Quý ông, quý bà, các cô cậu con nhà khá giả, trai thanh gái lịch, khách hâm mộ... dồn hết ánh mắt lên bục diễn chữ T, ai cũng thầm mong cho người mà mình hâm mộ sẽ thắng giải.

Randy Nguyễn, đại diện cho Việt Nam lọt vào *top five*, anh đang đứng chung với bốn người khác đến từ Brazil, Venezuela, France, Greece. Randy cao gần một mét chín, ba vòng cân đối, cơ bắp vừa phải chứ không cục mịch thô tháo như những ứng cử viên khác, gương mặt anh thì khỏi phải nói, đẹp như tượng tạc, nét đẹp phương đông mi thanh mục tú, đặc biệt nụ cười rạng rỡ như tỏa nắng, ai nhìn cũng thấy thích. Anh đang hồi hộp, nhịp tim rộn ràng, dù đây chẳng phải là lần đầu đứng trên sàn đấu, tuy nhiên đêm nay lại khác, là một đêm có tính cách quyết định quá trình tập luyện và bước đường tương lai của các thí sinh hàng đầu.

Thời gian như ngưng lại trong những phút giây chờ đợi, dù nao nức háo hức thế nào cũng không thể kéo cho thời gian nhanh hơn được. Sự chờ đợi của khán giả lẫn các thí sinh cuối cùng cũng được đền đáp. Anh MC lại bước ra sân khấu với các phong thơ chứa tấm giấy có tên và vị thứ của người sẽ được xướng danh. Lần lượt á vương thứ năm, thứ tư, thứ ba đã được xướng danh mà không có tên Randy. Khán phòng rần rần tiếng vỗ tay tán thưởng những người được giải. Lòng Randy như lửa đốt, trái tim như muốn bung ra khỏi lồng ngực, Randy khẽ liếc xem người còn lại với anh, ngầm lượng xem thử ai sẽ là người được xướng danh tiếp theo. Không chờ đợi lâu, người MC xướng lên:

- Randy Nguyen, người đến từ Việt Nam, anh được bình chọn ngôi á vương thứ nhất của cuộc thi Mister Global lần thứ hai mươi lăm. Xin chúc mừng Randy và mời Randy bước ra sân khấu.

Randy tràn ngập hạnh phúc và vui sướng, sải những bước dài đầy tự tin nhưng không kém phần duyên dáng. Anh nhận cái cúp từ tay người MC và hơi cúi xuống để anh ta quàng vào người dải lụa á vương thứ nhất Mister Global. Anh đón nhận cái micro từ tay người MC và phát biểu:

- Xin cảm ơn ban tổ chức, cảm ơn ban giám khảo và tất cả quý khán giả tại khán phòng này cũng như khán giả khắp nơi trên thế giới. Tôi, Randy Nguyễn, vô cùng hạnh phúc khi được chọn là á vương thứ nhất của cuộc thi này. Tôi cũng xin cảm ơn đất nước Thái Lan xinh đẹp và hiếu khách.

Tiếng vỗ tay như sấm dậy, vang dội cả khán phòng, tiếp đến giải quý ông thanh lịch nhất được khán giả bình chọn, lại một lần nữa tên Randy Nguyễn được xướng lên lần thứ hai. Randy thật bất ngờ, cảm xúc như nhân đôi, bù cho chút tiếc nuối khi không được giải hoa vương. Thật tình mà nói thì Randy rất xứng đáng với cả hai giải thưởng này, không có ai thích hợp hơn anh cả, một chiến thắng tuyệt vời, một sự tưởng thưởng xứng đáng cho những tháng ngày khổ công luyện tập.


oOo


Hai năm trước, tại giải Viet New Model, Randy đã bị một vị trong ban giám khảo giám khảo nặng lời nhục mạ:

- Về đi, anh không xứng đáng dự thuộc thi này, hãy xem lại mình đi, thân hình không đủ cơ bắp, cổ to, dáng đi chưa sạch phèn đồng quê...

Randy chạy ra khỏi phòng thi mà nước mắt lưng tròng. Anh biết mình từ dưới quê mới lên, không có ai hậu thuẫn hay nâng đỡ. Anh phải vừa học vừa làm thêm vừa tự mày mò tập để đi thi. Giám khảo có thể không thích, có thể anh chưa đủ chuẩn làm người mẫu thì cũng có thể từ chối hay nói những lời tế nhị hơn một chút. Đằng này quát mắng và đuổi một cách sỗ sàng thô lỗ. Nhiều người đã cảnh báo với Randy rồi, nghề mẫu hay nghề diễn nó bạc lắm, nghiệt ngã lắm, đằng trước sân khấu thì hào quang lấp lánh nhưng hậu trường đằng sau thì rất đen tối và đầy cạm bẫy. Nhiều người phải chịu hiến thân cho bầu sô hay ông chủ để được diễn, nhiều người mới vào nghề phải diễn không công hoặc có trả tiền nhưng chỉ là tượng trưng, tiền cát sê không đủ để sắm áo quần đi diễn. Những ông bầu và những ông chủ có thế lực ngầm rất ghê gớm, muốn cho ai lên hoặc đì ai xuống đều tùy thuộc vào sự ngoan ngoãn của người mẫu. Đã thế người mẫu nam còn hẩm hiu và cay đắng hơn người mẫu nữ, tuy cũng cật lực luyện tập, kiêng khem để giữ vóc dáng... nhưng ở xứ mình người mẫu nam không có đất diễn và người đời cũng không quan tâm mấy đến người mẫu nam. Đã thế những bạn diễn với nhau lại cạnh tranh khốc liệt, đủ chiêu trò chơi xấu để hạ bệ lẫn nhau, ngấm ngầm hại nhau. Chính bản thân Randy cũng có lần dở khóc dở cười khi cái áo của mình chuẩn bị để diễn bị ai đó lặt mất hai hột nút, có khi cái cà vạt bị xẻo một góc... Còn những lời đồn thối: "Thằng đó ngủ với đại gia, thằng kia cặp bà tỷ phú sồn sồn, thằng nọ làm trai bao..." rất nhiều. Randy biết tất cả, nghe tất cả nhưng anh quyết tâm dẹp bỏ những yếu tố tiêu cực ấy để đi theo con đường ước mơ của mình. Anh nghĩ không phải người mẫu nào cũng thế cả và anh quyết tâm chứng minh cho mọi người biết, cũng có người mẫu rất đàng hoàng, trọng danh dự. Anh muốn phá bỏ cái dư luận mà người đời gán cho người mẫu: "Đó chỉ là cái ma-nơ-canh đẹp chứ hổng có trí tuệ". Randy đã lao vào cuộc chiến quá khắc nghiệt này, nhưng anh tin chắc rằng bằng tài năng và bản lãnh của mình anh sẽ làm được. Quả thật trời đã không phụ người ngay. Giờ này anh đã là á vương của giải Mister Global, một giải thi đấu sắc đẹp thanh lịch của quý ông có tầm vóc quốc tế. Anh đã vượt qua bao nhiêu đối thủ nặng ký của những quốc gia có truyền thống về nghề mẫu và nghề diễn. Randy đã mang lại vinh dự cho đàn ông Việt, đàn ông Việt cũng đẹp trai, thông minh và lịch lãm đấy chứ! Bấy lâu nay thế giới cứ nhìn đàn ông Việt với tính cách tiêu cực nào là: vũ phu, ăn nhậu, thiếu tinh thần tập luyện phấn đấu... Randy đã mang lại một sự phấn khởi trong giới trẻ, các cô gái thì xem anh như một nam thần nuôi mơ ước được sánh đôi, những anh chàng "gay" thì mê anh như điếu đổ, nhiều vị lớn tuổi thì thầm nghĩ giá mà con trai hay cháu trai mình cũng như thế, nói chung là rất nhiều người hâm mộ anh.

Sau khi về nước, rất nhiều lời mời hợp đồng: Chụp ảnh mẫu thời trang, diễn thời trang, đóng phim, diễn kịch, làm MC... Tương lai rộng mở trước mắt Randy. Anh giờ đây thật sự là người của công chúng. Gần đây nhất thì Randy đang cân nhắc giữa hai lời mời, hoặc là tham gia đóng bộ phim "Đáy vực cuộc đời" của đạo diễn Anh Nguyễn hoặc là tham gia chương trình ca nhạc thời trang của ông bầu Quân Trần. Randy suy nghĩ khá nhiều, cân nhắc lợi hại giữa hai bên và cuối cùng anh nhận lời đóng phim. Đạo diễn đưa kịch bản cho Randy học thuộc kèm theo bản hợp đồng với rất nhiều điều ràng buộc và những yêu cầu khắt khe. Trong ấy có những điều như:

- Phải giảm mười cân trong vòng một tháng.

- Không được tham gia bất cứ chương trình nào khác trong thời gian đóng phim.

- Không được giao tiếp với những diễn viên hay đạo diễn khác trong lúc đóng phim...

Và còn rất nhiều nữa... Randy chấp nhận tất cả. Anh hy sinh vì nghệ thuật với hy vọng đây sẽ là một bộ phim để lại dấu ấn trong lòng người xem và cũng là một thử thách mới trên bước đường nghệ thuật. Randy quả là một con người đáng trân quý trong thời buổi chụp giựt như hiện nay, ai cũng muốn tranh thủ bóc ngắn cắn dài, tranh thủ để kiếm tiền chứ mấy ai dám hy sinh vì nghệ thuật. Sau khi những tấm ảnh chụp Randy tiều tụy vì nhịn ăn để giảm cân cho phù hợp với vai của nhân vật trong phim phát tán trên mạng xã hội. Khán giả xót xa thương anh, những *fan* của anh thật sự đau lòng, họ không biết làm thế nào để giúp anh, trong lúc ấy lại có khá nhiều những lời ác ý tung lên mạng xã hội. Họ bảo là anh thất tình nên suy sụp, anh nghiện hút chích, anh sống buông thả... Mãi đến khi bộ phim công chiếu, khán giả hâm mộ và quần chúng mới biết được sự thật. Tất cả chỉ vì vai diễn, một người mẫu cao to đẹp trai trong vòng mấy tháng đã trở thành một người đàn ông gầy gò, ốm yếu, hom hem, hốc hác... Từ đó mọi người càng yêu mến Randy hơn nữa.

oOo

Mạng xã hội gần đây tung tin Randy cặp với cô ca sĩ Mitchell Le, có khi thì bảo đang yêu cô người mẫu Ánh Tiên. Thậm chí người ta còn cắt ghép hình anh hôn môi người này người kia... Nhiều ký giả xin gặp để phỏng vấn. Anh chọn nữ phóng viên đến từ miền bắc. Cô ấy tên Minh Thái, hỏi:

- Người ta đồn đãi anh cặp với ca sĩ ML và người mẫu AT cùng một lúc, anh có ý kiến gì không?

Randy bảo:

- Hãy xem những gì trong đời thật của tôi, đừng xem những tin giả và ảnh ghép trên mạng.

- Có tin đồn anh sống trong một căn hộ sang trọng do đại gia SS mua cho?

- Không, tôi sống ở căn nhà nhỏ gần Tân Thuận, mua bằng tiền diễn xuất của bản thân!

- Có phải gia đình anh rất khá giả nên đã lót đường cho sự nghiệp của anh?

- Hoàn toàn sai! Gia đình tôi ở Thủ Thừa, cả ba má và mấy anh em tôi sống trên một chiếc ghe. Ba má tôi lao động cực nhọc lắm. Và tôi phải bỏ học hồi phổ thông để kiếm tiền phụ giúp gia đình

- Hoàn cảnh nào dưa anh vào nghề người mẫu?

- Khi còn học phổ thông, tôi vốn cao ráo, khuôn mặt thanh tú nên thường được diễn văn nghệ trong đội của nhà trường. Tôi lại khéo tay làm tóc nên nhiều người yêu thích. Tôi vừa làm vừa học, sau khi tốt nghiệp phổ thông tôi thi vào trường cao đẳng nghệ thuật sân khấu. Tôi cũng tham gia thi tìm kiếm người mẫu thế hệ mới và đã từng bị khi dể. Mãi đến cuộc thi Mister Global thì mọi cánh cửa mới mở ra cho tôi!

- Nghe anh kể, tôi rất khâm phục quá trình phấn đấu của anh, nghị lực của anh. Tôi cũng xin hỏi thêm: Anh học tiếng Anh từ đâu mà đáp từ ở sàn diễn cuộc thi Mister Global lưu loát đến vậy?

- Tôi học tiếng Anh từ phổ thông và sau này tự học thêm

- Ngoài tiếng Anh ra, anh còn biết ngôn ngữ nào khác không?

- Tôi có thể nói trôi chảy tiếng Thái.

- Wow, anh học tiếng Thái trong bao lâu?

- Ba tháng.

- Thật ư? Không hư cấu đấy chứ?

- Hoàn toàn thật, tôi cũng không ngờ sao mình lại có thể tiếp thu và sử dụng một cách nhanh chóng như thế!

- Anh quả thật rất thông minh! Người ta thường bảo người mẫu chỉ là cái giá áo di động nhưng nay anh đã chứng minh cho mọi người thấy là không phải thế! Người mẫu cũng rất cực nhọc và trí tuệ rất nhạy bén, nghề mẫu trên sân khấu đầy hào quang lấp lánh chứ đằng sau sân khấu cũng cực không kém ai.

- Xin cảm ơn chị vì đã cảm thông và khen, tôi thật sự còn phải học hỏi nhiều lắm, phải phấn đấu hơn nữa vì thời gian để tồn tại trên sàn diễn rất ngắn, quy luật đào thải vô cùng khắc nghiệt.

- Anh có thể cho biết mẫu người yêu lý tưởng?

- Khi yêu thì tôi chẳng đề ra tiêu chuẩn này nọ, không đem tiêu chí ra cân đo đong đếm để tính thiệt hơn, một khi đã định ra chuẩn mực như thế thì khác chi mình lựa chọn món hàng, trả treo mua món đồ. Người yêu không phải là món hàng, tình yêu không thể đem tiêu chuẩn hay vật chất ra để bán mua, hễ rung động thì yêu, thế thôi!

- Hiện giờ gia đình anh sống ở đâu?

- Gia đình tôi lên thành đô rồi, tôi là kinh tế chính trong nhà, tôi lo cho mẹ, mấy anh chị đã có gia đình riêng.

- Có lẽ nhờ anh mà cha mẹ anh giờ không còn vất vả nặng nhọc mưu sinh?

- Đúng vậy! Tiền diễn đủ để lo cho ba mẹ, rất tiếc ba tôi đã không còn nữa!

- Xin chia sẻ cùng nỗi đau mất mát của anh.

- Xin hỏi anh câu hỏi cuối, hiện nay anh đang có chương trình nào mới không?

- Có đấy! Hiện đang quay cho chương trình: "Ca sĩ một thời". Tôi thế vai cho một ngôi sao ca nhạc danh tiếng một thời, dẫn dắt và kết nối giữa những khán giả với vị ca sĩ ấy.

- Một lần nữa xin cảm ơn người mẫu kiêm diễn viên Randy Nguyễn và cũng xin nhắc quý khán giả nhớ đón xem chương trình "Ca sĩ một thời" và ủng hộ cho Randy Nguyễn.

oOo

Sân khấu nhà hát thành đô vô cùng rực rỡ và hào nhoáng, ánh đèn màu quét loang loáng, khán phòng đầy ắp khán giả, chưa nói hàng triệu người đang xem trực tuyến trên mạng xã hội và qua truyền hình. Sô truyền hình thực tế với chương trình "Ca sĩ một thời" vô cùng hấp dẫn với khán giả, mọi người nồng nhiệt ủng hộ. Đêm nay là đêm chung kết của mùa diễn năm nay. Tất cả như dành hết cho đêm này, mọi người từ khán giả cho đến diễn viên và ban giám khảo đều nôn nao chờ đến phút khai mạc.

Người mẫu kiêm diễn viên Randy Nguyễn sẽ thế thân cho ca sĩ Khánh Hoàng. Anh sẽ hát nhép và nêu ra những thông tin về ca sĩ Khánh Hoàng nhưng phải làm sao để giám khảo và khán giả không thể nhận biết được đấy là Khánh Hoàng, quả là một yêu cầu hóc búa. Tuy nhiên với sự thông minh nhạy bén cùng với tài ăn nói duyên dáng, dí dỏm Randy đã thành công mỹ mãn công việc của mình, làm cho toàn thể khán giả hài lòng, ban giám khảo bất ngờ và ai cũng dành cho Randy một sự yêu thương và trân trọng.

Randy Nguyễn bước ra sân khấu và tự giới thiệu:

- Xin chào ban giám khảo cùng quý khán giả một lời chào trân trọng nhất! Em là ca sĩ Ngày Xưa.

Vị giám khảo thứ nhất hỏi:

- Xin anh cho biết, anh đã diễn từ khi nào?

- Dạ thưa, diễn từ ngày xưa

- Vậy nay được bao nhiêu năm rồi?

- Dạ, em cũng quên theo thời gian nhưng có thể bằng với số năm mà anh nhớ.

Khán giả vỗ tay rần rật vì sự thông minh của Randy.

Kế đến giám khảo thứ hai hỏi:

- Ca sĩ Ngày Xưa ơi, em thường hát thể loại nhạc nào?

- Dạ, em hát tất cả, từ rock, rap, nhạc trẻ, nhạc quê hương... Nhưng vẫn thích nhất là hát nhạc mà chị thích nghe!

- Tôi thật sự không nhớ ra.

- Em thật buồn khi chị không nhớ ra. Ngày Xưa em đi diễn với chị, có nhiều kỷ niệm ướt át với chị!

Khán giả lẫn ban giám khảo cười nghiêng ngả, mọi người tố vị giám khảo thứ hai:

- Trời, có nhiều kỷ niệm ướt át với Người Xưa vậy mà không nhớ ra.

Trong lúc vị giám khảo thứ hai lúng túng thì Randy trêu vị giám khảo thứ ba:

- Cả anh nữa, em thường ghé nhà anh chơi, anh còn nướng thịt cho em ăn, vậy mà anh cũng không nhớ!

- Trời, làm sao tôi có thể nhớ ra? Khi mà anh ta có kỷ niệm ướt át hết người này đến người kia, từ trẻ đến già, từ nam đến nữ, từ nhạc trẻ đến cải lương và cả kịch nghệ!

Với sự thông minh của mình, Randy dẫn dắt ban giám khảo vào mê trận với những thông tin của ca sĩ Khánh Hoàng. Họ vò đầu bứt tóc mà không sao nhận ra danh tánh thật của ca sĩ. Ban giám khảo cố xâu chuỗi những ký ức của từng người với vị ca sĩ kia nhưng không thể nào lần ra manh mối. Khán giả thì cười hả hê thích thú với sự duyên dáng và dí dỏm của Randy (hiện đang đóng vai ca sĩ Ngày Xưa). Anh MC của chương trình cũng tung hứng không kém phần điêu luyện, vậy mà lắm lúc phải đứng hình trước sự thật thà nhưng hết sức dễ thương của ca sĩ Ngày Xưa. Với chất giọng miền tây ngọt ngào nhưng không sến súa, nhỏ nhẹ rất truyền cảm, chất giọng rất trong, phát âm tròn vành rõ chữ... Giờ đây trên sân khấu, ca sĩ Ngày Xưa tức người mẫu Randy như thống lĩnh làm lu mờ cả vị trí của ban giám khảo lẫn ca sĩ Khánh Hoàng đang tạm ẩn sau tấm màn nhung. Randy cao ráo, thanh tú, má lúm đồng tiền, đôi mắt hiền và đặc biệt nụ cười tươi nắng tỏa sáng, mái tóc dài bồng bềnh trông anh ta hệt một nam thần của thời đại. Randy đã làm được cái việc mà anh đã từng mơ ước khi mới vào nghề, phải chứng minh cho mọi người thấy cái quan niệm người mẫu chỉ là cái ma-nơ-canh hay cái giá mắc áo là hoàn toàn sai. Randy đã làm được, đêm nay, ở khán phòng này, trên mạng xã hội và trên ti-vi, tất cả khán giả đã chứng kiến một người mẫu thông minh, duyên dáng, đặc biệt với khả năng học hành, sức phấn đấu, bản lãnh và năng lực của anh đều quá tuyệt vời!

Cho đến những phút chót của chương trình, ban giám khảo và khán giả vẫn không thể đoán ra nổi ca sĩ Ngày Xưa đang thế thân cho vị ca sĩ nào đang ở sau tấm màn nhung kia. Chỉ đến khi ca sĩ Khánh Hoàng cất tiếng hát với giọng thật của mình thì tất cả mới bùng nổ!

- Trời! Ca sĩ Ngày Xưa quá khôn khéo, anh ta đã lừa được ban giám khảo, đã dẫn dắt chúng tôi vào mê hồn trận mà không nhận ra được vị ca sĩ chính của chương trình.

Sau khi tiếng hát của ca sĩ Khánh Hoàng chấm dứt, cả ban giám khảo và ca sĩ Khánh Hoàng cùng xuất hiện trên sân khấu, ôm lấy Randy, cảm ơn sự đóng thế và dẫn dắt quá tuyệt vời, những cái ôm thật chặt, những vòng tay thân ái của tình nghệ sĩ dành cho Randy. Khán giả tại khán phòng lẫn trên mạng xã hội và trên ti-vi đều nhận thấy những giọt lệ hạnh phúc long lanh trên khóe mắt Randy./.

**Tiểu Lục Thần Phong**
*Ất Lăng thành, 06/22*

# NGUYỄN VĂN GIA
## GIẤC MƠ BUỒN

Hạnh đất trời quá đỗi bao dung
Nắng, gió, phù sa...
và vô cùng ánh sáng
Thiên nhiên cho hết những gì mình sẵn có
Như mặt trời lên - mặt trời lặn
âm thầm

Những đứa con hư của mẹ thiên nhiên
chưa từng biết hàm ơn
Không chừa thứ gì -
chúng vừa ăn vừa phá
Những đứa con không có trái tim
trong cơn say máu
Chúng chặt luôn cả đôi chân
và xẻ luôn lá phổi của chính mình

Lũ quỷ ma luôn giả dạng thiên thần
Trái đất chúng ta
chúng biến thành cái lồng xinh xinh nho nhỏ
Cả nhân loại
Buồn vui gì cũng quẩn quanh trong đó
Buồn vui gì cũng lận đận long đong

Ai đó vẽ vời ngày hội Long Hoa
chỉ toàn lụa và nhung
Anh bước lơ mơ
trên con đường đi không bao giờ đến
Sao chỉ thấy quanh ta
ai cũng riêng lo phần mình
ai cũng tận tình thu vén
Em ơi em - có cùng anh
chia một nửa giấc mơ buồn... ∎

# ĐỖ DUY NGỌC
## LỬA ĐÂU CÓ BÓNG

Đến tuổi này rồi ta mới biết
Lửa không bao giờ có bóng
Cũng như ta chẳng in bóng trong em
Ta mãi dại khờ cứ tưởng hoa trái tình yêu là có thật
Trái đắng như mật
Nếm rồi mới biết còn đâu vị thật thà
Đã có một thời ta luôn cảnh giác trước đàn bà
Gặp em ta lại trao lòng tin.
Lạ thật.
Hóa ra lửa muôn đời vẫn không bao giờ có bóng
Cái bóng ta ngã xuống cầu ao, rơi xuống hè đường, bay vèo theo gió
Có chiếc bóng khác ngã vào em thay chỗ của ta rồi
Cứ ngỡ nụ hôn đang còn đọng trên môi
Đã có môi người khác in chồng lên đó
Buổi trưa nhìn dĩa cơm bỏ ngỏ
Đắng họng nhìn hai mái đầu ngã vào nhau
Thì ra ngọn lửa chỉ làm màu
Bởi vì suốt đời nó không có bóng
Nên chẳng in dấu vào đâu. Lửa cháy rồi tắt ngấm
Nhưng vẫn nhọn như dao đâm
Làm ta quỵ ngã ∎

*(Hóa Thân, sắp in)*

# PHẠM THÁI THANH LAN
## TRANH SÁNG TRANH TỐI

Tôi sợ ánh sáng chói chang lòa mắt
Chẳng nhìn thấy gì trước mặt
Tôi sợ bóng tối âm thầm
Đưa tôi rơi vào vực thẳm
Đêm đêm tôi ngồi thu mình yên lặng
Lắng nghe bước thời gian
Lặng nghe mặt đất xoay mình
Đưa tôi đi giữa ánh sáng và bóng tối
Giữa màu xám không gian
Vì tôi luôn hoang mang
Khi cuộc đời luôn là hai màu đen trắng
Mà cuộc đời thì không như màn bạc
Đen trắng thiện ác phân minh
Đôi khi anh là thiện
Đôi khi ác là anh
Nên tôi ngồi đây thu mình
Giữa tranh sáng tranh tối ∎

# ĐẶNG KIM CÔN

## TRẦM KHA

Sáng nghe nhoi nhói trong lồng ngực
Thấp thoáng đâu đây bóng xế chiều
Nếu phía sau gương là cõi thực
Hẹn hò nào da thịt đìu hiu?

Thì cũng từ không ta đã có
Để sớm mai nói cười có không
Để đêm đau nhức từng hơi thở
Dậy tìm không giữa cõi vô cùng.

Xôn xao râu tóc trong gương bạc
Chợt muốn hỏi mình đang đâu đây,
Như có tiếng cười đêm tối lạc
Giữa mộng lêu bêu, ngắc ngoải này.

Là thế, hẹn về như hẹn đến
Có cần để lại chút buồn vui?
Để lại, như những gì đã có
Nằm bơ vơ, thảng thốt, ngậm ngùi ∎

# LÊ HỮU MINH TOÁN
## TRĂNG THIẾU PHỤ

Từ em đi trăng sầu kín lối
Trôi lang thang hờ hững phiêu bồng
Em đi rồi tiếng cười ở lại
Vọng âm nào ẩn giấu môi hôn

Trăng thiếu phụ gợi đầy ý nhớ
Trải mông lung ngồi ngắm mông lung
Những đường trăng hư hao vụn vỡ
Nhớ miên man nhớ nhớ âm thầm

Đời bận rộn có ta nhàn rỗi
Ôm chiêm bao mê tỉnh giữa ngày
Em choán hết hồn ta trăm mối
Mỗi tiếng cười là mỗi cơn say

Em thấy đó trăng già sừng sững
Ngoài song thưa gương lược rối bời
Ta bất chợt lân la đối bóng
Chút cuồng si và chút lả lơi

Trăng huyền hoặc kiêu sa vi diệu
Mấy sao thưa ngả ngớn chào mời
Em đi rồi đàn lơi cung điệu
Nhớ và thương thương nhớ một thời

Trăng thiếu phụ và em thiếu phụ
Dấu môi son thoang thoảng hương bay
Chốn riêng tư đời thường bỏ ngỏ
Đợi em về hái mộng đêm nay ∎

# PHƯƠNG TẤN
## KHOAI LANG VỎ ĐỎ LÒNG VÀNG

*gửi Xuân Thao và Thu Phong*

Kính thưa chị cơm bữa no bữa đói
Nhà lêu bêu thuê tháng được tháng không
Xuôi với ngược cũng làm thân tôi mọi
Ngược rồi xuôi vẫn lấy cát lấp sông.

Tuổi thì nhỏ sao lòng nghe đà mỏi
Mắt còn trong sao dạ đã bơ phờ
Chúa thì cao em làm sao mà vói
Khổ còn qua, qua mãi ai ngờ.

Kính thưa chị đôi lần em chợt hỏi
Đời có cái chi vui quá là vui
Vui đến khóc dù mình chưa kịp khóc
Thêm chút vui lại một chút ngậm ngùi.

Uổng chi lạ mười mấy năm ăn học
Trả cho thầy hết trọi những văn chương
Đời bày vẽ toàn gì gì lạ quá
E chết đi Chúa ngại mỗi thiên đường.

Kính thưa chị như loài chim bạc phước
Một sớm mai chị gọi chim ơi chim
Như loài hoa tưởng ngủ hoài bên suối
Trong rừng kia được hoàng tử đưa về.

Chị bùi ngùi bảo sao em gầy quá
Ốm tong teo như sậy ở sau nhà
Em muốn khóc những lần nghe chị trách
Ngại con trai ai đi khóc dị ghê!

Kính thưa chị nay đầu đường mai xó chợ
Ít bài thơ dăm cuốn sách theo mình
Còn nghĩa gì đâu một đời lận đận
Còn nghĩa gì đâu mà nhục hay vinh.

Con nhà ruộng hỏi chi tiền với bạc
Cá đặt rò củi chị vớt ngoài mương
Cơm lại ngon em cứ ăn sạch bát
Vét hết nồi sao còn thấy đói meo.

Kính thưa chị, nhà có bé Lan bé Phụng
Có dì Chuyền vui líu xíu như chim
Mỗi sáng dậy em lại mừng trong bụng
Em mừng em được sống nốt một ngày.

Thôi chịu dại như một loài tầm gửi
Xin ở đây ăn bưởi trổ sau vườn
Ngủ trên cây xước mía lùi trong bếp
Buồn cưỡi trâu mà tìm được quê hương.

A, cưỡi trâu mà tìm được quê hương! ∎

# NGUYỄN VĂN ĐIỀU
## THƠ TÔI BÂY GIỜ

Bao năm nương náu quê người
Bước chân lãng tử nụ cười bán mua
Nằm đây nghe gió chuyển mùa
Tàn đêm trở giấc nghe mưa qua lòng

Cuối đời thân phận lưu vong
Một tôi bóng nhỏ lông bông quê người
Tay che chưa ấm môi cười
Còn ai ngồi lại buồn vui với đời

Em về tô lại đôi môi
Cùng tôi bày tiếp cuộc vui ân tình
Uống đi cạn chén nhục vinh
Say đi quên hết phù sinh kiếp người

Dìu nhau đi tiếp cuộc chơi
Sông kia bên lở bên bồi ai hay ∎

# LÊ CHIỀU GIANG
## TỊNH KHẨU

Ta sẽ nói gì
Trước khi ngưng thở
Có cần chăng? Lời.
Tự thú sau cùng.

Nắng vẫn bay vàng
Gió vẫn hân hoan
Và ta biết
Chẳng ai ngoài ta hiểu
Một tỷ năm rồi
Điều ta chôn giấu
Sẽ cùng nước sông
Ra biển.
Trôi đi.

Cũng chẳng sợ, mà
Vẫn lắm khi
Một chút "giấu"
Đẹp hơn.
Điều phải nói

Có những hương thơm muôn đời
Cũng bởi.
Ẩn trong đêm là
Một chút trăng sao

Thôi,
chắc không cần phải
"Nói hết" đâu.
Mờ mờ
Bí ẩn. Bớt đau lòng
Thiên hạ ∎

# HÙNG NGUYỄN
## CHÂN DUNG NGƯỜI CŨ

Ngoài kia bông tuyết vừa bay
Mùa đông ghé mắt trong này dạ tê
Loay hoay một kiểng hai quê
Một đời hai đoạn, một về hai đi

Chim chuyền hót gọi thiên di
Đường mây nẻo gió cố tri dặm trường
Áo người năm tháng khói sương
Cởi ra mặc lại quê hương đâu rồi

Nhìn ra bông tuyết trắng vôi
Lòng như giọt nước reo sôi hóa mềm
Phải chi đời nhẹ cánh chim
Nắng phương đoài cõng về tìm phương đông
Phải chi cách mỗi dòng sông
Nam phương lên tiếng hỡi lòng bắc phương

Chừ đây bóng nhạn trùng dương
Ngoảnh đầu bến mẹ tang thương đã từng
Mùa đông chợt phố hóa rừng
Ngậm ngùi đếm tuổi trên từng lá khô
Ngậm ngùi đếm bóng mơ hồ
Tuyết bay tuyết đậu lên mồ lập đông.

Bây chừ đâu cũng hư không
Thì thôi cổ tích xin bồng bềnh trôi... ∎

# TRƯƠNG XUÂN MẪN
## CHIẾC ÁO

Sinh nhật em, anh mua hai chiếc áo.
Một chiếc tặng em và một tặng… anh.
Tính ẩn dụ thường mang trong quà tặng:
Mặc áo vào ta lại nhớ nhau thêm.

Đi mua áo dù không có em theo,
Mà sao vừa vặn vòng tay ôm.
Khi xa anh đo bằng cách điệu,
Khi gần anh thuộc nét thương yêu.

Chiếc áo không đính hạt kim cương
Lóng lánh nụ cười, thoảng chút hương
Chiếc áo không sang như vàng bạc
Nhưng có sắc hồng của trái chín cây.

Chiếc áo làm duyên trước gương soi,
Nhân đôi niềm vui tăng đôi nụ cười.
Em xoay hai hướng tự nhiên thành
Bốn hướng, hướng nào cũng ngả hướng anh.

Người xưa 'yêu nhau cởi áo cho nhau',*
Nay ta yêu nhau lấy áo mặc vào.
Chẳng phải qua cầu, không cần nói dối,
Mà vẫn thật thà thuộc khúc dân ca.

Chiếc áo mới thơm tho tình lứa đôi
Đã bao năm rồi mà ngỡ hôm qua.
Chiếc áo mặc vào... chiếc áo cởi ra...
... Ta lại yêu nhau như thủa ban đầu.

Em ơi giữ giùm anh chiếc áo
Dẫu có sờn vai, có bạc màu.
Ngày sau bước già đời nghiêng ngả
Ta còn bấu áo dắt dìu nhau... ∎

*Ý trong trong dân ca "Qua cầu gió bay"*

# CÁI TRỌNG TY
## HẠ LONG CHÂU

nguyệt hát rướn
đêm thiên đường bóng lưỡng
lỡ mai về mê muội biển tình sâu
ôi cửa sổ lông nheo
mở ra đường dặm liễu
đêm mê cuồng
ai tìm gặp núm hồng châu
yêu rất lạ
mùi hương thơm rớm lệ
lời gió rung sương
hồ tịnh cuối phương ngàn
đêm nguyên bích
rất ư là thánh thiện
đêm trân quy
mơn trớn lụa hoàng hoa
em dạ quỳnh như
xiêm y lồng lộng nữ
môi rất son
da phấn mắt chiều ơi
mơ mộng vỗ về
dạt dào xuyến ngọc
mép hồng tơ lửa hạ thắm biển ngời
em lùa tình vào ý tận hang sâu
lời dã thảo
xuyên tới trời vô hậu
trận bão tình
bờ thác lũ phún châu
mùa chim quý
hót một ngày khánh tận
nghe râm ran hoa hướng
nguyệt bên song
tráng sĩ ôi chàng mơ hồ kiếm ngọc
lục tìm hoài phế tích hạ long châu ∎

# VƯƠNG HOÀI UYÊN
## MÙA THU PHÍA TRƯỚC

Tuyết rơi nhiều lần trong tháng mười hai.

Gần đến Noël, tuyết bớt dần. Lạnh se sắt, nhiệt độ hàng ngày khoảng tám độ âm. Những hàng cây rụng hết lá từ sau mùa thu, giờ bám đầy tuyết lóng lánh dưới ánh mặt trời trông như được trang trí bằng những bóng đèn nê-ông. Cảnh đẹp và buồn. Nhưng dù lạnh hay không thì trời vẫn nắng. Khí hậu tiểu bang Colorado là vậy. Nhiều đêm tuyết rơi tầm tã, nhưng cả ngày hôm sau vẫn nắng tưng bừng. Tuyết bám trên các cành cây gặp nắng rụng lả tả. Khoảng ba, bốn giờ chiều là không còn tuyết bám trên cây nữa rồi. Chỉ còn tuyết đọng một lớp dày trên nền đất. Trên trời thì nắng, dưới đất thì tuyết. Cảnh vật trông là lạ.

Mấy hôm nay không thấy Thụy đến chơi. Không biết có chuyện gì không vì anh cũng rảnh. Những lúc có anh đến chúng tôi thường ngồi ở phòng khách gia đình (nhà của người Mỹ thường có hai phòng khách, một phòng dành cho khách, và một phòng dành cho gia đình). Ở đó nhìn ra vườn cây phía sau nhà, có mấy cây táo Fuji của Nhật, và những loại cây không tên. Ở đó chúng tôi thường nói những chuyện ở quê nhà. Có hôm trên đường đi Thụy chứng kiến một tai nạn, trông anh có vẻ bị ám ảnh bởi chuyện chết chóc. Anh xin phép tôi hút một điếu thuốc lá, nhìn theo làn khói mơ màng, anh trầm tư:

- Sao lại có những cái chết thương tâm như thế nhỉ. Cuộc đời ngắn ngủi đến mức phi lý. Người mẹ chết, cô con gái ôm xác mẹ khóc nức nở. Đau lòng quá.

Tôi hiểu cảm giác của Thụy. Thời còn đứng lớp, đầu tiết học, gọi học sinh lên kiểm tra bài, tôi gọi một em vừa mới qua đời mà tôi không biết. Cả lớp ồ lên làm tôi ngơ ngác. Lớp trưởng nói:

- Thưa cô, bạn ấy mất đêm hôm qua rồi ạ.

Một cảm giác lạnh buốt chạy dọc sống lưng tôi. Không tiện hỏi em học sinh mất vì lý do gì, tôi ngồi lặng đi giây lát rồi đứng dậy bắt đầu giảng bài. Giờ giải lao tại phòng nghỉ của giáo viên, tôi mới biết gia đình em ấy gặp nạn tối hôm qua. Cả nhà bị giết, em ấy bị nhiều vết thương nhất, có lẽ vì là thanh niên cường tráng nên em đã chống cự lại. Cả nhà bị xáo trộn lung tung đến nỗi một hộp sữa bột mà cũng bị đổ ra. Kiểu như thủ phạm đã cố công tìm kiếm vật gì. Nhưng hai chiếc xe máy thì vẫn còn. Một vụ án đặc biệt mãi bao nhiêu năm sau vẫn không tìm ra thủ phạm.

Những giờ sau vào lớp, tôi thấy chỗ ngồi của em vẫn trống. Mặc dù em ngồi bàn thứ ba, nhưng vẫn không có em nào phía sau điền vào chỗ trống. Có hôm một học sinh nào đã để vào chỗ trống ấy một bó hoa. Một sự thương tiếc thầm lặng làm nhói lòng cả lớp. Hai năm sau, lại một vụ án nữa xảy ra tại thư viện trường. Nạn nhân là một cô giáo đảm trách công việc quản thủ thư viện, còn trẻ, chưa có gia đình. Vụ án xảy ra sau buổi tan trường của chiều hôm trước, được phát hiện vào buổi sáng hôm sau. Cô quản thủ thư viện bị cột chặt vào ghế bằng dây nylon – loại dây dùng để cột sách – trong tư thế ngồi. Miệng bị nhét giẻ, nhiều vết thương trên người, và mắt bị đổ mực xanh, loại mực dùng để bơm bút máy (những năm sau 1975 người ta còn dùng bút máy). Có lẽ thủ phạm đã dùng mực để xóa đi hình ảnh của mình còn đọng lại trong mắt nạn nhân. Và bao nhiêu năm sau  vụ án cũng đi vào chỗ bế tắc, không tìm ra thủ phạm. Thời đó chưa có camera như bây giờ nên việc điều tra vẫn không có manh mối. Những cái chết tức tưởi nhiều oan khuất lắng đọng trong lòng người nhiều thương xót. Ân oán đâu không biết, nhưng cứ nghĩ đến cảnh nạn nhân bị hành hình trên ghế cho đến chết, ai cũng thấy xót xa. Hình ảnh người mẹ khóc vật vã bên xác con vẫn ám ảnh tôi nhiều năm sau đó. Mỗi lần bước vào thư viện để mượn sách, lòng tôi lại thấy nhói đau. Và nhiều năm sau tôi vẫn không thể quên được.

Thời trẻ, Thụy làm trong một công ty máy tính. Anh về hưu được hai năm. Khác với tôi về hưu vào độ tuổi 55 theo quy định ở Việt Nam, người Mỹ về hưu trễ hơn, vào độ tuổi 65. Sau khi nghỉ hưu Thụy than buồn, chưa biết sẽ sử dụng thời gian trống như thế nào. Thụy lái xe giỏi, như để giết thì giờ anh lái xe một mình từ Colorado đến Washington, vừa đi vừa nghỉ ngơi chụp hình hết ba ngày. Anh rủ tôi đi nhưng tôi không đủ sức khỏe để vượt qua một hành trình dài như vậy. Có hôm Thụy lái xe một mạch đến tiểu bang Texas mất cả ngày chỉ để ăn một món bún chả cá của một tiệm ăn Việt Nam ở Houston – thành phố đông người Việt tại tiểu bang này. Trong cuộc bầu cử Tổng thống Mỹ gần đây, Thụy ngả về phe Dân chủ, tôi ngả về phe Cộng hòa. Hai chúng tôi cá cược với nhau. Nếu phe Dân chủ thắng, tôi sẽ phải đi với Thụy trong hành trình đến Texas bằng xe, ngược lại nếu phe Cộng hòa thắng, Thụy sẽ dịch cho tôi mười truyện ngắn từ tiếng Việt sang tiếng Anh. Kết cục thì phe Dân chủ thắng. Cả gia đình tôi hơi buồn. Tôi thì mắc nợ cá cược với Thụy nhưng còn hẹn, chưa muốn đi Texas. Biết tôi ngại, Thụy nói:

- Không sao. Mình xóa nợ cho Miên. Nếu Miên thích thì đi, không thích thì thôi.

Tính Thụy là vậy, không cố chấp điều gì. Cuộc sống lăn lóc tạo cho anh một thói quen dễ chấp nhận mọi chuyện. Anh đến nước Mỹ với hai bàn tay trắng, từ khi mới ngoài hai mươi. Sau 1975, cha anh – một công chức Bưu điện hiền lành bị mất việc, má anh cả đời chỉ biết làm một người nội trợ bỗng trở thành một bà bán quần áo cũ ngoài chợ trời. Ba anh cả đời chỉ biết ngồi bàn giấy giờ trở thành người chạy xe ôm. Nhà tám miệng ăn. Thụy là con đầu, ba cô em gái kế nhau và hai em trai út. Dốc hết gia tài cũng chỉ đủ lo cho ba người đi vượt biên, ba má Thụy ưu tiên cho Thụy và hai em trai út đi. Cho con trai đi cũng một phần do má Thụy lo gặp hải tặc, là con trai chắc không đến nỗi nào. Trong chuyến tập kết ở một vùng biển xa nhà, do đêm tối trời, Thụy lạc mất hai em.

Cuối cùng anh bị bỏ lại và hai đứa em lại lên tàu trước. Nguyên nhân trong lúc lộn xộn có nguy cơ chuyến đi bị lộ, chiếc tàu nhổ neo bỏ chạy. Thụy trốn chui trốn nhủi và tìm cách về nhà. Hôm sau mới biết hai em Thành và Tuấn đã đi thoát.

Cả nhà rất lo, vì Thành mới mười một tuổi, Tuấn lên chín. Thành vóc dáng gầy còm, ốm yếu. Tuấn ít tuổi hơn nhưng sức vóc có hơn anh. Trên tàu lại không quen biết ai. Má Thụy khóc. Ba Thụy nói:

- Thôi thì chuyện cũng lỡ rồi, có ai muốn như vậy đâu. Bây giờ lo cho Thụy đi chuyến sau. Ơn Trời Phật qua Mỹ anh em chúng nó lại gặp nhau thôi.

Chuyến đi đó là một chuyến đi thật sự gian nan. Khi tàu nhổ neo bỏ chạy hai đứa bé hoảng hồn khi thấy anh trai không có mặt. Cả hai đứa bé đều khóc và bị người lớn nạt nộ vì sợ tiếng khóc làm lộ chuyện. Hai đứa ngơ ngác nhìn quanh, thấy những đứa trẻ khác có nhiều đứa nhỏ hơn mình, nhưng đều có cha mẹ hoặc anh chị đi theo. Mấy ngày chiếc tàu lênh đênh giữa khơi xa như một chiếc lá nhỏ xíu giữa đại dương mênh mông, hai đứa bé bị say sóng, nằm li bì không ăn uống gì được. Đáng ngại nhất là Thành, em gần như mê man không biết gì. Ai lo phần nấy, chẳng ai đoái hoài gì đến hai đứa bé lạc loài. Tuấn có đỡ hơn, khi đói quá em xin được gói mì tôm bẻ ra gọi anh dậy ăn, nhưng Thành ỉu xìu không ngồi dậy nổi. Đến ngày thứ ba thì tàu chết máy, bắt đầu trôi vô định. Những người phụ nữ trên tàu bắt đầu khóc. Có người lâm râm cầu nguyện. Nhóm đàn ông ra sức sửa máy, nhóm khác tụm nhau bàn bạc. Có người lấy áo tẩm dầu đốt treo trên nóc ca-bin mong tàu lớn chạy qua nhìn thấy. Cuối ngày có chiếc tàu Malaysia chạy qua, mọi người ra sức kêu cứu và chiếc tàu chết máy đã may mắn được kéo vào bờ.

Tàu neo đậu cách bờ một khoảng ngắn. Mọi người lục tục lên bờ. Hai đứa bé vẫn nằm thiêm thiếp. Lúc này Tuấn mơ màng biết chuyện nhưng em vẫn không ngồi dậy nổi. Thành thì vẫn không biết gì. Khi mọi người đã lên hết trên bãi, có người chợt nhớ đến hai đứa bé còn nằm lại trên tàu. Họ cử hai người đàn ông khỏe mạnh lên tàu, một người cõng Thành lên vai, một người xốc nách dìu Tuấn đi. Lên được đất liền, hai anh em lần hồi lại sức và cuối cùng cũng qua cơn nguy kịch.

Vào nước Mỹ, hai đứa bé bơ vơ không bà con thân thích nên được đưa vào cô nhi viện. Hai đứa bé khác tiếng nói, khác màu da, trở thành đối tượng cho thói ma cũ ăn hiếp ma mới. Chúng bị bọn con nít da trắng cho ăn đòn nhiều trận. Thành và Tuấn ngồi nghĩ cách không thể để mình bị ăn đòn mãi được. Và hai anh em đợi đêm khuya bọn chúng ngủ say dùng cây đánh trả. Sau nhiều lần ẩu đả nhau kịch liệt, giám thị cô nhi viện dẹp mãi không được bèn dàn xếp cho  hai anh em Thành và Tuấn làm con nuôi của một gia đình người Mỹ. Gia đình này đã có hai con trai cũng ngang ngửa tuổi với Thành và Tuấn, nhưng họ vẫn mở vòng tay nhận thêm hai đứa bé người Việt. Cha mẹ nuôi đối xử với Thành và Tuấn rất tốt nhưng hai đứa con trai của họ thì vẫn hục hặc với hai thành viên lạ mới nhập gia. Bốn đứa trẻ lại chia thành hai phe ẩu đả nhau dữ dội. Dẹp mãi không được nạn đánh nhau sưng đầu mẻ trán của mấy nhóc tì, cha mẹ nuôi của Thành và Tuấn đành gửi hai anh em cho một vị mục sư nuôi dưỡng. Đó là mục sư Alex, ông sống độc thân, nuôi hai đứa bé ăn học tử tế. Cuộc sống của hai anh em tạm ổn từ đó.

Sau chuyến đi lạc mất hai em, số Thụy long đong lỡ dở hai chuyến đi nữa. Đến chuyến thứ ba mới lọt. Anh vào nước Mỹ sau hai em ba năm. Ngay sau khi hai đứa trẻ rời khỏi nhà cha mẹ nuôi, vị mục sư – qua trí nhớ của Thành – đã lần hồi tìm được địa chỉ và liên lạc được với gia đình Thụy báo tin đang nuôi dưỡng Thành và Tuấn. Nhờ đó khi ở trại tạm cư, Thụy được chấp nhận vào nước Mỹ và gặp lại hai em. Khi gặp lại nhau, cả ba anh em ôm nhau khóc ròng. Thụy để cho bọn nhỏ lựa chọn, hoặc tiếp tục sống với mục sư Alex, hoặc sống với anh. Mặc dù rất quý mến vị cha nuôi là mục sư, nhưng hai đứa trẻ vẫn theo về sống với Thụy.

Sau niềm vui đoàn tụ là những ngày tháng Thụy lăn xả vào chuyện mưu sinh. Mục sư Alex cũng nhiệt tình giúp đỡ ba anh em từ việc ổn định chỗ ở, cho đến việc chuyển trường cho hai đứa bé, và giúp Thụy tìm việc. Anh làm hai job. Một job từ sáng sớm cho đến ba giờ chiều. Một job từ bốn giờ chiều cho đến mười giờ đêm.

Gần nửa đêm anh về thì hai đứa trẻ đã ngủ. Buổi sáng anh dậy thật sớm, lao vào bếp nấu nướng thức ăn cả ngày cho hai đứa nhỏ, gọi chúng dậy ăn uống rồi tự đi học bằng xe buýt. Anh vội vã lái xe đi làm trước cho kịp giờ. Ba giờ chiều mấy đứa nhỏ tự về nhà bằng xe buýt và tự ăn uống, học bài. Cũng may là Thành và Tuấn đều ngoan và chăm học. Thụy chỉ phải lo kiếm tiền, phần nuôi em, phần lo gửi về nhà cho cha mẹ. Đôi khi nhận được thư cha mẹ nhắc đến chuyện học hành, Thụy thở dài vì thấy khó mà theo đuổi được việc học lúc này. Chàng trai ngoài hai mươi tuổi nhiều lúc cảm thấy không đủ thời gian để thở nữa nói gì đến chuyện học hành. Nhưng Thụy tự hứa với mình khi nào lo cho các em học hành thành tài xong anh sẽ đi học lại.

Chín năm sau, khi cả hai em đã ra trường, Thụy mới lao vào chuyện học hành, lúc bấy giờ anh đã ngoài 30 tuổi. Chương trình tin học anh đã học ở Việt Nam ba năm trước ngày vượt biên, nên anh tiếp thu cũng dễ dàng. Ba năm sau anh đã lấy xong các tín chỉ đại học. Học thêm hai năm Cao học nữa Thụy tròn 36 tuổi. Ở tuổi đó mới ra trường rất khó tìm việc làm ở xứ này, nhưng nhờ bằng cấp của anh là loại giỏi nên anh cũng có một chỗ làm thu nhập tạm ổn. Thành và Tuấn lần lượt mua nhà ở riêng như hầu hết giới trẻ ở Mỹ. Thụy lại sống một mình. Ba má Thụy sang thăm con mấy lần, nhưng không thích sống ở Mỹ nên họ chỉ qua rồi về. Họ khuyên Thụy lập gia đình vì anh cũng đã lớn tuổi. Đến lúc Thụy nghĩ đến cuộc sống riêng tư thì anh cũng đã đi được một nửa cuộc đời. Ở tuổi này mọi khao khát về một mái ấm bỗng chựng lại, nếu không vì ba mẹ thúc giục thì Thụy đã không lập gia đình. Một phần vì Thụy trầm tính, ít giao tiếp nên ít quen biết với người khác phái. Thời phổ thông tôi học cùng lớp với Thụy nên rành tính anh. Thụy chỉ biết cắm đầu học, ít tham gia những cuộc vui tập thể nên bị lớp đặt cho biệt danh "con mọt sách". Trong lớp có một bạn nữ tên Yên Chi tính cách cũng na ná như Thụy. Vì vậy mà Thụy và Yên Chi bị ghép làm một cặp. Cả lớp hay chọc quê cặp này: "Mọt sách chồng, cộng mọt sách vợ sẽ ra mọt sách con".

Bị ghép với Yên Chi, tôi biết Thụy không thích nhưng không phản đối ầm ĩ. Chi không đẹp, khuôn mặt bạn không có nét nào thu hút người khác phái, lại cao quá khổ. Thời đó con gái cao quá không phải là ưu điểm như bây giờ, vì vậy Yên Chi thường hay mặc cảm. Có lẽ vì bạn hay cúi xuống cho thấp bớt, lâu ngày thành thói quen nên lưng hơi còng. Tính Yên Chi hiền, mặc cho bạn bè đùa cợt, Chi không quan tâm. Kết thúc lớp mười hai phổ thông, bạn bè tan tác mỗi đứa mỗi ngả. Thụy đậu Bách khoa, ngành máy tính. Yên Chi đậu vào trường Y. Khi Thụy đi vượt biên anh đang học năm thứ ba. Tôi và Thụy mất liên lạc với nhau từ đó.

Mấy chục năm sau, tôi lại tình cờ gặp Thụy tại nước Mỹ. Trong dịp tết Nguyên đán, tôi đến thăm người chị ruột tại thành phố Houston, Texas – nơi có đông người Việt sinh sống thứ hai, sau California. Năm đó Houston tổ chức hội chợ tưng bừng, không khí khá nhộn nhịp, Người Việt xa xứ vì thế thấy đỡ nhớ không khí tết tại quê nhà. Cũng có hoa, có quất, có xổ số Lô tô với nhiều giải thưởng lớn. Đang chen lấn trong hội trường, tôi tình cờ đụng vào một người đàn ông đi ngược chiều, tôi ngước lên nhìn anh và chúng tôi nhận ra nhau trong niềm vui vỡ òa. Thì ra đó là Thụy. Anh đang đi công tác một tuần tại đây. Một điều vui nữa là chúng tôi được biết mình ở cùng tiểu bang Colorado. Những năm tháng đó Thụy đã ly hôn chỉ sau năm năm chung sống ngắn ngủi. Vợ Thụy cũng là người Việt, quen Thụy qua trung gian  một người em họ. Hai người có với nhau một đứa con trai, thằng bé sống với mẹ.

Tính từ khi ly hôn đến khi Thụy gặp lại tôi cũng đã qua mười lăm năm, Thụy vẫn sống một mình. Lo cho các em yên bề gia thất xong, Thụy thấy nhẹ gánh. Thành và Tuấn, các em Thụy đều có vợ con, các cháu cũng lớn. Từ đó Thụy sống như một lãng tử, nhất là sau khi về hưu, nay đây mai đó. Thấy khất mãi cũng không tiện, tôi đồng ý đi Houston với Thụy bằng xe hơi, để trả cái nợ đã thua trong lần cá cược. Thụy dặn tôi mặc gọn nhẹ, mang giày thể thao. Trên đường đi từ Colorado đến Houston sẽ có những điểm dừng xe vào rừng leo núi. Chúng tôi khởi hành vào lúc chín giờ sáng. Trời tháng mười hơi se lạnh nhưng nắng vàng rất đẹp. Colorado đang mùa Thu, lá chưa vàng lắm nhưng đã bắt đầu đổi màu. Trên những đọt cây phong đã bắt đầu hoe hoe đỏ. Xe chạy qua những cánh đồng hoa vàng bát ngát. Thụy nói đây là một loại cây người ta trồng để ép dầu. Khoảng ba giờ chiều thì đến vùng đồi núi ven đường. Thụy nói:

- Giờ thì bọn mình đổ bộ vào rừng.

Cảm thấy hơi lạnh, tôi khoác thêm một chiếc áo gió. Thụy nói:

- Leo núi một lát sẽ toát mồ hôi ra đấy. Rồi Miên sẽ thấy chuyến đi này không tệ đâu.

Rừng có rất nhiều thông, reo vi vút trong gió chiều. Thụy đi nhanh nên thỉnh thoảng đứng lại chờ. Đúng như Thụy nói, tôi bắt đầu thấy nóng vì vận động nhiều. Anh nói:

- Ráng chút nữa sẽ đến một dòng suối đá. Tha hồ ngồi nghỉ.

- Rừng này có nai không Thụy?

- Lát nữa đến suối cậu sẽ thấy có rất nhiều nai.

Khoảng mười lăm phút sau tôi đã thoáng nghe có tiếng róc rách. Mười phút sau chúng tôi đã thấy dòng suối trước mặt. Suối không to lắm nhưng nhiều ghềnh đá.  Ném cho tôi chai nước, Thụy nhìn quanh và nói:

- Nai kìa, Miên!

Theo tay chỉ của Thụy tôi thấy một đàn nai vàng óng khoảng trên mười con, đang gặm cỏ. Chưa bao giờ tôi thấy nai nhiều đến thế. Vườn nhà tôi nhiều nhất là sóc, nai thì lâu lâu mới có một con đi lạc vào vườn. Thụy nói:

- Nai thích sống gần suối, vì có nước. Những con có sừng là con đực, con cái không có sừng. Thượng đế cũng thật tinh tế khi sáng tạo muôn loài. Nai đực có sừng để chiến đấu chống lại kẻ thù, bảo vệ bầy đàn.

Nai vốn hiền lành, thấy tôi và Thụy chúng vẫn bình thản gặm cỏ, không có dấu hiệu sợ sệt nào. Thụy nói:

- Ở nước Mỹ này muông thú đều hiền lành và không sợ con người. Vì con người không sát hại chúng. Nếu như ở Việt Nam thì đàn nai kia ít nhất cũng có vài con vào nhà hàng năm sao rồi.

Nắng vẫn vàng hoe nhưng gió đã nhiều hơn. Những ngọn thông ngả nghiêng theo chiều gió. Ngồi yên một chỗ tôi lại bắt đầu thấy lạnh. Thụy hỏi:

- Mỗi lần về Việt Nam cậu có gặp đầy đủ các bạn cùng lớp không?

- Làm sao mà đầy đủ được hả Thụy. Mấy mươi năm rồi, đã tan tác hết rồi. Chỉ khoảng bảy đứa còn ở Sài Gòn.

- Bây giờ Yên Chi ở đâu?

Tôi trêu Thụy:

- Vẫn còn nhớ Yên Chi cơ đấy. "Cái thuở ban đầu lưu luyến ấy..."

Thụy nhìn tôi, cái nhìn rất lạ gieo vào lòng tôi một thoáng xao xuyến:

- Nếu nói "Cái thuở ban đầu lưu luyến ấy..." thì phải nói mình lưu luyến người khác cơ, đâu phải Yên Chi.

Tôi giả vờ tỉnh bơ:

- Ai mà biết được. Chỉ có Thụy biết thôi đấy.

- Rồi sẽ có lúc Miên biết thôi.

Thấy tôi lạnh, Thụy lấy áo khoác của mình khoác vào vai tôi:

- Miên có nhớ câu ca dao bọn mình học hồi lớp mười không nhỉ? "Yêu nhau cởi áo cho nhau" ấy.

Tôi không trả lời. Một luồng hơi ấm từ áo Thụy len vào người tôi. Cả hai chúng tôi đều bơ vơ ở tuổi xế chiều. Nhiều lúc cô đơn quá tôi cũng thoáng nghĩ đến một bờ vai vững chãi của ai đó để tựa vào. Nhân sinh trên trái đất này có đến mấy tỷ người, nhưng để tìm được một người hiểu mình đâu phải chuyện dễ. Chắc Thụy cũng vậy. Long đong mãi đến tuổi về hưu ngó trước ngó sau cũng chỉ một mình. Thời gian qua rất nhanh, thoáng chốc đã đến tuổi già – một tuổi già cô đơn ngay trong chính ngôi nhà của mình.

Chúng tôi xuống núi. Buổi chiều thật yên tĩnh. Chỉ có những cành cây khô giòn gãy dưới bước chân. Rừng thông vi vút gọi. Mùa Thu đang ở phía trước.

**Vương Hoài Uyên**

## NGUYỄN LỆ UYÊN
NGUYỆT TẬN

### 1.

**Người ta nói tôi chết từ lâu lắm rồi**, đâu mới khoảng 2, 3 tháng tuổi. Xác tôi đặt trên mo chuối dưới gốc mận. Mươi, hai mươi ngày sau tôi vẫn nằm chỗ đó. Mắt vẫn mở nhưng thỉnh thoảng bị cái gì đó che lại, không thấy gì cả, chỉ nghe những tiếng lào xào chung quanh như cánh đập của đàn ruồi khổng lồ. Mười, hai mươi năm sau tôi vẫn cố định ở vị trí ban đầu. Chỉ có sự thay đổi chút ít, đó là lớp cọng rêu và những cây dương xỉ mỏng manh ôm ấp tôi như người mẹ âu yếm con.

Tôi sống và lớn lên bằng tình thương vời vợi không gì thay thế cùng những cơn mê và những giấc mơ. Chỗ gốc mận già là căn phòng khoảng ba chục mét vuông. Ba bên là những giá sách cao hai tầm với, chất đầy, lèn khít to nhỏ dày mỏng. Những quyển sách đó là những hình nhân sống động vào mỗi buổi tối. Những đêm trăng sáng, tôi thấy nàng Kiều tha thướt bước ra từ bụi dú dẻ ngào ngạt hương thơm, nhưng vẻ mặt thì đờ đẫn buồn đến hiu hắt. Có đêm tôi lại thấy nàng Emily Brontë thơ thẩn trên đồi Wuthering Heights. Thân thể nàng được bao quanh bằng màu vàng của trăng và trắng phai của sương và tuyết mỏng. Nhiều khi nàng khựng lại, người co rúm vì Chí Phèo với chai rượu vơi kẹp nách bước loạng choạng bên kia đường, một tay cầm cây mã tấu, tay kia cây búa tạ. Thỉnh thoảng tôi nhìn thấy hai nàng nở nụ cười với gã Zorba, nhưng cả hai không giống nhau, mỗi nụ cười là những bí mật riêng của hai nàng mà chính người bị nhìn cũng không tài nào hiểu thấu. Vả lại hai chàng đâu có nhiều thời gian để nhìn bất cứ ai, biểu cảm bất cứ điều gì ngoài những giọt rượu cay trong cổ họng Zorba và vũ khí ở hai tay Chí Phèo? Nhiều đêm tôi nghe tiếng gươm đao loảng xoảng, những tiếng la hét, những tiếng gào rú kinh hoàng. Những hình nhân bằng rơm vác những tảng đá khổng lồ lảo đảo bên thành Vạn lý; xa xa là máu các chiến binh dưới lưỡi gươm oan khốc của Chu Nguyên Chương và cuộc tắm máu của triều đại Chinazi. Chúng diễu qua như hình nhân trong chiếc đèn kéo quân.

Đêm nay tôi không còn thấy hai người phụ nữ điệu đàng ấy mà là một quầng trắng đồng tâm với những vòng đỏ máu và đen. Nó trôi bập bềnh như chiếc dĩa bay. Trên đó có người đàn ông không định dạng được là già hay trẻ, bởi ông ta cụt đầu và một cánh tay trái đứt lìa. Duy nhất còn lại trên người là chiếc áo the, quần lụa trắng và đôi giày Nam Định. Mỗi khi gió thổi ở hướng nào thì cánh tay phải ông giơ lên theo hướng đó, thều thào "tao là cha mày mà... tao đẻ ra mày...". Mỗi lần ông nói câu đó, tôi nhìn thấy máu từ chỗ chỉ còn lại chiếc cổ bầy nhầy phun trào, trộn vào ánh trăng thành một dải xanh lè kéo dài đến tận phía bờ tường đá ong. Nhìn dải xanh mỏng tang và sền sệt kia, thỉnh thoảng tôi nổi da gà và tất cả những cây dương xỉ, rêu đều nhảy dựng chồm chồm.

Những tiếng lào khào run rẩy ấy nhỏ dần cho đến khi, có lẽ là kiệt sức, ông cụt đầu nằm vật ra bất động, chỉ còn một đống nhão nhoét, tanh tanh. Tôi phân vân tự hỏi có phải nó đang ngập ngừng bên bờ phân hủy, mà dấu hiệu là màu trắng chiếc quần và màu đen áo the liên tục phồng lên, xẹp xuống? Tôi cố ngóc đầu xem cái gì động đậy đến lạ. Những con giòi chăng?

Có ai đó dúi đầu tôi xuống rồi vừa che mắt vừa lật mặt tôi qua hướng khác. Tiếng rì rào khe khẽ tựa như tiếng gió đập cành tre.

Ông con đó. Ông nội con đó.

Tôi có ông nội sao? Mà người là ai?

Là một trong những bà nội của con.

Tôi cố nhổm lên, nhưng bàn tay nhẹ nhàng giữ vai tôi lại. Bàn tay rất ấm và thơm mùi chanh sả trộn với mùi ngải cứu và húng quế.

Nhưng tại sao ông lại nằm đó, thưa bà?

Ông bị giết, con ơi! Chính xác là ông con bị chặt đầu bằng chiếc rựa cùn.

Chiếc rựa cùn? Con không hiểu. Tại sao chiếc rựa cùn có thể làm được việc ấy?

Ừ, chiếc rựa không chặt mà một lực khủng khiếp tác động lên nó con ạ. Nó là, chiếc rựa ấy bị sai phái điều khiển bởi những ký tự ngoằn ngoèo nằm vắt ngang trên những tờ giấy hoen ố tựa như bầy rắn. Chúng ăn vào tim vào óc tay chân thân thể con người như loại vi khuẩn độc và gây ảo giác nặng cho những con người đó. Chúng nói chúng không chặt, không giết mà chính là những ký tự kia, ấn mạnh lên rựa, câu liêm, dao cùn và súng đạn đâm ngã nạn nhân.

Con không hiểu những điều bà vừa nói. Điều con muốn biết là tại sao ông con phải ra nông nỗi thảm thương đến vậy?

Đơn giản là ông đã khạc nhổ vào mớ ký tự hổ lốn đó.

Đâu có gì là ghê gớm, hả bà. Con vẫn khạc nhổ đờm dãi mỗi khi thời tiết thay đổi kia mà?

Chúng ta khạc nhổ mỗi khi thay đổi tiết trời là quy luật tự nhiên do tác động qua lại giữa con người và thiên nhiên. Nhưng khạc nhổ vào ký tự là điều phạm húy. Những ký tự đó đối với họ nằm trong quy phạm không thay đổi, hoán cải. Nó là một khoảng không gian rỗng mà vô cùng thiêng liêng không một ai được phép báng bổ, xúc phạm. Và để bảo vệ cho cái thiêng liêng ấy, những con vật đi bằng hai chân và có bộ óc của loài bốn chân xây dựng thêm học thuyết *chinazisme* bằng trăm triệu sinh mạng ở những nơi nào mà các tờ giấy có các ký tự ngoằn ngoèo ấy tấp vào. Ông con là một trong hàng trăm triệu nạn nhân đó.

Tự dưng ông dính vào chuyện không hay ho chút nào.

Con quá nhỏ để có thể hiểu nguyên tắc bất di bất dịch của ông là thuận theo đạo đức làm người và quyền tự do của mỗi cá nhân cho nên ông bị liệt vào những kẻ *réactionnaires* và phải bị tiêu diệt.

Con không hiểu tại sao lại tiêu diệt những *réactionnaires* của ông? Bà có thể nói rõ hơn kẻ gây sự?

Kẻ gây sự. Ồ, con đúng là thiên thần bổn thiện diện mục. Phải nói kẻ giết người mới đúng. Kẻ ấy chính là một bộ phận trong cơ thể ông. Chính xác là một giọt máu của ông. Giọt máu kia ngày mỗi lớn có khuôn mặt người và bộ óc của loài bốn chân. Bà không chứng kiến thảm cảnh nhưng kẻ sống sót kể lại, rằng một đêm mưa gió bão bùng, bọn có óc bốn chân chia nhau đi lùng sục khắp các làng nằm dọc hai bờ sông Cái, bắt kỳ hết những người kích bác, dè bỉu hay chống đối ra mặt những ký tự thiu thúi bất kể già trẻ gái trai. Gần hai trăm người bị trói thúc ké dẫn lên bìa rừng Ba Lù. Chúng bắt quỳ hàng ngang dài dậm dặc và ra tay bằng rựa, dao. Chúng vung lên. Roạt roạt. Máu phụt cao thành vòi chạm vào tầng mây. Máu ngập tới mắt cá chân...

Kể đến đây, bà ôm tôi nức nở. Tôi nghe má mình ướt, môi mằn mặn như những hôm nằm ngửa hứng sương muối. Một cảm giác ấm áp mà vô cùng lạnh lẽo thấm tận tim gan. Bà hổn hển kể tiếp:

Người chỉ huy ra lệnh giết tất cả là giọt máu của ông, dây nhợ với con cũng bằng giọt máu oan gia.

Cuối cùng thì ông con chết.

Không, bị giết chết.

Thưa bà, còn ba, mẹ con?

Đừng nhắc tới người gọi là ba. Đó không phải là con người. Bà không muốn nghe bất cứ điều gì về con người đó. Còn mẹ con ư? Mẹ con bay lên trời rồi và để con ở lại với bà.

Ước chi con cùng bay với mẹ lên trời cao thênh thang, bà nhỉ?


## 2.

Tôi ngủ li bì suốt nhiều ngày, không ăn cả không khí và dợm dậy uống sương, cho tới lúc tôi nghe có vật gì đó nổ banh ra rất gần đâu đó. Rồi có một bóng đen đè phủ lên người tôi trong tư thế che chở. Những tiếng nổ liên tục dội tới lúc mỗi gần rồi đột ngột dừng hẳn. Tôi mở mắt ra, bóng đen kia nhổm lên, ve vuốt từ đầu tới chân tôi, nắn nắn phần ống chân khiến tôi cảm thấy nhột nhạt. Tôi chưa kịp lên tiếng thì có tiếng nói phát ra, rất quen:

Bà đây, nội con đây.

Những tiếng nổ chát chúa. Con nghe tiếng nổ.

Bàn tay lạnh ngắt, run run bụm miệng tôi lại.

Nằm yên. Đánh nhau. Đánh nhau lớn lắm.

Sao lại đánh nhau mà ai đánh với ai?

Bà không trả lời, vụt đâu đó rồi quay lại, bế xốc tôi lên đặt nhẹ trong chiếc thúng. Tôi mở mắt, nhìn thấy bà cắm cổ chạy, có lúc chiếc thúng muốn rơi, đòn gánh cong xuống. Bà chạy qua các truông tre, qua các kiệt hẻm... Cả đoàn người gồng gánh nhập vào nhau chạy dọc theo mé sông. Tôi nghe tiếng nồi đồng khua loảng xoảng, tiếng chó tru thê thảm và tiếng trẻ con khóc ngằn ngặt. Gió thổi tạt ngược khiến lớp rong rêu và những cây dương xỉ mong manh như muốn khô tóp lại. Tôi ngọ ngoạy trong chiếc thúng còn dính nhiều hột lúa lép, chích qua lớp rêu khiến tôi xót ngứa. Tôi muốn chùi xuống nhảy tót ra ngoài, nhưng bà chạy nhanh quá, chiếc thúng lắc lư đung đưa khiến tôi không thể tìm cách giữ thăng bằng để đứng lên.

Thôi, mặc bà. Tôi ngủ thiếp trong chiếc thúng.

Trong giấc mơ tôi thấy bà dẫn tôi lội ruộng. Hai bà cháu bì bõm cắm mặt móc từng con cua ẩn mình trong hang sâu dọc theo những bờ ruộng trong cơn mưa bấc dầm dề lạnh căm. Bà hái những cọng rau má xanh mướt ven bờ. Tôi mang chiếc rổ tre le te chạy theo bà. Sau đó, be bờ tát những vũng đọng mót từng con cá nhỏ trong mương nông giang đang mùa đóng nước... Những mảng bùn lem luốc và những ngọn gió đồng hiu hiu khiến tôi thích thú. Tôm tép rất nhiều, bắt chưa xong bà lại hối hả đặt tôi vào đầu thúng, đầu kia là những cua cá tôm tép rau má cải trời nhảy nhót nhịp theo bước chân tất tả của bà, theo đoàn người ngược về phía núi, bỏ lại ngôi làng cháy ngùn ngụt trong biển lửa bom xăng. Chạy băng qua những cánh đồng trơ trọc nám úa. Những con trâu sống chuồng rống lên, những con chó ốm trơ xương ngửa mặt tru từng hơi dài rồi găm đầu xuống khe nứt...

Tất cả những hình ảnh kia dồn dập đập vào mắt tôi và lưu giữ lại như một ký ức vàng ảm đạm. Tôi bấu tay vào hai tai gióng, lắc lư theo nhịp quẩy của bà đong đưa qua lại. Tôi lại ngủ thiếp trong những động tác lắc lư trên đôi chân già nua. Cả đoàn người chạy tới được chân núi, rồi quay ngược về đồng, nằm chúi vào lòng mương hẹp, tránh những quả đạn nổ đùng đùng trên đầu. Đoàn người dài ngoẵng tức khắc biến mất trên những mảnh ruộng nứt nẻ, những khúc tay chân lìa ra bay lả tả trên không, nhưng không giống với cánh bay của những con diều giấy mà lũ trẻ thả bay lên trời xanh những buổi chiều ngoài đồng còn trơ cuống rạ tôi từng nhìn thấy khi ngọn gió bê nguyên cả mo chuối đặt ngoài bờ mương khô nước.

Cảnh chạy tới chạy lui khủng khiếp đó trườn tới trườn lui hoài hoài như trong phim.

Tôi lịm đi cùng lúc những tiếng nổ tan dần theo gió đưa.

Những bóng người mất hút. Chỉ còn lại vòng trắng bay là là hư thực.


**3.**

Tại sao mẹ lại để nó đi?

Mày nói đi. Mày muốn nó thành người tử tế hay thành kẻ giết người?

Mẹ không hiểu gì cả. Mẹ bị kẻ phản bội ru ngủ bằng những thứ cặn bã bẩn thỉu đó rồi. Mẹ hành xử cách này, mọi người đều như mẹ thì đất nước này sẽ mất, sẽ thành nô lệ cả thôi.

Đó là chuyện thiên hạ, tao không biết. Nhưng mày phải hiểu rằng nó là đứa duy nhất còn sót, mang dòng máu họ Trần. Mày mở mắt nhìn cho rõ bức hoành phi kia, những tấm liễn kia cùng chục cột gỗ lim chống đỡ căn nhà của ông bà mày gầy dựng. Mày đọc đi và nói cho tao hay mày thấy những gì trong đó, mày có hiểu những chữ tổ tiên khắc cẩn lên đó không?

Tôi không cần biết những thứ bẩn thỉu lạc hậu rơm rác đó. Điều tôi cần là mẹ đưa nó về. Tôi không muốn nó đi làm tay sai cho lũ ăn cướp dơ bẩn.

Mày nói nó là con mày mà mày có biết mặt mũi ẩm bồng nó chưa hay chỉ mới thấy cái bụng lum lúp của vợ mày trước khi mày biến mất khỏi cái làng sanh ra mày? Bao nhiêu mẫu ruộng cầm cố cho mày học Collège AS để cuối cùng ôm mớ chữ nghĩa nhiễm độc ghê tởm dẫn đám người đầu trộm đuôi cướp về phá nát làng này, tổng này... Thứ chữ nghĩa dao búa đó đã giết chết ông chánh tổng là ông nội mày, giết cả ông trợ giáo là cha mày và chồng tao... mày có biết không? Còn con vợ mày đó cùng với bao nhiêu người khác bị chết thảm trên mô đất ngoài đường cái quan kia. Ai đặt những trái mìn trái đạn dưới mô đất đó? Những người đàn bà buôn thúng bán bưng kia có tội tình chi hả mày?

Suốt ngày quanh quẩn bên ông táo mẹ đâu hiểu. Lịch sử đã giao cho họ, những người mẹ lên án đó, sứ mệnh thiêng liêng nhất mà những kẻ hèn kém, ngu muội không bao giờ hiểu ra!

Ừ, thì tao ngu tao hèn... nhưng tao không phải là kẻ khát máu như lũ mọi rợ chúng mày! Sứ mệnh thiêng liêng của chúng mày là đi giết người vô tội? Lũ khát máu quỷ dữ hiện hình chúng mày!

Mẹ lại hiểu sai.

Sai hay đúng thì rồi cái mày kêu lịch sự lịch sử gì đó sẽ chỉ rõ ai đúng ai sai!

Nói mãi, mẹ chẳng hiểu gì cả?

Đó là phần lý của tao, của những người ruột thịt máu mủ đồng bào xóm giềng của tao, giờ mày hãy đi khuất mắt tao, đừng bao giờ vác mặt về nữa, nghe chưa?

Tôi sẽ đi nếu bà đưa thằng Kiệt về.

Mày còn biết tên nó là Kiệt nữa đấy? Mà đưa về để làm gì, còn như tao nhất định không cho về thì sao?

Mẹ nghe cho rõ đây: Tôi sẽ đưa nó lên xứ sở Đại Đồng. Nó sẽ được học những tư tưởng tiến bộ nhất của nhân loại để giải phóng những áp bức bất công, giải thoát cho ông bà cô bác, đồng bào nó không bị đày đọa, sống trong cảnh tù ngục nữa. Rồi đây tất cả sẽ thấy ánh sáng của tự do, sẽ sống ấm no hạnh phúc, mọi bất công trên đời này, trên mảnh đất nghèo nàn cơ cực này sẽ bị xóa bỏ vĩnh viễn.

Hay đấy. Vậy ai cứa cổ bà Neng, kẻ nào bắn hàng trăm người dân vô tội trên núi Ba Lù?

Bọn chúng là những tên tay sai của địch.

Hay đấy. Bọn đó là bác, là chú, là anh em cùng cha khác mẹ với mày đấy thằng trời đánh ạ.

Công lý luôn công bằng với mọi người mẹ à.

Công lý là máu là chết chóc hả con?

Phải biết hy sinh cái riêng bé nhỏ cho sự nghiệp lớn.

Ờ, tao hiểu ra rồi, cái lớn của mày là những chuyến xe lam của bà con về làng cắt lúa bị mìn đắp mô nổ tung. Con vợ mày cũng trong phần số hẩm hiu đó. Cả chục người là đàn bà con nít trở thành đống bầy nhầy, không nhận ra ai là ai. Hàng chục hàng trăm hàng triệu người chết tức tưởi không biết vì sao chết đều là kẻ địch của chúng mày đó...

Có tiếng súng lẻ loi ở bìa làng. Người đàn ông đứng bật dậy vụt ra sân.

Người đàn bà vặn thấp ngọn đèn, co gối ngồi xuống bộ phản gõ ngó ra khe hở tấm phên. Trời tối đen như mực. Chỉ có tiếng côn trùng rả rích nỉ non.

## 4.

Tháng Tư, hoa mận nở trắng cành. Ngó xiên lên, những cánh hoa mỏng như sợi chỉ nhuộm sắc lá bên dưới von lại màu mạ lợt. Đàn ong mật và ong bầu kéo tới chao lượn trên cánh nhụy trắng muốt. Những đôi cánh đập liên hồi phát ra âm thanh cao thấp dày mỏng như các nghệ sĩ áo dài khăn đóng trong dàn nhạc hát bộ, cúng đình. Chúng hoan ca vừa nhắm mắt tận hưởng những tinh thể sền sệt ngọt ngào qua ngõ ống vòi cong cong.

Tôi không bay được như đàn ong kia, nhưng bù lại, những cánh hoa rơi xuống phủ lên khắp thân thể tôi màu trắng như tuyết, thơm ngọt ngào. Tôi cũng không hát được, may nhờ những cây dương xỉ thảy lớp áo cọ vào nhau, xô đẩy như sợi lạt cứa lên ống tre già, vui tai.

Tôi miên man với bầy ong với hoa với lá và chút nắng trở mùa ngai ngái mùi rơm khô, mùi khói đồng bay tạt theo gió nồm từ biển thổi vào.

Tôi chìm theo ánh trăng non chốc lát rồi tan vào đêm tối cùng với tiếng côn trùng nỉ non như lời kinh cầu.

Những chấm nhỏ li ti xuất hiện trên bầu trời cao nhưng không đủ sáng để có thể nhìn thấy mọi vật chung quanh.

Và rồi, từ phía cổng chỗ giáp với bờ tường đá ong, một bóng người mò mẫm về phía ngôi nhà. Hai chân chỉ còn từ đầu gối, chấp chới giữ thăng bằng, dang rộng đôi cánh tay như bay. Cái bóng đó lượn trên khu nhà chỉ còn trơ lại nền vôi loang lở và lớp tro dày. Bóng người chao tới chao lui nhiều bận rồi quay ngược ra cổng, là là dọc theo hàng rào, cuối cùng tới gần chỗ giếng nước sát gốc mận.

Tới lúc này tôi mới nhìn thấy rõ ràng hơn, về cái bóng người ấy. Hình như đó là một hình nhân ghép lại từ những cọng rơm hay những mảnh giẻ thì phải, giống như những con bù nhìn cắm ngoài ruộng đuổi chim? Ống chân không dính liền với gối. Hai cánh tay thẳng đuột. Khuôn mặt choắt ra, phẳng phiu giống cái bàn chà đất. Thân người đậu lên thành giếng, một tay bấu vào cần vọt bị sụp thõng xuống; tay kia choài ngang.

Lúc cất giọng, tôi mới hay đó là một người đàn ông. Ông hỏi:

Nhà đâu cả, sao sập cháy hết vậy?

Tôi không biết - Tôi trả lời.

Mày là ai?

Là tôi.

Cha mẹ mày đâu?

Tôi không có cha mẹ.

Trời đất sinh ra mày chắc?

Không biết ai sinh ra.

Tại sao mày ở đây, trong vườn nhà tao?

Tôi không biết ông là ai. Nhưng tôi ở đây vì tôi sống với bà tôi. Bà tôi nuôi tôi.

Bà mày đâu?

Bà tôi bị bắn ba tháng trước, trên ngực có găm bản cáo trạng đại ý bà có tội với nhân dân, là người làng nói vậy.

Đó là công lý và chân lý.

Tôi không biết.

Mày kêu sống với bà già ấy, sao hỏi cái gì mày cũng không biết - Bóng người thở dài.

Vì lúc đó tôi bận đánh nhau với quân địch.

Ở đâu? Chỗ mày đánh nhau đấy?

Mặt trận Liên Sơn.

Đánh đấm làm sao?

Địch quân đông như kiến, toàn lũ con nít cả. Chúng cứ xông thẳng lên đồi cao, chỗ đại đội tôi đóng quân. Lớp này chết lớp khác bò lên điên cuồng như lũ thiêu thân.

Rồi sao nữa?

Chúng dùng bộc phá, súng phóng lựu, B40... san phẳng căn cứ. Những người lính cuối cùng của tôi bắn những viên đạn cuối cùng và tất cả đều tan xác trước khi có tiếp viện.

Mày chỉ huy?

Ừ, Đại đội trưởng.

Tao là Trung đoàn trưởng.

Nghe ông xưng cấp bậc khiến tôi không nhịn được cười, đến nỗi rêu và dương xỉ trên người tôi như muốn nổ tung ra.

Mày cười gì thế?

Tôi cười vì buồn cười, vậy thôi!

Mục đích cuối cùng giải thích rõ ràng cho phương tiện. Bởi thế chúng tao mới chiến thắng chúng mày.

Tới đây thì tôi bật khóc nức nở, khóc vì nỗi hận, vì nỗi nhục nhã của những ý thức, đạo đức làm người, của sự lương thiện... Nước mắt dầm dề thành cái ao sâu hoắm.

**5.**

Cây mận, nơi tôi che mưa chở nắng như mái nhà tự dưng khô héo dần. Lá rụng lả tả. Cành nhánh co rúm, rữa mục.

Lớp rêu dày xanh mượt chuyển màu, khô giòn.

Những cây dương xỉ chịu đựng lâu hơn, nhưng cuối cùng chỉ còn lại những sợi gân trắng li ti, tan bay đâu đó mỗi khi gió thổi ngang.

Thân thể tôi teo tóp rồi bị hất tung vơ vất ngoài lề đường bụi bặm.

Chỗ đó không phải chỉ một mình tôi mà có hàng trăm, hàng ngàn người như vậy. Tất cả đều không lành lặn: cụt đầu, mất tay chân, lồng ngực banh nát, hốc mắt như hố bom… Tôi là một trong số ít lành lặn. Chúng tôi nhập vào nhau, lang thang hết đầu đường đến cuối bãi, hứng những cơn mưa dầm dề, gió lạnh cắt da chí những ngày nắng cháy.

Lúc thất thểu, lúc rầm rập theo nhịp quân hành.

Lần cuối cùng, dưới ánh trăng hiu hắt, tất cả đứng trước nghĩa trang cũ của mình, gập chào nơi ở bị đào xới hất tung, bụm chặt tiếng nấc. Và rồi cùng vịn nhau cùng bước lang thang trên đám mây trắng dập dềnh tan tác, vô định.

**Nguyễn Lệ Uyên**

5 chữ, tùy nghi câu
tên tập thơ định viết
khởi mạch từ bắt đầu
80 tuổi đại thọ

dĩ nhiên toàn ngũ ngôn
giản dị như lời nói
người nghe ngỡ dạy khôn
thật ra toàn lại dại

chỉ mong ước có hồn
thơm chiều dài cuộc sống
LH

# VŨ KHẮC TĨNH
## LỜI CẢM ƠN MUỘN MÀNG

### 1.

Câu chuyện Sài Gòn trước năm bảy lăm.

Đầu thập niên bảy mươi thế kỷ trước, tôi đặt chân xuống bến xe ở Hàng Xanh. Thú thật, lòng tôi đâm ra hoảng khi nhìn thấy Sài Gòn trước mắt tôi dân cư đông đúc, xe cộ chạy nườm nượp, đổ về các nẻo đường, tiếng còi xe kêu inh ỏi nghe đinh tai nhức óc. Phố xá nhộn nhịp, buôn bán sầm uất. Tất cả những thứ ấy đã cho tôi ấn tượng Sài Gòn là thành phố đầy quyến rũ.

Những bức ảnh chân dung đẹp mà tôi có được thể hiện đúng diện mạo một góc Sài Gòn xưa như đưa người xem vào một câu chuyện kể không đầu không đuôi nhưng đầy những cảm xúc, đã tạo nên nguồn cảm hứng trong từng góc độ nhịp sống được dàn dựng qua thời gian và không gian một cách tinh tế, không cần vẽ vời hoa lá, hay làm cho màu mè thêm làm gì.

Tôi còn nhớ rất rõ, người Sài Gòn thường đi dạo chơi lòng vòng khu trung tâm, nhất là trên vỉa hè đường Lê Lợi, Nguyễn Huệ vào mỗi chiều. Đông người đi nhất là chiều thứ bảy hay vào ngày chủ nhật hằng tuần trong không khí hào hứng. Chợ Bến Thành vẫn là nơi đi mua sắm, người vô ra đông đúc là chuyện bình thường. Trên đường phố xe Vespa vẫn là loại xe chạy phổ biến nhất. Xe mobylette, xe Honda dame, xe cady, xe xích lô và các loại ô tô xưa cũ cũng nhiều. Ngoài ra, những cô thiếu nữ với những tà áo dài bay bay có nhiều màu sắc sáng, chói xen lẫn nhau. Sài Gòn sặc sỡ trong lớp hào nhoáng bề ngoài làm say đắm lòng người..

Sài Gòn thời đó giá cả đắt đỏ làm ảnh hưởng đến môi trường sống như tôi và những con người có thu nhập thấp. Biết vậy nhưng tôi vẫn chọn Sài Gòn là nơi đến để đi học và con đường tiến thân sau này, sẽ là một giải pháp hữu hiệu vào thời ấy. Như một động lực đã thúc đẩy tôi vào sự hình thành một tâm thế còn mang nặng những giáo điều trống rỗng mơ hồ, về một thế giới hão huyền hoàn toàn không có cơ sở lý luận thực tiễn, có phải thế không? Tôi hỏi như hỏi trong hư vô.

Tôi đã hình dung ra được Sài Gòn của những năm Bảy Mốt, Bảy Hai vẫn bình thản trong cuộc chiến tranh ngày một tăng tốc. Tôi đi làm, tôi đi học, tôi đi lang thang lếch thếch và hòa mình vào dòng người xuôi ngược, không hề hay biết hay nghĩ đến lửa đạn chiến tranh là gì? Thờ ơ và vô cảm, một sự lạnh lùng đến khó hiểu, ai chết mặc kệ không quan tâm đến làm gì. Đó là những con người ăn trên ngồi trước, họ sống trong nhung lụa, làm giàu trong chiến tranh. Nhưng Sài Gòn vẫn hào phóng, vẫn cưu mang, và mở lòng trong vòng tay độ lượng với tất cả mọi người, không phân biệt anh là ai đến từ đâu, mang một sứ mệnh nào, cũng chẳng một ai quan tâm, chẳng một ai biết, mà biết để làm gì. Sài Gòn vốn dĩ là vậy. Khắc khoải, hồn nhiên, lãng mạn, vồ vập vào mối tương quan nhịp nhàng cho từng trái tim biết rung động, giàu cảm xúc giữa Sài Gòn hoa lệ mang trong lòng phố nét đẹp tươi trẻ.

Một ngã tư Hàng Xanh, ngã năm Chuồng Chó, vòng xoay Lăng Cha Cả... được đặt cho các nút giao thông nổi tiếng Sài Gòn vốn dĩ xuất phát từ những biểu tượng một Sài Gòn xưa. Tất cả đều được liệt kê một cách cẩn thận, đã tạo nên một khoảng không gian và thời gian nhất định. Khi đi ngang qua hàng trăm con đường lớn nhỏ, chỉ có con đường Catinat (nay là đường Đồng Khởi) là một trong số rất ít những con đường kỳ cựu nhất. Nó hiện diện trước khi Pháp đánh chiếm Sài Gòn và tầm quan trọng của nó trải dài từ thời Pháp thuộc cho đến tận thời gian sau này.

Người ta yêu Sài Gòn vì những thứ rất đỗi đời thường. Đó là những con hẻm nhỏ, những khu chung cư hàng chục năm tuổi đã ngả màu rêu xám xịt qua thời gian, khu Cư xá Đô Thành, Vườn Bách Thú....

Sài Gòn về đêm lung linh ánh đèn màu chớp sáng ở các quán bar, nhà hàng, khu vui chơi giải trí, các tiệm bán các đồ trang sức, hay đơn giản hơn là quán cà phê. Còn rất nhiều thứ đọng lại qua thời gian nhưng không hình dung ra được trong những lúc cần nêu ra giữa bàn dân thiên hạ. Giờ tôi chỉ có mỗi một việc ghi chép lại mà thôi. Tất cả như khiến cho một ai đó muốn buông nhưng không nỡ, quên rồi lại níu giữ như người tình yêu thương từ bến bờ nào xa lắm. Tôi, một kẻ đơn độc tìm đến Sài Gòn trong sự hỗn loạn về tinh thần, về cơn lốc nhân tình thế thái, về nhân sinh quan, về tầm nhìn và sự hiểu biết về con người. Sài Gòn như thế nào, dễ gần gũi không? Dù có thế nào đi nữa khi đã đến đây sớm muộn gì cũng bị lôi cuốn vào lớp hào nhoáng kim cổ, bởi trào lưu văn hóa nghệ thuật, trào lưu văn hóa ẩm thực, những trào lưu và những vẻ đẹp mãi đi cùng năm tháng

Những lần tiếp theo đó, tôi còn khám phá ra các ngôi chùa có một không gian yên tĩnh như chùa Ấn Quang, chùa Vĩnh Nghiêm... Các nhà thờ như nhà thờ Ba Chuông, nhà thờ Đức Bà nằm bên tòa nhà Bưu Điện trung tâm thành phố cũng là những gương mặt tiêu biểu của kiến trúc đô thị và là những điểm tham quan thu hút khách du lịch. Tôi đã từng đọc các trang sách viết về những nơi này, và những người Sài Gòn nói về Sài Gòn. Tôi bị lôi cuốn bởi những câu chuyện huyền thoại xa xưa và biểu tượng bề thế nên có cảm giác như mình vừa quay lại một thời xa xưa và đang lắng nghe những câu chuyện cổ tích về những chứng tích còn lưu lại trong tâm khảm của mỗi một con người, có giá trị đích thực được lưu truyền trong dân gian qua mọi thời đại. Thoáng qua trong ngồn ngộn thời gian, tôi tưởng mình như đứng trên hồ Con Rùa bí ẩn trong lòng Sài Gòn. Hồ Con Rùa chỉ là cái tên gọi dân gian của một hồ phun nước nhân tạo nằm giữa nơi giao nhau của ba con đường. Tôi không còn nhớ là con đường nào. Chỉ biết con đường mới bây giờ là Võ Văn Tần, Phạm Ngọc Thạch và Trần Cao Vân, tạo thành một nút giao thông cùng mức kiểu vòng xoay.

**2.**

Mùi cà phê dắt tôi rảo bước vào một con đường nhỏ trong cư xá Đô Thành. Là một khu cư xá cũng khá lâu đời ở Sài Gòn, nhưng nhiều khi nói đến tên thì không một ai biết, mặc dù nó là cư xá hiếm hoi có một cái cổng và cái bảng hiệu to tướng gác trên hai trụ đứng hình vuông. Đó là cái cổng chính.

Thú vui tao nhã của những người dân khu này là mỗi buổi sáng ngồi uống cà phê và trải nghiệm mọi quan điểm về sự đời, về triết lý nhân sinh và vòng tuần hoàn của cuộc sống đến rồi đi trong vòng luẩn quẩn không bao giờ dứt.

Tôi ngồi một mình trong quán cà phê, từng giọt từng giọt nhỏ xuống ly, tôi ngồi đốt không biết bao nhiêu điếu thuốc, uống cà phê xong đứng dậy ra đi. Tôi tha thẩn lạc vào con hẻm nhỏ ngoằn ngoèo chạy lòng vòng quanh co một hồi mới thoát ra được nhờ sự hướng dẫn của cô bé đang ngồi bán tủ thuốc lá trước hiên nhà.

Tôi không còn nhớ thời gian đã trôi qua bao lâu. Khi dừng chân, mọi cảnh vật chung quanh khu cư xá chìm trong không gian im ắng vốn có từ lâu nay. Tôi đang tích lũy và vận dụng những sự hiểu biết mà mình đã từng đọc qua sách báo để có thể hiểu thêm về nguồn gốc và sự hình thành của một vùng đất đối với tôi rất xa lạ. Nhưng chắc chắn là tôi đã rất may mắn vì định mệnh đã cho tôi một cơ hội để đến đây, một Sài Gòn tươi đẹp. Dường như tất cả mọi việc đều phải trôi theo một dòng chảy hay một lộ trình. Có lẽ bây giờ tôi mới bắt đầu hiểu nhưng lòng tôi lại tỏ ra lo sợ là phải chấp nhận một sự thật. Lúc đó tôi còn rất trẻ, chỉ có hai mươi lăm, hai mươi sáu  tuổi đời, và tưởng rằng chỉ có mình mới quyết định được cuộc sống của đời mình mà thôi. Vì thế tôi không tin vào một ai nói đến tương lai, như sách tử vi, bói toán, đường chỉ tay, mấy ông thầy tướng số, tất cả đều nói chung chung, rập khuôn vào một mô-típ nhất định, tôi xét thấy không trúng trật vào chỗ nào hết, thế mà cũng có người tin mới lạ chứ. Tôi xếp những thứ đó vào loại xa xí phẩm không hơn không kém.

Đời tôi, trong ngồn ngộn thời gian sống ở Sài Gòn là một sự giao thông hỗn loạn của xe hơi, xe buýt, xe gắn máy, nói chung là các phương tiện đi lại, tuy vậy trên đường phố không thiếu những người đàn bà quang gánh trên vai, chiếc nón lá trên đầu và nụ cười hiền hậu thường nở trên môi.

Tôi trở lại con đường Nguyễn Huệ, nơi thường bày bán đồ cổ cũng như những bức tranh sơn dầu, sơn mài. Tôi chỉ đi lướt qua chứ mua thì không bao giờ mua, vì giá cả quá đắt. Tuy vậy tôi vẫn mong góp một phần nhỏ giúp người yêu nghệ thuật cảm nhận cuộc sống quá khứ của Sài Gòn này với nét vẽ và cái nhìn của người họa sĩ về một giai đoạn sáng tác, còn để lại ít nhiều ngẫm nghĩ về một thời trên mảnh đất Sài Gòn, đầy những biến động và nghịch lý nhưng đã xây dựng được không khí sáng tác nghệ thuật sôi động, đầy những cá tính.

Nhiều người du khách như Tây-ba-lô, Mỹ, Hàn, Nhật đang đứng tụm năm tụm ba chụp hình. Một vài con người khác đứng tham khảo cẩm nang du lịch để tìm địa chỉ đến một chỗ nào đó. Thế nào họ cũng tìm ra được nhiều điều thú vị đẹp như những bức tranh sơn dầu bày bán ở nơi đây, nên họ không mấy ngần ngại đi bộ tà tà dù con đường đến đó có xa vài cây số cũng không sao, chẳng hề hấn gì đôi chân cũng như sự mỏi mệt hằn lên nét mặt nếu có, miễn sao cuộc viếng thăm các di tích đạt được như mong muốn.

Những vẻ đẹp tiềm ẩn ở Sài Gòn còn nằm ở những góc phố, những tụ điểm vui chơi giải trí, những ngôi chùa cổ lâu đời, nơi có những cụ già ngồi ngẫm nghĩ một nước đi cờ tướng dưới bóng một tàn cây cổ thụ hay dưới mái hiên trước một ngôi nhà nhỏ nào đó chẳng hạn.

Là con người thời trai trẻ làm gì không có những cuộc tình, những cuộc tình đã yêu nhau vài năm nhưng không đến với nhau được vì nhiều lý do... Hay những cuộc tình thoáng qua nhưng vẫn nồng ấm chút tình lữ thứ đẹp hơn những giấc mơ. Xin cảm ơn Chi Lan, cảm ơn Huyền Vy, cảm ơn Huệ.... đã cho tôi những ngọt bùi lẫn cay đắng trong cuộc tình trường. Không biết giờ các bạn đó sống ở đâu, ở nước ngoài hay vẫn ở trong nước? Tôi cũng không biết được, ai rồi cũng có một cuộc sống với chồng con... Chúng ta bây giờ đã trở thành ông nội, bà ngoại hết rồi... chẳng còn gì để tiếc nuối.

Sài Gòn của những tháng năm mà người ta phải nói dối nhau để tồn tại, nhưng mỗi lần gặp nhau vẫn vui cười trong chút tình tha hương. Nhiều khi trong túi không còn một đồng xu dính túi, nhưng tôi vẫn hào phóng, bằng cách ghi nợ tiền cà phê, cũng có lúc không thể nợ tiền cà phê thêm được nữa... Rồi cái ăn cái mặc không biết dựa vào đâu để sống qua những năm tháng ngặt nghèo khi chưa xin được việc làm.

Khi có người bà con giới thiệu cho một chỗ dạy kèm, dạy đâu được gần một năm, một hôm chỉ vì bí bài toán giải không được, phải bỏ dạy nửa chừng, mất một tháng lương không đến nhận. Lúc đó còn mặt mũi đâu mà đến!

.    Như vậy đó, rồi thời gian khốn khó cũng trôi qua trong thầm lặng, giờ tôi cũng không còn nhớ rõ khoảng thời gian trống rỗng đó làm gì? Bạn bè tôi có tiền chu cấp hằng tháng của gia đình để học Đại học, còn tôi trượt chân trên con đường học vấn, chẳng lẽ ngửa tay để xin tiền gia đình hoài coi sao được. Vượt khó chưa qua được đành phải chịu sống chui nhủi ở Sài Gòn, ngẫm cho cùng tôi cũng nghiệm ra được câu người đời thường ví von "Sông có khúc, người có lúc..."

Thời gian sau này vào khoảng năm Bảy mấy tôi không còn nhớ rõ, anh Lê Nguyên Đại đem tôi vào làm ở tờ báo Saigon Post, một tờ báo Anh ngữ ở đường Trần Hưng Đạo. Tôi có đồng tiền hằng tháng để sống. Nếu ngày ấy tôi đi lính chắc đã xanh cỏ rồi, đâu còn giờ này ngồi đây để ghi chép lại một quãng đời hư ảo, một quãng đời chẳng làm nên trò trống gì cho ra hồn, học hành cũng chẳng đến đâu để trả ơn cha mẹ... Không biết sao Ông Trời vẫn cho tôi sống đến ngày hôm nay. Xin cảm ơn anh Đại. Xin cảm ơn đời đã cưu mang...

Hơn ba trăm năm hình thành và phát triển, trải qua bao cuộc thăng trầm, nhiều kiến trúc của Sài Gòn, Gia Định, Chợ Lớn xưa nay vẫn giữ được ít nhiều nét đẹp cũ. Có những vẻ đẹp mãi mãi đi cùng năm tháng, cũng có cái đổi thay đến ngỡ ngàng.

Vào năm Bảy Mươi Lăm một biến cố lớn xảy ra, mọi thứ đã thay đổi. Trường lớp đóng cửa, bạn bè tan đàn xẻ nghé, có đứa đi ra nước ngoài sinh sống, có đứa ở lại quê hương làm đủ ngành nghề để kiếm sống, có đứa thăng hoa cũng có đứa ngã ngựa trên con đường đời đầy may rủi.

Sài Gòn chỉ còn là cái tên gọi đầy thân thương của người phương Nam

## 3.

Câu chuyện Sài Gòn sau năm Bảy Lăm..

Gần mười tám năm trời, từ ngày tôi về lại quê quán, mang trong lòng một mối hoài nghi về thân phận trong cuộc sinh tử đời người, tôi tỏ ra đơn độc về mối tương quan không đầu không đuôi trong cuộc sống đời thường, từ những ngày làm nông, làm rừng, làm trong các hợp tác xã tiểu thủ công nghiệp... Sau đó lấy vợ sinh con, tưởng đâu cuộc sống sáng sủa thêm ra, nhưng vẫn không được toàn tâm toàn ý.

Vào năm Chín Mươi Hai tôi khăn gói vào lại Sài Gòn để tìm kế sinh nhai. Sài Gòn đón nhận vào thành phố những người con từ khắp phương xa đất nước về đây học tập, làm việc, buôn bán làm ăn, tiếp cận với những thử thách mới.

Sự ồn ào, cảnh đường xe tấp nập, cảnh ùn tắc giao thông, sáng cũng như chiều xảy ra như cơm bữa dễ làm cho những con người mới đến nhập cư cảm thấy ngột ngạt, bực bội. Rồi qua thời gian chịu đựng họ cũng quen dần và hòa mình vào cái ồn ào của thành phố muôn màu muôn vẻ.

Hiếm có thành phố nào có mật độ dân cư "khủng" như Sài Gòn. Trong gần mười triệu người, trong đó phần nhiều là dân nhập cư, từ các tỉnh thành khác trong cả nước ùn ùn kéo về sinh sống. Tất cả hình như đều bị cuốn hút vào vòng xoáy cơm áo gạo tiền, chủ yếu là kinh doanh buôn bán ở các chợ, kinh doanh bất động sản, và các mặt hàng chủ lực khác, cạnh tranh nhau để tồn tại và làm giàu. Họ coi Sài Gòn là một thiên đường, có người bán cả tài sản, bỏ quê quán vào đây sinh sống.

Thành phố dân cư đông, đường phố chật hẹp nên môi trường sống ảnh hưởng bụi khói, ồn ào, náo nhiệt làm cho không khí ô nhiễm trầm trọng chưa khắc phục được.

Thỉnh thoảng có một vài anh bạn thân quen đi uống cà phê cùng tôi họ thường hỏi:

- Mày sống lâu năm ở Sài Gòn trước năm Bảy Lăm và sau năm Bảy Lăm giờ là thành phố Hồ Chí Minh. Thế thì ở thành phố có món ăn đặc sản nào không?

Thật ra tôi không mấy quan tâm đến các món ăn, nên không biết chính xác, lâu rồi tôi chỉ nghe lóm được, không biết nói ra có trúng trật gì không? Tôi nói với những anh bạn tôi như vậy...

- Hình như ngoài bánh bao đặc chất của người miền Nam (Sài Gòn sản xuất) còn loại bánh bao nữa là của người Hoa ở Chợ Lớn. Chỉ biết vậy thôi, khác nhau như thế nào, dở ngon ra làm sao, có ăn lần nào đâu mà biết.

Mấy anh bạn tôi ngồi im lặng, mắt ngó vào khoảng không trước mặt.

- Sài Gòn không có đặc sản, mà chỉ có một thứ đặc sản không thể đem đi, không thể đem trao tặng... nhưng lại là thứ đặc sản gợi nhớ không thể nào quên: chẳng hạn như ăn vặt, là đụng đâu ăn đó, những món ăn trên các vỉa hè, hay trong một con hẻm nào đó, chỉ có những người hay ăn và tìm tòi biết thông thạo các món ăn ngon, rồi người này truyền miệng qua người khác.

Thế là mấy anh bạn tôi biết, những món ăn hiện giờ ở thành phố là những món ăn đặc sản phổ biến nhất, từ các vùng miền khác nhau mang đến Sài Gòn để kinh doanh thực phẩm ăn uống góp phần vào văn hóa ẩm thực như: mì Quảng, nem nướng, cơm gà [Quảng Nam], bò bía, bún nước lèo [Sóc Trăng], bún bò, bánh bèo [Thừa Thiên - Huế]... Đó là những món ăn đặc sản của các tỉnh thành được dân thành phố ưa chuộng hiện nay.

Nói đến Sài Gòn xưa, đối với giới trẻ sinh sau năm Bảy Mươi Lăm, là sự tò mò, thích tìm tòi, dò hỏi để biết bất cứ điều gì. Sài Gòn [nay là Thành phố Hồ Chí Minh] vốn trước đây được mang danh là "Hòn ngọc Viễn Đông" với những hình ảnh sầm uất năng động và hối hả. Thời gian dài mấy mươi năm trôi qua. Sài Gòn khoác lên bộ mặt mới trong lòng thành phố.

Đây cũng là lần đầu tiên giới trẻ Sài Gòn nghe đến danh xưng và phần nào cảm nhận được những mô hình tái tạo lại cuộc sống hết ý nghĩa của nó, Sài Gòn "Hòn ngọc Viễn Đông". Danh xưng có lẽ muốn vừa nói đến thực chất tươi đẹp và thịnh vượng của Sài Gòn, cũng vừa mang tính chất tượng trưng lẫn định hướng vào sự phát triển.

## 4.

Trên những con đường quen thuộc ngày xưa cách đây mười tám năm, giờ đây tôi đã nhận ra được con đường làm ăn, vì sự xuất hiện của những ngôi chợ đầu mối đầy tiềm năng phục vụ. Trước đây, tôi có bao giờ tiếp cận với chợ làm gì! Cần thứ gì thì ghé vào các chợ bán lẻ mua cũng được. Nhưng hôm nay lại khác, phải vô chợ đầu mối cho biết, đâu phải đi mua hàng mới vô. Thế là tôi đi vào dạo qua dạo lại các sạp hàng, hỏi han một vài người buôn bán để tìm hiểu, tạo thêm cái động lực ban đầu. Tôi mới biết ngôi chợ này toàn là những người bán mới, bảng hiệu mới, các vách ngăn sạp cũng mới được sơn phết lại.

Người ta bảo chợ là nơi phản ảnh chân thực nhất về cuộc sống. Vì thế, muốn biết sự thay đổi chân thực nhất về nhịp sống Sài Gòn, hãy tìm đến chợ để buôn bán làm ăn, không còn con đường nào khác để làm cứu cánh. Đó là mục đích cuối cùng tôi chọn Sài Gòn là cửa ngõ vô ra tiếp cận với thị trường buôn bán với bên ngoài. Dù ngày nay những siêu thị, trung tâm thương mại mọc lên như nấm thì văn hóa đi chợ truyền thống vẫn còn tồn tại về lâu về dài.

Thành phố giờ đây phần đông là dân nhập cư các nơi đổ về, nên cuộc sống mỗi ngày mỗi thêm phức tạp, kéo theo tệ nạn xã hội, người buôn gánh bán bưng nhan nhản trên đường phố, cảnh ùn tắc giao thông xảy ra hằng giờ ở các tụ điểm đèn đỏ đèn xanh, nhất là vào buổi sáng và buổi chiều đã thành thông lệ chưa khắc phục được. Dù thời gian gần đây nhà chức trách có hướng giải quyết những vấn nạn về ùn tắc giao thông có giảm nhưng chưa dứt điểm...

Những đứa trẻ con nhà nghèo trong cuộc mưu sinh dầm mưa dãi nắng hằng ngày đi qua các quán ăn uống ở vỉa hè, quán cà phê, quán nhậu... Nói chung mọi sinh hoạt ở trên đường phố chỗ nào cũng có các em la cà, ai cũng có thể bị chúng nó quấy rầy.

- Chú ơi mua giùm con tờ vé số! Cô ơi mua giùm cho con ổ bánh mì! Ông ơi, con đánh mới đôi giày cho ông nghe...

Giọng mời gọi trong trẻo của các em xen giữa âm thanh xô bồ, náo nhiệt của phố thị. Vào những ngày hè, người ta dễ dàng bắt gặp những đôi chân nhỏ nhắn, gầy guộc lê bước qua từng hang cùng ngõ hẹp.

Đi qua một quãng đời dài quá lâu, ít ra cũng hơn mười tám năm sống ở quê nhà. Hôm nay quay trở lại Sài Gòn, tôi cần có một khoảng thời gian để đi tìm lại ngôi nhà cổ xưa nằm trong một con hẻm đường Võ Di Nguy ở vùng Phú Nhuận [nay là đường Phan Đình Phùng]. Tôi nghe nói con hẻm đó rất nhiều thay đổi. Tôi còn nhớ rất rõ phía trước ngôi nhà có cây vú sữa già cỗi, gốc sần sùi, tàn lá sum suê che khuất mái ngói màu gạch đã úa màu nâu sẫm cũ mèm. Đó là nhà bà cụ bảy mươi lăm tuổi, chủ nhà trọ tôi ở. Bà cụ đó sống rất tình cảm và có lòng bao dung. Tôi có ý định đến thăm lâu rồi, nhưng hôm nay mới đi được, không hy vọng gì bà còn sống. Tôi đứng nhìn chung quanh, sự yên tĩnh ở đây vẫn thế, chỉ khác là cây vú sữa không còn nữa, nhà cửa xây mới khang trang hơn... Ở góc sân, một thiếu nữ đang chơi đùa với một cô bé khoảng bốn tuổi, có lẽ là con cô ấy. Đôi mắt cô ta mở to nhìn tôi chằm bằm...

Tôi tiến lại bên cô ấy.

- Xin lỗi, cô là con bà cụ nhà này phải không? Hồi tôi ở đây, bà cụ có nói bà có hai cô con gái còn ở ngoài quê.

Cô ta nhìn tôi có vẻ ngơ ngác:

- Không phải ạ! Sau Bảy Lăm một hai năm bà cụ đó dọn nhà về quê ở Quảng Trị rồi. Nghe đâu bà cụ đó về quê một thời gian ba bốn năm sau bị bệnh chết. Ngôi nhà này em mua lại lâu rồi.

Cô ta nhìn tôi có vẻ tò mò, dò hỏi:

- Anh là gì của bà cụ? Ở nước ngoài mới về hả? Còn nếu anh ở Việt Nam thì anh đã nắm rõ tình hình ở đây rồi.

- Không, tôi hồi xưa đi học ở trọ ngôi nhà này, hơn mười mấy năm rồi tôi về quê. Hôm nay mới có dịp ghé thăm bà cụ.

- Anh đến trễ quá, làm sao bà cụ còn sống được?

Tôi hơi bối rối, vào Sài Gòn lâu rồi mà giờ mới tìm thăm, cuộc sống đời người thay đổi từng ngày, chết sống không một ai biết trước được vận mệnh của mình.

Tôi đứng loay hoay một lúc, cũng chẳng có chuyện gì để nói, cô ta cũng vậy…. Tôi chào cô ta ra về.

Cô ta tiễn tôi ra đến cổng…

Sau Bảy Lăm tôi rời Sài Gòn, tôi vẫn đinh ninh sau này làm gì có cơ hội trở lại Sài Gòn lần nữa. Hơn mười tám năm đã thấm đượm mùi vị sương khói ở quê nhà cũng đủ để cho tôi thấm thía mọi khổ cực của cuộc sống, để rồi ngẩng cao đầu để bước tới, cuối cùng cũng chọn Sài Gòn là quê thứ hai trong cuộc đời sinh tử.

Hôm nay dang chân đứng giữa mênh mông trời đất, trong cái ánh nắng chiều vàng nhạt rơi vung vãi trên khắp các nẻo đường, tôi có thể mạnh miệng để thốt ra những lời cảm ơn chân thật. Rất chân thật. Sài Gòn đã cưu mang tôi sinh sống làm ăn suốt mấy mươi năm qua, vượt qua những rào cản, thăng trầm, có thịnh có suy.

Qua không gian và thời gian.. Trong lúc này đây, tôi cảm nhận là lời cảm ơn muộn màng của tôi thế nào cũng được lắng nghe một cách nghiêm túc. Dù trên trời cao vời vợi không có hồi âm, và cũng chẳng có mạng internet kết nối.

**Vũ Khắc Tĩnh**

## PHAN VĂN THẠNH
### HÀ NỘI NHƯ MẢNH GHÉP TẶNG CỦA CHÍNH TÔI

Gọi là đi du lịch nội địa thăm thú cho biết xứ ngàn năm văn vật cũng được, mà bảo là chuyến hành hương về nguồn cũng không sai bởi tôi gửi cuống rốn cho **Sài Gòn** nhưng trong mục kê khai căn cước nguyên quán nội tổ ở tít tận xã Đại Thịnh, huyện Mê Linh, **Hà Nội**.

Và, đúng là lịch sử đất nước phân ly nằm vắt hai bờ vĩ tuyến 17, đã khiến hình tướng của biết bao người VN di dân, dời cư không tránh khỏi cong cong như hình chữ S, lúc nào cũng đau đáu truy vấn: ta là ai ? - ta sẽ về đâu cuối nẻo thiên thu?

Xem ra heo may chẳng còn hiu hiu nữa mà đang quạt gió rần rần trên mái tóc phai sương. Cội nguồn réo gọi. Còn chần chừ gì nữa, sao không một lần về thăm cho thỏa?

Tôi ra Hà Nội cũng vừa tầm thu đến, bầu trời trong xanh, mây nhẹ, nắng nhàn nhạt. Vỉa phố Phan Đình Phùng trút đầy lá sấu. Hà Nội mơ màng chuyển mình với ánh vàng rực nắng của hoa cúc, của cây cơm nguội, của lộc vừng đơm hoa treo lủng lẳng bên Hồ Gươm, thoảng thơm hương cốm sữa.

Qua ô kính tàu bay, nhà cửa li ti, màu ngói như son, tum mái lố nhố, những đồng xanh nhập nhòa, và dòng sông Hồng đỏ ngầu đặc trưng bên dưới cánh bay, chỉ dấu kinh thành Thăng Long đang dần hiện rõ. Cơ trưởng thông báo vùng không phận chuẩn bị hạ cánh, dặn dò hành khách thắt dây an toàn, tắt sóng di động, ngồi yên cho đến khi tàu bay dừng hẳn. Trong khoang im bặt, áp suất thay đổi làm ù tai, mọi âm thanh nứt vỡ nghe như từ xa xăm. Tàu bay tiếp đất rùng rùng chạy một đoạn dài vào bến đỗ.

Khoác ba-lô bước ra khỏi đường ống dẫn nối với sảnh nhà ga Nội Bài, tôi thực sự hiểu mình đang đứng trong lòng Hà Nội - háo hức pha chút ngỡ ngàng quen-lạ.

## Ấn tượng đầu tiên – Trích Sài, Hồ Tây

Chiếc taxi tấp vào:

- Các bác về đâu ạ?

- Anh cho về Võng Thị - Trích Sài Hồ Tây

Tôi nói bâng quơ: Hà Nội mình có nhiều địa danh nghe lạ tai - nào Nhổn, Chèm, Vẽ, Láng, Cót, Bưởi, Trích Sài... nghe cứ lung tung.

Anh tài trẻ góp lời:

- Các bác ở trong Nam ra ít biết đó thôi. Hà Nội có hàng đống tên phố, tên làng cũ, mới kể hàng giờ chưa hết - chúng cháu sinh sau đẻ muộn chỉ biết lõm bõm. Theo các cụ lớn tuổi kể lại: Trích Sài, Kẻ Bưởi, Yên Thái, Võng Thị thuộc vùng đất cổ nằm ở phía tây bắc Thủ đô Hà Nội. Ngày ấy... vùng Bưởi có nhiều làng nghề, trong đó có hai nghề thủ công nổi tiếng là dệt lĩnh (làng Bái Ân, Trích Sài) và làm giấy dó (làng Hồ Khẩu, Yên Thái). Tiếng chày giã vỏ cây trở thành nét đặc trưng của kinh kỳ, đi vào câu ca dân gian hầu như ai cũng biết: *"Gió đưa cành trúc la đà/ Tiếng chuông Trấn Vũ canh gà Thọ Xương/ Mịt mù khói tỏa ngàn sương/ Nhịp chày Yên Thái mặt gương Tây Hồ"*.

Tôi thầm bảo: - À ra thế, mới chấm chân xuống Hà Nội đã nghe danh Kẻ Bưởi thật thú vị.

Xe lướt nhanh trên cao tốc Nhật Tân-Nội Bài, phía trước cây cầu Nhật Tân hoành tráng hiện ra với 5 trụ tháp hình thoi, 6 nhịp dây văng, 8 làn xe, bắc ngang sông Hồng đẩy dạt qua một bên đống thép cầu Thăng Long [1] rườm rà, nặng nề, cũ kỹ.

oOo

Đứng trên bao lơn tầng 7, nhà khách 299, phố Trích Sài, phóng tầm nhìn bao quát Hồ Tây - cầu Nhật Tân, vòng đu quay công viên nước mờ xa - bán đảo Quảng An, Nghi Tàm nhô ra giữa hồ - Yên Phụ, Cổ Ngư (đường Thanh Niên), chùa Trấn Quốc, đền Quán Thánh chếch phía đông.

Trời nước mênh mang, nghe bảng lảng giai điệu **Nhớ mùa thu Hà Nội** của Trịnh Công Sơn: "*Hồ Tây chiều thu, mặt nước vàng lay bờ xa mời gọi. Màu sương thương nhớ, bầy sâm cầm nhỏ vỗ cánh mặt trời...*". Tôi liên tưởng bài đọc thuộc lòng Đêm trăng chơi Hồ Tây của Phan Kế Bính[2] thời niên thiếu, bỗng ùa về xâm chiếm tâm hồn: "*Trời tháng Tám, nhân buổi đêm trăng, dắt một vài anh em bơi một chiếc thuyền nhỏ rong chơi trong hồ. Hồ về Thu, nước trong vắt, bốn mặt mênh mông. Trăng tỏa ánh sáng, rọi vào các gợn sóng lăn tăn, tựa hồ hàng muôn hàng ngàn con rắn vàng bò trên mặt nước. Thuyền ra khỏi bờ độ vài ba con sào, thì có hây hẩy gió động sóng vỗ rập rình...*

*Thuyền theo gió, từ từ mà đi, ra tới giữa khoảng mênh mông, tôi đứng trên đầu thuyền ngó quanh tả hữu. Đêm thanh cảnh vắng, bốn bề lặng ngắt như tờ. Chỉ còn nghe mấy tiếng cá lắc tắc ở giữa đám rong, mấy tiếng chim nước kêu oác oác ở trong bụi niễng, cùng là văng vẳng mấy tiếng chó sủa, tiếng gà gáy ở mấy nơi chòm xóm quanh hồ mà thôi. Trông về đông nam, kia đền Quan Thánh, đó chùa Trấn Quốc; trông về tây bắc, đây đình Võng Thị, nọ Văn chỉ Tây Hồ, cây cối vài đám um tùm, lâu đài mấy tòa ẩn hiện, mặt nước phẳng lỳ tứ phía, da trời xanh ngắt một màu, xem phong cảnh đó, có khác gì bức tranh sơn thủy của tạo hóa treo ở trước mắt ta không?...*

oOo

**Hà Nội nhìn lướt**

Hà Nội (thời điểm 2015) có tất cả 30 quận, huyện - bắc giáp Thái Nguyên và Vĩnh Phúc; nam giáp Hà Nam và Hòa Bình; đông giáp các tỉnh Bắc Giang, Bắc Ninh và Hưng Yên; tây giáp tỉnh Hòa Bình, Phú Thọ. Sau khi điều chỉnh hợp nhất toàn bộ Hà Tây; sáp nhập Mê Linh (tỉnh Vĩnh Phúc), và 4 xã Đông Xuân, Tiến Xuân,

Yên Bình, Yên Trung thuộc Lương Sơn, tỉnh Hòa Bình, diện tích địa giới hành chính Hà Nội: 3.345 km²; dân số (theo thống kê năm 2009): 6.451.909 người - hiện nay có thể lên đến > 9 triệu. Mật độ bình quân 1.979 người/km² - dày nhất là quận Đống Đa (36.286 người/km²), tiếp theo là: Hai Bà Trưng (29.280 người/km²), Hoàn Kiếm (27.799 người/km²), Ba Đình (24.291 người/km²), Thanh Xuân (24.582 người/km²) ... - những huyện ngoại thành như Sóc Sơn, Ba Vì, Mỹ Đức, mật độ dưới 1.000 người/km².

Hà Nội 20 năm trở lại đây đổi thay đến chóng mặt. Ông Xuân Diệu có sống dậy chắc phải sáng tác thêm "Ngói mới" 2 thay cho bài 1 (ra đời tháng 9/1959) lạc hậu rồi ! (*Ôi ngàn vạn ngói, nói xôn xao/Như đất ta vui bỗng vọt trào/ ...*). Đất nước hôm nay chuyển mình, lột xác dữ dội, nhà cửa không còn "tranh hóa ngói" tầm tầm nữa mà đang "trải ra thành rộng, dựng thành cao" với nhiều cao ốc mọc lên như nấm. Các tuyến giao thông, cầu đường nâng cấp mở rộng hiện đại. Phố thị náo nhiệt đẩy lùi làng xưa, phố cổ. Kinh tế thị trường xới tung sinh hoạt xã hội, tính cạnh tranh vô cùng khốc liệt. Hà Nội cũng như nhiều tỉnh thành cả nước sau thời gian dài bao cấp giậm chân trì trệ, đã chủ động đổi mới, hội nhập quốc tế, tăng tốc phát triển theo kiểu "ăn bù, no dồn", có dấu hiệu tăng cân "béo phì", khiến tấm áo cũ nâu sòng căng cứng!

Ngoài đường phố, người và xe đủ chủng loại chen chúc dày đặc. Siêu thị, chợ búa, cửa hàng, cửa hiệu kinh doanh bán buôn, hoạt động dịch vụ dình dịch 24/24 không ngớt. Nhớ lại cái thời tem phiếu phân phối theo tiêu chuẩn qua hệ thống thương nghiệp quốc doanh mà không khỏi "rùng mình". Phải nói phước đức cho dân tộc này, sáng suốt thay đổi kịp thời!

Từ chơi Tràng An Ninh Bình buổi chiều trở về Hà Nội theo trục đường Tam Trinh-Kim Ngưu-Trần Khát Chân-Đại Cồ Việt-Xã Đàn-La Thành-Bưởi-Thụy Khê về Trích Sài (ven Hồ Tây) – vào giờ tan tầm, phải mất hai ba nhịp đèn tín hiệu mới thoát được ngã tư và hơn tiếng đồng hồ, chúng tôi mới về đến nhà khách.
Tình trạng ùn ứ, tắc đường nghiêm trọng ở Hà Nội là do các phương tiện giao thông - trong đó có phương tiện cá nhân, gia tăng quá nhanh. Theo thông tin của Sở GTVT HN với báo chí - TP

Hà Nội hiện có hơn 5,5 triệu xe trong đó ô tô gần 535 nghìn, xe máy gần 5 triệu. Điều kiện kinh tế phát triển, nhu cầu tăng cao, nhiều gia đình mua sắm ô tô riêng. Tuy nhiên, cũng có gia đình không có nhu cầu sử dụng ô tô riêng nhưng vẫn cứ mua, chỉ để cho "oách" - mua xe nhưng không cần biết ô tô của mình đỗ ở đâu, chi phí mỗi năm cho một chiếc xe tốn bao nhiêu tiền. (Nguồn vtc.vn, số liệu năm 2015)

**Phố với đường**

Chắc có lẽ cư dân bản địa Hà Nội quá quen với *ngõ nhỏ, phố nhỏ, nhà tôi ở đó/Trong giấc mơ tôi vẫn thầm mơ.* [3] - Nhìn nơi ăn chốn ở quá khiêm tốn, hạnh phúc vừa vặn một vốc tay trẻ sơ sinh của thị dân phố cổ, tôi rất ái ngại. Ngõ 34 Hàng Da với chỗ rộng nhất 60cm, nơi hẹp nhất chỉ có 46cm. Ngõ 24 Hàng Điếu nơi hẹp nhất chỉ 49,5cm, chỗ rộng nhất 61,5cm... Căn nhà trong ngõ số 8, Phất Lộc dài 2,1m, rộng 1,7m với diện tích 3,75m², là nơi ăn ở của năm con người. Căn nhà số 4 Hàng Gà bề ngang 1,91m, dài 2,82m, tính ra được 5,4m² là nơi trú ngụ sáu con người... Sinh hoạt gia đình cực kỳ khốn khổ. Mọi người rất bức xúc, và mong rằng thành phố khẩn cấp chỉnh trang, giãn dân, cải tạo nhà phố cổ quá đát, cũ nát trước khi tai họa ập đến.

Khách trong Nam ra lần đầu khó phân biệt được đâu là đường, đâu là phố? Cách gọi phố là "đặc sản" riêng của Hà Nội và một số thành phố, thị xã phía Bắc - trong Nam (Saigon - TP HCM) gọi là đường ráo trọi.

Nhiều phố gắn với chữ hàng (hàng Than, hàng Đào, hàng Đường, hàng Đậu, hàng Thùng, hàng Mành, ...), bên cạnh đó cũng có rất nhiều đường như: (đường Yên Phụ, đường Láng, đường Đại La, đường Nguyễn Chí Thanh...).

Trong số hơn 500 tuyến phố hiện nay của Hà Nội, phố và đường là "ngang ngửa". Tên gọi phố chủ yếu thuộc về các khu phố cổ, các điểm buôn bán sầm uất... Còn các tuyến phố mới xuất hiện thường được đặt là đường. Theo Bản quy ước về việc đặt tên đường, phố, ngõ của TP Hà Nội, từ ngày 26/8/1998:

- Đặt là *đường* đối với những đường có quy mô lớn về độ dài, chiều rộng, nằm trên các tuyến vành đai, đường liên tỉnh, đường trục chính trên địa bàn thành phố.

- Đặt là *phố* đối với những đường có quy mô nhỏ và hai bên có những công trình kiến trúc liên tiếp (nhà ở, cửa hàng, cửa hiệu, trụ sở cơ quan,...).

Phân biệt là vậy nhưng đường, phố luôn "biến thái" - rất nhiều tuyến đường qua thời gian đã bị "phố hóa" (như đường Trường Chinh, đường Láng, đường Nguyễn Trãi, đường Cầu Giấy...) nhưng tên cũ vẫn còn đó.

Dân Saigon bát phố Hà Nội như lạc giữa mê hồn trận, cứ nhoáng nhoàng với tên đường, tên phố - Một tuyến đường dài cắt nhiều khúc, mang nhiều tên như Văn Cao - Liễu Giai - Nguyễn Chí Thanh - Trần Duy Hưng - đại lộ Thăng Long... Cách ngã tư đường, người chờ ở Tràng Tiền, kẻ đợi ở Hàng Khay cứ alô em ở đâu? Hoặc thả dạo 36 phố phường - đang đi Hàng này bỗng đánh độp biến thành tên Hàng khác như trò ảo thuật - Có tên đường nghe như tấu hài - ví dụ đường "Ướp Lạnh" khu vực Cầu Diễn, quận Nam Từ Liêm - cũng may biển tên đã được gỡ bỏ.

Trong Nam (Tp Hồ Chí Minh) tương đối đơn giản hơn - chẳng hạn: đại lộ Võ Văn Kiệt mới mở, quất thẳng một lèo từ đầu Bến Chương Dương, cột cờ Thủ Ngữ (Q1) xuyên Bến Hàm Tử (Q5), Bến Bình Đông (Q6) đến trục Quốc lộ 1A - đoạn An Lạc, Bình Điền (huyện Bình Chánh). Ai cần hỏi thăm đường cũng dễ chỉ. Có lẽ vì vậy dân Nam bộ tính thẳng như ruột ngựa chăng ?

oOo

Dưới góc nhìn phong thủy, chính dòng sông Hồng chuyển tải nguyên khí tổng hợp từ hai con sông Đà và sông Lô chảy qua địa phận Hà Nội (163km), đã làm cho Hà Nội trở thành một vùng đất địa linh, nguyên khí sung mãn, tồn tại đến muôn đời.

Thân Nhân Trung (1419-1499), Tiến sĩ triều Lê, trong một bài bi ký - Văn Miếu - Quốc Tử Giám, đã viết: "*Hiền tài là nguyên khí của quốc gia, nếu nguyên khí thịnh thì nước thịnh và mạnh, nếu nguyên khí yếu thì nước yếu và suy, cho nên từ xưa đến nay tất cả các bậc thánh đế minh vương không ai là không chăm sóc hiền tài và bồi dưỡng nguyên khí."*

Riêng thi sĩ Hồ Dzếnh (1916-1991), ông cảm nhận rất rõ những gì Hà Nội đã đem lại cho đời văn của ông: - *Cái nước sông Hồng, cái gió sông Hồng nó lạ lắm, nó làm ra văn chương Bắc Hà, văn chương Hà Nội. Anh muốn sống ở đâu cũng được, viết ở đâu cũng được nhưng phải tráng qua tí chút hơi hướng Tràng An thì mới thành văn chương đích thực, nó khác với văn tỉnh lẻ.* Giải thích điều này theo ông: *Thì bao nhiêu cái khôn ngoan của thiên hạ tất phải chạy về đất kinh kỳ mới có cơ hội nổi danh được. Tầng lớp sĩ phu đông, danh gia vọng tộc nhiều, dầu muốn hay không nó vẫn đóng góp cái phần của nó vào sự phát triển trí tuệ của dân tộc. Tiếng nói của họ dầu là chính thức hay không chính thức vẫn tác động tới đời sống tinh thần cả nước. Nhưng không có con buôn đâu nhá, dẫu có là tỉ phú vẫn cứ bị dân Hà Nội xem là lái buôn. Cũng không có quan lại đâu nhá, quan lại phải đỗ đại khoa, phải sống cao thượng, đẹp đẽ mới được xem là trí thức. Cụ Thiếu Hà Đông (Hoàng Trọng Phu, 1872-1946) vẫn cứ là bồi tây. Còn Tổng Đốc Hoàng Diệu (1829-1882)*[*] *mới là sĩ phu Bắc Hà. Sự đánh giá của nó, của đất kinh kỳ, về việc, về người là rất quan trọng, có giá trị lưu truyền hậu thế...* [4]

Hà Nội là vậy - "nếu chúng ta định nghĩa Hà Nội là một nơi tinh hoa dưới dạng "thanh lịch Tràng An" thì chúng ta sẽ thất vọng. Bởi nó vốn là một nơi kẻ chợ, bây giờ vẫn là một nơi kẻ chợ, và chắc chắn là một kẻ chợ phồn hoa, sầm uất, nuôi sống được nhiều người. Nơi đô hội ấy, tập trung anh tài, tinh hoa... và cả cái xấu xí."[5]

Với tôi, được về thăm nguyên quán Mê Linh - Hà Nội sau bao dâu bể, là niềm hạnh phúc viên mãn.

Hà Nội như mảnh ghép tạng của chính tôi!

**Phan Văn Thạnh**
*(Saigon, 02/10/2015 – chỉnh sửa lần 2, 22/4/2022)*

***Ghi Chú:***

(1) Cầu Thăng Long TQ xây bỏ dở (1974-1977) - Liên Xô giúp hoàn thành (1978-1982)

(2) Phan Kế Bính (1875-1921), hiệu Bưu Văn, bút danh Liên Hồ Tử, người làng Thụy Khuê (làng Bưởi), nay thuộc quận Tây Hồ (Hà Nội). Chỉ trong 15 năm, từ khi thi đỗ cử nhân Hán học năm 1906 và không ra làm quan đến khi qua đời năm 1921. Ông đã để lại cho hậu thế một di sản văn hóa lớn. Bài ký "Đêm trăng chơi Hồ Tây" của ông có thể coi là một áng văn tuyệt bút viết về thắng cảnh.

(3) Bài hát "Hà Nội và tôi" - Lê Vinh

(4) "Hà Nội trong mắt tôi"- Nguyễn Khải, tr.35, NXB Văn hóa Thông tin, 2014

(*) Chú thích thêm về Tổng Đốc Hoàng Diệu - Từ 1879 đến 1882, Ông làm Tổng đốc Hà Ninh quản lý vùng trọng yếu nhất của Bắc Bộ là Hà Nội và phụ cận. Ông đã chỉ đạo quân dân Hà Nội tử thủ chống lại quân đội Pháp, bất chấp triều đình Huế đã chấp nhận đầu hàng. Ngày 25 tháng 4 năm 1882 (tức ngày 8 tháng 3 năm Nhâm Ngọ), thành Hà Nội thất thủ, Hoàng Diệu đã tự vẫn tại Võ Miếu để không rơi vào tay đối phương.

Người Hà Nội vô cùng đau đớn trước cái chết của ông, ngay hôm sau, nhiều người họp lại, sắm sửa mền nệm tử tế, rước quan tài của Hoàng Diệu từ trong thành ra, tổ chức khâm liệm và mai táng tại khu vườn Dinh Đốc học (nay là địa điểm khách sạn Royal Star ở đường Trần Quý Cáp cạnh chợ Ngô Sĩ Liên, sau ga Hà Nội).

Hơn một tháng sau hai người con trai ông ra Hà Nội lo liệu đưa thi hài thân sinh về an táng ở quê quán vào mùa thu năm ấy. Khu lăng mộ Hoàng Diệu, theo quyết định ngày 25 tháng 1 năm 1994 của Bộ Văn hóa Thông tin, được công nhận là một di tích lịch sử - văn hóa của Việt Nam. (nguồn Wikipedia)

(5) "Hà Nội có phải nơi đáng sống?"(nguoidothi.vn)

# NGUYỄN NHÃ TIÊN
## NGUYỄN NHO NHUỢN,
## MỘT ÁNH SAO BAY XẸT QUA BẦU TRỜI

Dường như chẳng có gì phải chối cãi khi xác quyết rằng: mỗi thi sĩ sinh ra ở đời, hầu như cái tố chất siêu nhiên, bẩm sinh, vốn như một niềm bí mật ẩn chứa hồn cốt và thi tài của mỗi thi sĩ.

Muốn phát hiện ra những bí mật đó, hoặc có hoặc không, thì duy nhất chỉ có một con đường thông qua các sáng tác thơ của họ. Cố nhiên là không phải ai cũng có cái nhãn lực đủ sức soi vào từng câu thơ, bài thơ để tường minh những giá trị siêu lý ấy. Mặt khác, cũng có thi sĩ thể hiện trong tác phẩm thơ của mình, người đọc có cảm giác như đấy là một lời tiên tri, một dự cảm nào đó hé lộ về cái thế giới bí mật nhuốm màu định mệnh kia. Trong trường hợp thứ hai này xem ra ứng với thơ và cuộc đời thi sĩ Nguyễn Nho Nhuợn - một nhà thơ đất Quảng, đồng thời với lớp các nhà thơ: Đynh Trầm Ca, Hoàng Lộc, Phan Duy Nhân... Đặc biệt gần gũi hơn cả là với thi sĩ Nguyễn Nho Sa Mạc. Một người anh em cùng dòng tộc Nguyễn Nho, lại cùng là bạn thơ xuất hiện cùng thời trên văn đàn Sài Gòn vào những năm đầu thập niên sáu mươi của thế kỷ trước. Vậy rồi cả hai, lần lượt kẻ trước người sau như là tia chớp, là ánh sao bay xẹt qua bầu trời rồi vụt tắt, để lại một sự nghiệp thơ đầy những hứa hẹn nhưng đành dang dở.

Nguyễn Nho Nhuợn sinh ngày 12/3/1946 tại thôn Bồng Lai, làng La Qua huyện Điện Bàn tỉnh Quảng Nam, đã từng theo học các trường Nguyễn Duy Hiệu (Điện Bàn), Trần Quý Cáp (Hội An). Bắt đầu sáng tác từ năm 1962, đã đăng thơ trên các tạp chí xuất bản tại Sài Gòn: Văn, Văn học, Bách khoa, Phổ thông, Thời nay, Nghệ thuật… suốt từ những năm 1962 đến 1968. Vào cuối năm Mậu Thân này, thi sĩ lâm trọng bệnh, được gia đình đưa vào nằm điều trị tại Tổng Y Viện Duy Tân, nhưng bệnh tình anh mỗi ngày thêm trầm trọng, anh đã được chuyển qua bệnh viện Mỹ tại Non Nước để tiếp tục điều trị, và đã qua đời tại đây vào ngày 24.5.1969.

Vậy là 23 năm có mặt ở cuộc đời, theo các nhà thơ bạn bè của anh cho biết thì Nguyễn Nho Nhượn đã sáng tác được 6 tập thơ. Như vậy là chừng hơn 6 năm ăn ở với thơ, bình quân mỗi năm anh có một tập thơ (Tiếng nói giữa hư vô, Những lời sương khói, Lời buồn trong tim, Hơi thở miền nhiệt đới, Nỗi buồn mọc cánh, Những khúc ca hoang). Nhưng, theo nhà thơ Đynh Trầm Ca, trong số thi phẩm đó chỉ có tập "Tiếng Nói Giữa Hư Vô" đã được bằng hữu hoàn thành nhân dịp kỷ niệm ngày giỗ lần thứ 2 của thi sĩ Nguyễn Nho Nhượn (1971).

"Tiếng Nói Giữa Hư Vô", thi phẩm gồm 38 bài thơ đủ các thể loại, đã từng đăng trên các tạp chí: Văn, Văn học, Bách khoa, Thời nay… Tập thơ này chỉ dày 100 trang in trên giấy trắng, sách do hai người bạn thân là nhà thơ Đynh Trầm Ca và Lê Nghiêm Vũ viết lời giới thiệu.

Cho dù thời gian gắn bó với thơ không dài, lại nữa, tình trạng sức khỏe đau ốm kéo dài gần hai năm cuối đời, tuy vậy ta cũng có thể phân kỳ thơ Nguyễn Nho Nhượn theo từng dòng ở các chủ đề khác nhau: Thơ học trò, thơ tình yêu và thơ thân phận. Nhưng dù là dòng thơ nào chăng nữa, sự ám ảnh về thế giới hẳn sẽ in sâu trong tâm tưởng của thi sĩ, nhất là những năm tháng đạn bom cày xới trên quê hương xứ sở từng ngày, sự gieo rắc đau thương chết chóc do chiến tranh khốc liệt gây ra luôn là vết thương làm chảy máu tâm hồn nhà thơ.

*Quê hương, quê hương chìm trong khói lửa*
*Chim muốn bay nhưng sợ lạc phương trời*
*(Ý nghĩ học trò)*

Cũng trong những ý niệm tương quan cùng thế giới ấy, thân phận thi sĩ là một hiện hữu cô đơn thường hằng. Mà không chỉ thì hiện tại, bằng cái nhãn quan thi sĩ siêu hình, nhà thơ dự báo luôn cả tương lai:

*Bây giờ tôi chẳng là tôi*
*hồn mang oan trái thân phơi bãi tình*
*mỏi mòn đếm tuổi điêu linh*
*cây tương lai vẫn nhánh cành quạnh hiu*
(Bây giờ )

Nhà phê bình văn học Diên Nghị - người cùng thời với thi sĩ Nguyễn Nho Nhượn, trong bài viết "Một người thơ Quảng Nam: Nguyễn Nho Nhượn (1946 – 1969)" đã đăng trên Khởi Hành, số 96 tháng 10/2004, đã có một nhận định khái quát về thơ Nguyễn Nho Nhượn, rằng:

*"Thơ Nguyễn Nho Nhượn như những tiếng thở dài. Tiếng Nói Giữa Hư Vô là một chuỗi hơi thở buồn trầm từ một khoảng sống của một người trẻ tuổi sớm ý thức được niềm bất hạnh trên quê hương, thân phận. Nỗi chết đã ám ảnh Nhượn một cách ghê rợn, thường trực. Có lẽ từ cái chết của Sa Mạc* [*]*, màu tang chế miên viễn gần gũi, thành mặc cảm hẳn sâu trong hồn của một kẻ bệnh hoạn. Nhượn đã nhìn đời sống bằng đôi mắt thật nghi ngờ, bằng trái tim ngập ngừng khô héo trước một cảm nhận huyền kỳ về nỗi chết bên kia."*

Vâng, quả là thơ Nguyễn Nho Nhượn nơi này nơi kia có nhuốm màu tang. Quả là có nỗi chết, mà cụ thể là cái chết của nhà thơ mệnh yểu Nguyễn Nho Sa Mạc đã ám ảnh thi sĩ. Ngôn từ thơ cứ như rút ruột mà thành: *"Đám tang qua thành phố / có người cười như điên / không ai là thân thích / thương linh hồn vô danh / cây gục đầu cúi lạy / bụi mờ làm khói hương / mưa phùn làm nước mắt / khóc cho người tha phương.* (Đám tang qua thành phố - NNN).

Tôi xin mượn một ý của nhà văn Tiệp Khắc Milan Kundera (sống lưu vong ở Pháp năm 1975 và nhập Pháp tịch năm 1981) đã viết trong tiểu luận "Nghệ thuật tiểu thuyết "(L'art du Roman), bản dịch Nguyên Ngọc, NXB Đà Nẵng 1998 - để nói về trường hợp này, rằng:

*"Biết về tác giả sẽ chẳng làm tăng (hay giảm) giá trị tác phẩm".*

Quan điểm này minh định tiêu chí để làm thước đo (thẩm định) các giá trị nghệ thuật, đấy chính là các tác phẩm của nhà văn chứ không thể một thứ gì thay vào, dù đó là nhân thân tác giả. Vậy nên để có cái nhìn thấu đáo, nhận định trung thực khách quan hoàn toàn khi viết về một bạn thơ, lại là người đồng hương, thì việc cảnh giác là cần thiết bởi đôi khi cảm tính dẫn đường mà ta không hề hay biết.

Nhưng thi sĩ tồn tại ở giữa đời chính là sự lưu lại tác phẩm của mình giữa dòng thời gian bất tận. Hơn nửa thế kỷ đã qua, "Tiếng Nói Giữa Hư Vô" của thi sĩ Nguyễn Nho Nhượn vẫn như một hình hài, một chân dung siêu hình hiển lộ trong trái tim, trong ký ức của những người yêu thơ anh như ánh lửa lung linh giữa thời gian.

*Thời gian lên ánh lửa*
*chuyến xe đời đi qua*
*đốt tan thành sương khói*
*âm vang lời bi ca*
*...*

Bấy nhiêu đó với tôi cũng là một thứ ánh sáng, mà tôi thường gọi là "kiếp thi sĩ - kiếp ánh sáng" - huyền nhiệm như một thứ trò chơi thần khải (une révélation divine), như bản mệnh một vì sao băng một hôm bay xẹt qua bầu trời này.

**Nguyễn Nhã Tiên**
*Gác khói bay, 10/12/2021*

*(*) Đọc bài "Niềm bí mật sáng tạo & số phận một thi sĩ", bài viết về nhà thơ Nguyễn Nho Sa Mạc của Nguyễn Nhã Tiên  trong "Đà Nẵng 20 năm Lý Luận Phê bình VHNT (1997 – 2017 - NXB Đà Nẵng)*

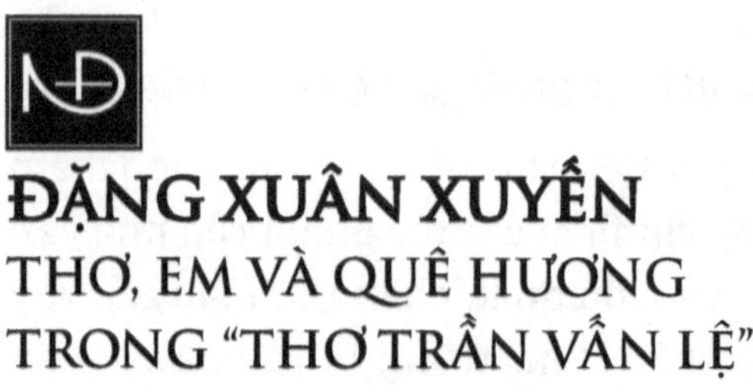

# ĐẶNG XUÂN XUYỀN
## THƠ, EM VÀ QUÊ HƯƠNG
## TRONG "THƠ TRẦN VẤN LỆ"

Nhận được tập thơ THƠ TRẦN VẤN LỆ từ nhà thơ Nguyễn Thiên Nga (do nhà thơ Trần Vấn Lệ ủy thác) từ Đà Lạt gửi tặng, tôi rất vui vì có được tập thơ của nhà thơ tôi yêu quý nhưng có chút tiếng tiếc là không được chính nhà thơ Trần Vấn Lệ đề tặng vì cách trở địa lý.

Tôi kết bạn Facebook với ông từ tháng 6 năm 2019, từ tình cờ đọc những comment trao đổi giữa ông với bạn Facebook về thơ ca, thấy cách "nói chuyện" của ông lạ lạ nên tò mò vào đọc trang Facebook của ông và tôi bị thơ ông chinh phục. Sau đó ít ngày, tôi được nhà thơ Trần Quốc Phiệt cho biết đôi chút về ông: "*Nhà thơ Trần Vấn Lệ, sinh ngày 31-5-1942 tại Phan Thiết tỉnh Bình Thuận. Trưởng thành và dạy học ở Đà Lạt. Hiện định cư tại Los Angeles - Hoa Kỳ*".

Sau này, khi đã trở thành bạn Facebook một thời gian, nhà thơ Trần Vấn Lệ cho tôi thêm chút thông tin về ông: Định cư tại thị trấn Temple, Nam California, Hoa Kỳ từ năm 1989. Trước năm 1975, là Giáo sư Việt Văn trường Bùi Thị Xuân (Đà Lạt), đã từng tham gia Quân lực Việt Nam Cộng Hòa, phục vụ trong đơn vị Bộ binh, Quân khu II của Chính quyền Việt Nam Cộng Hòa.
Tập thơ "*Thơ Trần Vấn Lệ*" là tập thơ thứ 22 của ông đã xuất bản thành sách.

Thơ ông viết tự nhiên, chân thực, không câu nệ hình thức, viết như trải lòng, như có gì viết nấy nhưng lại rất tài dùng câu chữ trong những văn cảnh cụ thể, cũng rất khéo ngụy trang cách thể hiện thi ảnh thi tứ để bạn đọc luôn cảm nhận được sự chân chất, tự nhiên mà sâu lắng, tinh tế trong không gian thơ ca đa tầng, đa chiều của thế giới thơ ca Trần Vấn Lệ.

Bài viết này là chút cảm nhận của tôi khi đọc tập thơ *"Thơ Trần Vấn Lệ"* qua một số bài thơ viết về THƠ, EM VÀ QUÊ HƯƠNG.

## 1.

Ông viết về "Em" và tình yêu ông dành cho "Em" lạ lắm, chả như mọi người cứ gồng lên em đẹp đến thế này, em đẹp đến thế kia, em đẹp đến *"nghiêng nước nghiêng thành"*, đến *"hoa ghen nguyệt thẹn"*... "Em" của ông đơn giản chỉ là những niềm vui bình dị chợt đến từ câu thơ *"nói về em"*, từ nụ cười *"mỉm"* của "Em"... chỉ vậy thôi cũng đủ khiến cuộc sống quanh ông trở nên tươi ấm:

*"Có câu thơ, một hôm rất lạ,*
*nói về em như nói một ngày vui!*
*Em biết không em đã mỉm cười*
*và hôm ấy tự nhiên trời nắng ấm!"*
(Bài thơ làm từ hồi năm xưa xưa lắm)

Những câu thơ được cố ý viết bằng cách sắp xếp câu chữ thật bình dị, cấu tứ thật đơn giản với chủ ý diễn tả tâm trạng thật tự nhiên như tiếng lòng chân chất bật ra, đã khiến những câu thơ có ngữ điệu mộc mạc như thế trở nên ấm áp hơn, thật hơn, đời hơn bằng giọng thơ rất riêng của thơ Trần Vấn Lệ. Người đàn ông Trần Vấn Lệ ấy đã rất si mê, cũng rất biết nhịn nhường và biết hết mình vì "Em" với một tình yêu ăm ắp lãng mạn!
Hay những câu thơ:

*"Sáng thức dậy, đóa hoa hồng trắng nở,*
*nụ môi em thì lại rất hồng!*

*Đang còn là tháng Chạp mùa Đông*
*em chớp mắt mùa Xuân đẹp quá!"*
(Bài thơ làm từ hồi năm xưa xưa lắm)

là khối tình si ông dành cho "Em" thật độc đáo đến độc nhất vô nhị. Hỏi thế gian này liệu có người thứ hai yêu "Em" như nhà thơ Trần Vấn Lệ?! Tôi không biết "Em" ở đời thực của ông đẹp thế nào nhưng với những câu thơ: *"Đang còn là tháng Chạp mùa Đông / em chớp mắt mùa Xuân đẹp quá!"* thì hẳn "Em" trong tâm tưởng của nhà thơ Trần Vấn Lệ không chỉ *"bát ngát Xuân"*, căng tràn nhựa sống mà còn đem đến cho nhà thơ niềm tin yêu phơi phới. Hai chữ *"chớp mắt"* khiến câu thơ: *"em chớp mắt mùa Xuân đẹp quá!"* trở thành điểm nhấn lấp lánh làm bừng sáng "Em", bừng sáng sang cả bài thơ. Những câu thơ tinh tế đậm chất riêng như thế tôi gặp khá nhiều trong *"Thơ Trần Vấn Lệ"*.

Ông viết về tình yêu, về nỗi nhớ "Em" cũng lạ lắm, cũng chả cần phải "cồn cào", "da diết", "thôi thúc"... đến ồn ã, khuếch đại như nhiều nhà thơ mà là những cảm xúc rất thật, những tưởng tượng cũng rất thật với những hoàn cảnh thực tại mà ông - nhân vật trữ tình trong thơ - đang cô đơn độc thoại với lòng mình:

*"Giờ này, Mỹ, tôi thức. Mặt trời lên. Chói chang*
*Em vẫn ở Việt Nam. Đêm. Trăng cài song cửa.*

*...*

*Tôi dang tay. Tôi thở. Tay em trên ngực em?*
*Tôi đang nghe tiếng chim. Em lim dim đi nhé..."*
(Một bài thơ nằm ngoài giới hạn)

Hay:
- *"Tôi nhìn nước mênh mông. Tôi nhìn trời bát ngát. Tôi muốn nghe*
*ai hát bài Tình Xa. Tình Xa...*
*Em ơi em dễ thương, bài Tình Xa cứ hát... Tôi thèm cơn gió tạt áo*
*dài em mênh mông!"*
(Tình xa)

- *"Màu tím của áo dài, gió vương nhòa sắc đá, đôi mắt huyền đẹp*
*lạ... làm nao nao lòng người!"*
(Dốc nhà làng Đà Lạt để thương để nhớ)

- *"Ờ nhỉ anh hôn mắt*
*của em xinh quá nha!*
*Cái miệng em nở hoa*

*hình như... chưa hôn nhé!"*
(Đi chơi hoài trong thơ)

Những câu thơ đầy ắp cảm xúc với cách bộc lộ trực tiếp bằng những lo lắng cụ thể, những nỗi nhớ cụ thể của tâm thế cô đơn: Lặng lẽ yêu, lặng lẽ nhớ của nhà thơ Trần Vấn Lệ đã tạo sức nặng ám ảnh tới người đọc bởi những da diết yêu thương, những quặn thắt nỗi nhớ và dằng dặc những nỗi buồn bủa vây "khách lãng tử" đa tình cô đơn, cay đắng:

*"Thương em quá, bàn tay, hai cái bàn tay ngọc! Thương em quá, mái tóc... Mái tóc dài như sông! Thương em quá cái lưng... cái lưng tàn nhang bám... Hay là anh phơi nắng... giấy trắng cho nó vàng?*
*...*
*Tôi đã nói với nàng những câu buồn như vậy!*
*Nước mắt nàng vẫn chảy. Thơ tôi ràn rụa theo!"*
(Thơ và em)

Hay:
*- "Thương em quá cái mặt. Nhớ em quá cái lưng.*
*Nói với nụ hoa hồng... Nụ hoa hồng màu trắng!"*
(Một bài thơ nằm ngoài giới hạn)

*- "Hoa có hương là hương Xuân nồng*
*Mưa phùn không chỉ một bên sông!*
*Người đi nửa bước đầu không nón*
*Nửa bước làm ai vạn nhớ nhung!"*
(Mưa phùn mỗi Tết)

Không cố ý cách tân làm mới thơ theo hình thức Thơ Hậu Hiện đại, cũng không cố công gọt giũa câu chữ, sáng tạo ngôn từ nhưng nhà thơ Trần Vấn Lệ luôn chú trọng cách thể hiện tâm trạng nhân vật trữ tình bằng sự nâng niu cảm xúc, bằng cách chọn lựa câu chữ, sắp xếp câu chữ và sắp xếp thi tứ, thi ảnh sao thật chân chất, gần gũi, dễ thương, dễ cảm để thông điệp bài thơ truyền tải đến bạn đọc thật tự nhiên nên thơ Trần Vấn Lệ luôn mộc mạc mà tinh tế, bình dị mà sâu lắng:

*- "Lúc đó gió động lay bức rèm xuân...*

*Lúc đó bâng khuâng mấy nhành liễu chạm!*
*...*
*Mặt trời bỗng sáng - sáng hơn hôm qua*
*Con ngõ vàng hoa - vàng hơn bữa trước..."*
(Bài thơ yêu quá)
*- "Trước khi em đi ngủ, em gọi tôi: "Anh à...*
*Trăng, đúng là trăng ngà, đêm nay Rằm anh ạ!".*
*...*
*Mới "anh à, anh ạ". Em không nói gì thêm,*
*có lẽ em kéo mền che hai chân ngà ngọc?"*
(Một bài thơ nằm ngoài giới hạn)

*- "Mưa Đà Lạt trong veo, tôi nhớ thương Đà Lạt, tóc ai trầm hương*
*ngát, chạm nhẹ mà ngát hương!"*
(Dốc nhà làng Đà Lạt để thương để nhớ)

*"Hình như tôi mới bật cười! Con sông Ba nước cuốn trời Phú Yên...*
*cuốn em luôn cái mặt hiền... câu thơ tôi sợi chỉ viền áo xưa!"*
(Dẫn nhau đi tới Đỉnh Ngàn)
*- "Anh nhớ vườn cau, em với Ngoại*
*Mưa làm lá rụng ngỡ tàu bay*
*Em sau bước Ngoại nâng tà áo*
*Chút xíu mưa làm má đỏ hây"*
(Mù sương mùa đông)

*- "Nàng mỉm cười như hoa ban mai*
*Tuyết băng óng ánh cặp chân mày*
*Mùa Xuân không đợi chờ chi nữa*
*Nắng bỗng chói ngời mỗi ngón tay!"*
(Noël quê người quê nhà)

  Đến cách đặt tên bài thơ ông cũng không giống mọi người, rất khác, rất ngộ, rất riêng của Trần Vấn Lệ: Năm nay năm con hổ năm nào năm con người, Buồn tay ghi lại dòng năm tháng, Dốc nhà làng Đà Lạt để thương để nhớ, Bạn có bao giờ nhặt nắng chưa, Bài thơ làm từ hồi năm xưa xưa lắm, Bài thơ có vị thơ, Bài thơ mồ côi, Mãi mãi thơ là thơ, Một bài thơ nằm ngoài giới hạn, Bài thơ yêu quá, Đi chơi hoài trong thơ, Gió chờ hoài không gió, Thế mà cũng xong một bài thơ...

## 2.

Cuộc chiến tranh hai miền Nam - Bắc Việt Nam kết thúc vào ngày 30 tháng 4 năm 1975 và ông (nhà thơ Trần Vấn Lệ) thuộc phía những người "thua cuộc". Rời bỏ Tổ Quốc đến định cư tại xứ sở Cờ Hoa từ năm 1989 nhưng mãi tới tháng 3 năm 2016 ông mới có cơ duyên trở về thăm lại Cố Hương. Có lẽ vì thế mà thơ ông luôn đau đáu trầm buồn hai tiếng Quê Hương:

*"Lâu quá, lâu rồi, hai Thế Kỷ, người thì cuối biển kẻ đầu non... Tôi xa Tổ Quốc như chim én nhớ tổ bay tìm hương Cố Hương..."*
(Hương tóc)

Hay:
- *"Đà Lạt đào nở thắm*
*mùa Xuân ôi mùa Xuân!*
*Tôi đang sống tha hương,*
*mơ màng về thiên cổ!"*
(Đi chơi hoài trong thơ)

- *"Tết nay năm mới mùa Xuân mới*
*Đào đứng mong hoài gió ấm, không!*
*Gió có tới bay vào cửa điện*
*Giai nhân chải tóc, điểm môi son..."*
(Nhắm mắt buồn thôi nhé Cố Hương)

Đọc thơ ông, chỉ thấy những nhớ thương đầy vơi, những xót xa buồn tủi nặng lòng kẻ phải cô đơn tha hương nơi xa xứ. Và lãng đãng trong thơ Trần Vấn Lệ, nhưng cũng hiếm hoi lắm mới chợt gặp tâm trạng ngậm ngùi tiếc nuối về quá khứ của *"miền Nam tự hào"*, của *"Sử vàng một giấc chiêm bao"*, xen lẫn chút xót xa trước (hiện trạng) *"Sử hồng máu lệ đã trào tiếp theo..."*(?) bằng tâm thế bi ai của người phía "bên thua cuộc":
*"Mình yêu biết mấy Đà Rằng, yêu cây cầu thuở miền Nam tự hào...*
*Sử vàng một giấc chiêm bao. Sử hồng máu lệ đã trào tiếp theo..."*
(Dẫn nhau đi tới Đỉnh Ngàn)

mà tuyệt không thấy câu thơ oán thán, hô hào "chống cộng" như không ít nhà văn nhà thơ đứng bên kia chiến tuyến với những người "anh em cùng dòng giống Tiên Rồng" phía "bên thắng cuộc". Có lẽ nhà thơ Trần Vấn Lệ đã ngộ ra được nỗi đau sau cuộc chiến sẽ loang tới tận hang cùng ngõ hẻm, luồn lách tới mọi ngóc ngách cuộc sống của người dân nên dù là "bên thắng cuộc" hay "bên thua cuộc" thì những di họa của cuộc chiến cũng đổ hết lên đầu người dân và những di chứng của cuộc chiến do đối lập ý thức hệ giữa hai chính thể ở hai miền Nam - Bắc còn mãi âm ỉ đau trong dòng chảy lịch sử của dân tộc:

*"Tôi biết quê tôi không có tuyết*
*Chỉ làn khói quyện mỗi mai, chiều*
*Khói nhang hay khói cơm dằn bụng?*
*... những tấm bia mồ lính ngả xiêu..."*
(Noël quê người quê nhà)

Hay:
*"Có những miếu đình trơ đống gạch*
*Có những nhà thờ dấu đạn ghim*
*Những túp lều tranh đều lụp xụp*
*Bếp còn củi gộc cháy trong đêm..."*
(Buồn tay ghi lại dòng năm tháng)

Tôi nghĩ đó là những cảm xúc rất thật của nhà thơ Trần Vấn Lệ, không phải ông cố diễn để dung hòa với những "người bạn" đang cổ xúy tinh thần "chống Cộng" cực đoan nên Thơ và "Em" đã trở thành cứu cánh để nhà thơ Trần Vấn Lệ bám víu, tự xoa dịu những hệ lụy tàn khốc của cuộc chiến "huynh đệ tương tàn" mà trụ lại với đời. Nhưng rồi Thơ và cả "Em" nữa cũng trở thành thứ yếu, không đủ sức để làm dịu mát nỗi đau, nỗi buồn, nỗi nhớ... khi tuổi ông đã dần ngả về chiều, khi trái tim ông ngày đêm thêm quặn thắt hướng về Cố Hương:

*"Liệu còn về được hay không? Quê Hương, nhật nguyệt hay vòng khói nhang? Khói vòng rồi khói cũng tan, cây nhang cắm đất mà tàn không bay..."*

(Giấc mơ hồi hương)

Hay:

- *"Thế là chúng ta đã thấy*
*Bốn tám năm rồi phù vân*
*Giao thừa không một âm thanh*
*Chỉ tiếng thở dài thậm thượt!"*
(Thêm một mùa Xuân tha hương)

- *"Tôi muốn về Cheo Reo... đứng nhìn mãi ngọn núi.*
*Tôi muốn tìm bờ suối, hái, săm soi hoa quỳ...*
*Em ơi, anh muốn đi / tới đầu trời cuối biển. Thơ, anh hốt, anh liệng,*
*ném khắp Thái Bình Dương? Ai cũng có Quê Hương... thơ thì vô Tổ*
*Quốc?*
*...*
*Bây giờ thì tôi khóc!*
*Tại sao tôi làm thơ?"*
(Thơ và em)

Tôi có chút "kỷ niệm" về câu kết một bài thơ với nhà thơ Trần Vấn Lệ khi viết vài dòng cảm nhận về bài thơ "*Như Một Bài Tập Làm Văn*"của ông.

Khổ cuối của bài thơ, ông bỏ lửng, chỉ có 2 câu:
*"Cho tôi được im lặng*
*khi nghĩ về Quê Hương!"*

Đây là dạng câu "kết mở", sẽ có những cảm nhận khác biệt giữa những người đọc và cả người đọc với tác giả.

Khi cảm nhận bài thơ này tôi đã viết: "Tôi không thích cái kết của bài thơ như thế! Bởi yêu Quê Hương ai lại chọn giải pháp im lặng? Bất kỳ lý do nào, hoàn cảnh nào thì tôi nghĩ giải pháp: *"Cho tôi được im lặng / khi nghĩ về Quê Hương"* vẫn thuộc tâm thế của người có tình yêu Quê Hương chưa đủ lớn để vượt qua những trở ngại của phép tính giữ mình", nhưng khi đọc tập thơ "THƠ TRẦN VẤN LỆ"- (những sáng tác từ mùa Đông năm 2021 đến mùa Xuân năm 2022), với những câu thơ day dứt, nặng lòng về Quê Hương:

- *"Trăng rơi! Có lẽ trăng rơi thật?*
*Ướt mắt tôi là những ánh sương!*
*Lấy giấy lau khô mà vẫn ướt*
*Lẽ nào đang bão ở Quê Hương?"*
(Hỏi bờ lau sậy gió bay qua)

- *"Ai yêu Hà Nội, xa Hà Nội, chỉ để buồn cho ai ngó theo... Còn để lại*
*chăng là tiếng gió, tiếng dương cầm những giọt trong veo!"*
(Vĩnh biệt nhạc sĩ Phú Quang)

- *"Vừa mới Noël rồi sắp Tết*
*bao giờ nước Mỹ hết mùa Đông?*
*Dĩ nhiên ai cũng nhìn lên lịch*
*hoa sắp nở nhiều, Xuân phải không?"*
(Đường xa chi mấy)

- *"Quê Hương thành cái áo, từ lâu rồi, quá buồn! Khi không mình*
*tha hương, ba mươi ba năm, nhớ!*
(Gửi hương cho gió)

- *"Những người lầm lũi, nay lầm lũi*
*Gánh núi non mình lên núi xa*
*Họ hứng mây sương làm áo mặc*
*Hứng mưa làm nước mắt, tuôn ra"*
(Nhắm mắt buồn thôi nhé Cố Hương)

- *"Bao giờ mình về thật*
*cúi nhặt tuổi hai mươi?*
*Không lẽ cứ đi chơi*
*trong thơ hoài, buồn quá!"*
(Đi chơi hoài trong thơ)

- *"Nụ hồng trắng đắm đuối*
*Nở trong bàn tay ai...*
*Đó không phải Tương Lai*
*... mà Trời ơi! Dĩ Vãng!"*
(Nụ hoa hồng trắng và bàn tay em)

- *"Đời đẹp như bài thơ! Đâu bài thơ nào đẹp?*
*Mắt tôi từ từ khép. Lòng cửa kính sương lăn..."*

(Đêm mùa đông)

*"Chắc chắn Chúa giật mình... giật rớt cây Thánh Giá, cái lư hương được trả... khói thơm suốt bờ sông..."*
(Thế mà cũng xong một bài thơ)

Và những câu thơ đã trích dẫn đưa vào bài viết từ tập thơ *"Thơ Trần Vấn Lệ"* thì tôi hiểu "đòi hỏi" như thế với nhà thơ Trần Vấn Lệ quả là không thỏa đáng. Bởi cũng như ở Việt Nam, bên cạnh những vòng tay luôn dang rộng đón chào "người anh em từng ở bên kia chiến tuyến" gác lại quá khứ trở về Việt Nam cùng hàn gắn vết thương chiến tranh, cùng chung tay xây dựng Đất nước thì vẫn còn những kẻ luôn tìm cách cản trở tiến trình Hòa giải Hòa hợp Dân tộc bằng sự phân biệt đối xử, tạo thêm hận thù, gây chia rẽ tình đoàn kết Dân tộc thì trong cộng đồng người Việt ở hải ngoại cũng vậy, bên cạnh những trái tim luôn đau đáu hướng về Tổ Quốc với tinh thần Hòa hợp Hòa giải Dân tộc cụ thể, thiết thực thì vẫn còn những kẻ rắp tâm cản trở tiến trình Hòa giải Hòa hợp Dân tộc bằng những hành động "chống Cộng" cực đoan.

Từng là người lính, tuổi cũng đã dần ngả về chiều nên có lẽ nhà thơ Trần Vấn Lệ sợ chiến tranh, sợ tái diễn cảnh "huynh đệ tương tàn", sợ những đau thương mất mát lại tái hiện trên mảnh đất Việt Nam nên ông đã chọn phép dung hòa để "giữ mình", để hy vọng tình yêu ông dành cho Quê Hương Việt Nam được vẹn nguyên, không sứt mẻ.

Tôi chép vào đây bài thơ *"Xa Quê"* viết tặng nhà thơ Trần Vấn Lệ ngày 23 tháng 6 năm 2021 để kết thúc bài viết này.

XA QUÊ...
- Kính tặng nhà thơ Trần Vấn Lệ -

*Xa quê lâu ngày tưởng nhớ*
*Ai ngờ cứ dửng dưng quê*
*Chiều nay, hay tin núi lở*
*Cả làng vùi dưới chân đê...*

*Hôm tê, từ quê báo thế*

*Lũ dâng, dâng kín mái nhà*
*Người người hò nhau cứu tế*
*Lửa gần mà nước quá xa...*

*Hôm qua, thêm ba "tàu lạ"*
*Bắn chìm dân đảo Phú Lâm*
*Biển ta sắp là biển lạ*
*Dân ta nuốt lệ lặng thầm...*

*Ừ thôi, cứ bàn chân dậm*
*Ừ thì, cứ chặt nắm tay*
*Xa quê, thì đau thì thấm*
*Nước mắt ngược dòng mới hay...*

**Đặng Xuân Xuyến**
*Hà Nội, ngày 15 tháng 5 năm 2022*

# LƯƠNG THIẾU VĂN
## MỘT CHÚT TÂM TÌNH VỀ NHÀ VĂN VÕ HỒNG, TÁC GIẢ CỦA "HOÀI CỔ NHÂN"

*"Ngày 24/04/2022 trường Đại học Phú Yên đã tổ chức buổi hội thảo khoa học quốc gia "HOÀI CỔ NHÂN KỶ NIỆM 100 NĂM NGÀY SINH VÕ HỒNG" tại hội trường khu du lịch sinh thái của Sao Việt thành phố Tuy Hòa-Phú Yên. Tôi và đoàn nhà văn thành phố HCM được mời dự hội thảo vì đang dự trại sáng tác ở đó. Buổi hội thảo này đáng ra tổ chức từ năm 2021, sau nhiều lần tạm hoãn do dịch COVID đến hôm nay mới tiến hành được. Hội thảo chỉ diễn ra trong buổi chiều ngắn ngủi nhưng nó cũng cô đọng được nhiều vấn đề chính về sự nghiệp văn chương của nhà văn Võ Hồng với rất nhiều bài tham luận đóng góp, qua đó thể hiện tấm lòng của người dân Phú Yên đối với nhà văn Võ Hồng, người Phú Yên có những đóng góp vào sự phát triển văn học của nước nhà. Nhân buổi hội thảo này, tôi xin ghi lại một chút tâm tình, cảm xúc trân quý của mình đối với nhà văn, nhà giáo Võ Hồng, người mà thời tôi mới chập chững bước vào con đường dạy học đã hết lòng ngưỡng mộ".*

Nhà văn Võ Hồng là tên thật, khi viết văn ông còn lấy các bút danh khác: Ngân Sơn, Hồng Võ, Võ An Thạch. Sinh ngày 05 tháng chạp năm Nhâm Tuất tức ngày 21/01/1923, mất ngày 31/03/2013 tại nhà riêng 51 Hồng Bàng - Nha Trang để lại nhiều tác phẩm văn học có giá trị.

Tôi còn nhớ cách đây hơn nửa thế kỷ, khi mới bước chân vào trường Đại học Sư Phạm Cần Thơ ban Việt Hán, ngay trong buổi học đầu tiên giáo sư hướng dẫn lớp chúng tôi sau vài câu chào hỏi làm quen, thầy dặn dò chúng tôi nên đọc thêm một số tác phẩm của các nhà văn hiện đại có tiếng tăm như Sơn Nam, Bình Nguyên Lộc, Võ Phiến... tôi còn nhớ thầy dặn đọc thêm Ngựa Chứng Trong Sân Trường của Duyên Anh, Ngôi Trường Đi Xuống của Vũ Hạnh, Hoài Cố Nhân của Võ Hồng... những tác giả có tác phẩm được đưa vào giảng dạy văn học ở miền Nam lúc bấy giờ. Thời ấy hoàn cảnh tài chánh có khó khăn không cho phép tôi mua nhiều sách đến thế nên tôi chỉ mua hay mượn đọc được một số tác phẩm tiêu biểu trong đó có Hoài Cố Nhân của Võ Hồng. Hoài Cố Nhân là tác phẩm đầu tiên nhà văn Võ Hồng được nhà xuất bản Ban Mai in và phát hành năm 1959. Có thể nói tác phẩm như một tờ giấy thông hành đưa ông vào con đường văn chương vì lúc đó tên tuổi Võ Hồng còn rất mới mẻ, văn phong giản dị, ít trau chuốt có lẽ nhờ vậy đã tạo cho người đọc sự gần gũi thân thiết chăng?

Tác phẩm viết về thời kỳ đất nước trải qua nhiều biến động của thời cuộc, nói lên tâm trạng tầng lớp thanh niên trí thức bấy giờ khi đứng trước ngã ba đường. Ước mơ, hoài bão của họ bị xáo trộn. Người dân ở nông thôn chịu ảnh hưởng nhiều nhất nhưng họ lại rất mịt mờ về tình hình chung của đất nước, Hoàng Gia Lý bị cuốn vào vòng xoáy thời cuộc đó. Hai nhân vật chính là Hoàng Gia Lý và Xuân. Câu chuyện dẫn dắt bởi người xưng "tôi" là tác giả. Lý yêu Xuân từ năm lớp nhất nhưng bị cấm đoán. Thời cuộc biến chuyển: Nhật đảo chánh Pháp rồi Nhật lại thua Đồng Minh buộc rút khỏi Đông Dương. Lý muốn làm những việc hữu ích cho đất nước xã hội, Anh tin tưởng hoàn toàn vào thuyết Đại Đông Á của người Nhật nên xin thôi học vào làm ở tòa đại sứ rồi sở hiến binh Nhật, lúc này có những câu chuyện thêu dệt về Lý làm cho người khác phải thán phục để rồi khi nhận ra sự giả dối của người Nhật làm cho anh vỡ mộng, anh nhận ra mình đã sai lầm thất bại. Tuy vậy sau đó Lý cũng tìm được một công việc có ích cứu giúp những người nghèo khó ở Ty Cứu Tế Xã Hội sau tháng 8-1945. Cuộc tình của Hoàng Gia Lý và Xuân tuy thành tựu nhưng sớm bị chia cắt bởi lẽ tử sinh. Lý trút hơi thở cuối cùng sau cơn bệnh nặng trong một lần đi công tác để lại nỗi tiếc nuối buồn thương của người vợ trẻ và đứa con thơ bé bỏng để rồi:

*"... Cứ chiều chiều, hai mẹ con dẫn nhau ra sau vườn nhà, nhìn ra cánh đồng xa. Hai mẹ con ở đó hàng giờ...*

*Chị thôi không nói nữa, mi mắt chớp mau. Chợt chị mỉm cười, "à" lên một tiếng như chợt nhớ ra. Chị bế Thảo rồi cầm tay chỉ ra sân, chị nói:*

*- À, Thảo hát cái bài hát "Chiều chiều" cho bác nghe nào. Nào:*

*- Cò ơi...*

*Bé Thảo bập bẹ:*

*- bay về...*

*- bay về...*

*- phương nao...*

*- phương nao...*

*Chị vỗ tay khen. Bé Thảo vỗ tay reo. Tôi cũng vỗ tay theo như một cái máy.*

Cánh cò bay về phương nao trong nỗi sầu "Hoài Cố Nhân"? Những ai đọc truyện Võ Hồng đều có thể thấy rõ những ký thác hình ảnh, tâm hồn của ông trong đó, từ Hoài Cố Nhân, Trầm Mặc Cây Rừng, Vết Hằn Năm Tháng đến Nhánh Rong Phiêu Bạt, Như Cánh Chim Bay, Hoa Bươm Bướm... nên tôi thật sự không biết trong tác phẩm Hoài Cố Nhân của ông có bao nhiêu phần trăm cái "tôi" trong đó? Còn trong thực tế ông là người đàn ông góa vợ sớm và sống lặng lẽ như thân cò bươn chải nuôi ba đứa con trưởng thành cho đến lúc chúng đủ lông đủ cánh bay đi xa để ông ở lại sống cô độc buồn bã trong những ngày tàn bóng xế. Ông sống trong một nỗi buồn lặng lẽ với lòng "Hoài cố nhân" không nguôi. Nhà văn bác sĩ Đỗ Hồng Ngọc có kể một câu chuyện nhỏ rất cảm động về ông trong một lần ghé thăm Võ Hồng:

"... Trở lại chuyện thăm anh ở Nha Trang lần này, tôi thật bất ngờ thấy anh không còn "cô đơn" nữa. Trong phòng anh treo tấm ảnh chân dung khá lớn của cô đào hát bóng xinh đẹp Lý Linh, người đóng vai Tống Khánh Linh trong phim nhiều tập chiếu trên truyền hình! Thì ra "ông lão" mê cô tài tử này không biết từ bao giờ! Thấy tôi bỡ ngỡ, anh cười: *"Đứa cháu mình ở ngoài quê coi phim rồi nói với mình: Cậu ơi, sao mà cô đào đóng phim này giống hệt mợ... Mình giật mình, "kiểm chứng" lại quả có nhiều nét giống y hệt vợ mình hồi đó, nên mình treo ảnh này lên đây".* Anh lại có vẻ ngượng.

Nhớ tết này anh đã tám mươi, tôi thử bói cho anh một quẻ bằng cách mở ngẫu nhiên một trang trong cuốn *Trầm Tư* của anh mà tôi gọi là "bói Võ Hồng", tình cờ trúng câu 259, câu trao đổi của anh với một "cô nào đó", chắc là Lý Linh:

- Em như đóa hồng dành cho vương tôn quyền quý, còn anh...

- Câu đó phải do em nói. Tâm hồn anh đẹp và mảnh như hoa. Nên khó nuôi dưỡng, khó chăm sóc. Em đành phụ bạc anh...

Vậy là anh chàng "Tú Uyên" Võ Hồng với "tâm hồn đẹp và mảnh như hoa" đó vẫn đợi chờ nàng Giáng Kiều từ trong tranh một hôm nào đó lại bước ra..."

(Nhớ đến một người – Đỗ Hồng Ngọc, trang 20)

Trong một buổi sáng đầu tháng tư 2013 khi đang ngồi uống cà phê với bạn như mọi ngày, đọc tờ Tuổi Trẻ thấy bài báo "Thầy đã về đầu non" của Trần Huiền Ân kể về sự ra đi của nhà văn Võ Hồng mà lòng cảm thấy buồn bã nặng trĩu, thêm một cây đại thụ trong văn học miền Nam về cõi vĩnh hằng, tôi đã viết bài thơ này như một nén tâm nhang đưa tiễn ông:

*NGƯỜI VỀ ĐẦU NON*

* *Tưởng nhớ nhà văn Võ Hồng*


*Người đi "Như cánh chim bay"*
*"Hoa bươm bướm" nở nhớ "Hoài cố nhân"*
*Biết ai "Trầm mặc cây rừng"*
*"Vết hằn năm tháng" ở "Bên kia đường"?*
*Cạn nguồn "Con suối mùa xuân"*
*"Nhớ thầy cũ" "Một bông hồng cho cha"*
*"Nhánh rong phiêu bạt" giang hồ*
*"Tình yêu đất" lại "Trở về" trong tim*
*Một "Tia nắng rớt" bên thềm*
*"Nhẹ hơn gió thoảng" nỗi niềm "Quạnh hiu"*
*"Mùa hoa xoan" rụng hiên chiều*
*"Dấu chân sa mạc" còn nhiều "Di ngôn"*
*"Mái chùa xưa" phủ rêu phong*
*Đóa "Hoa chỉ nở một lần" mà thôi*
*Hương thơm "Hoa khế lưng đồi"*
*"Niềm tin chưa mất" "Vẫy tay ngậm ngùi"*
*Mịt mờ "Gió cuốn" bên trời*

*Còn đâu "Cánh bướm" lạc loài chiều quê*
*"Vùng trời thơ ấu" tái tê*
*Trăm năm xin tiễn "Người về đầu non"*

Ngôi nhà ở đường Hồng Bàng – Nha Trang nơi lưu giữ dấu chân và gác sách của ông cũng không còn, tất cả cũng lui vào ký vãng nhưng chắc chắn những người học trò, những người yêu văn ông vẫn nhớ mãi một người thầy tận tâm với nghề, một nhà văn làm rạng danh vùng đất Tuy Hòa đầy nắng gió nhưng rất hiền hòa hiếu khách.

**Lương Thiếu Văn**
*Sài Gòn, bên bờ Kênh Tẻ, 13/05/2022*

Tham khảo:
*Hoài Cố Nhân*
  *- Cò ơi bay về phương nao? của Triều Hạnh*
  *- Võ Hồng vào tuổi 80 của Đỗ Hồng Ngọc*

# XUYÊN TRÀ
## BÀI HỌC

Tôi không học được gì
Từ cái ngu của thiên hạ
Sống thế chấp những cuộc tình vay trả
Đường nhân gian quỵ ngã đã bao lần

Tôi không học được gì
Dẫu làm người cho đến khi hết kiếp
Xác bụi hư hao chẳng bao giờ đuổi kịp
Bóng thiên di tứ hướng thớt mây trời

Tôi không học được gì
Trong túi khôn ngàn năm nhân loại
Làm sao trả lời những điều em muốn hỏi
Giải mã cuộc đời
kìa
tượng đá vô ngôn? ∎

# BIỂN CÁT
## CUỐI TRỜI CHIM BAY

Khi người đã bỏ ta đi
Lá rung từng chiếc rì rầm cùng mưa
Biển ru ta những âm thừa
Rồi trong hiu quạnh ta đùa nỗi đau.


Ôm đầy ngày tháng xanh xao
Vẫn nghe trống vắng hư hao nửa vời
Tay ta dài ngón rã rời
Vốc mưa lặng lẽ bời rời chảy xuôi.


Trả người hết những ngậm ngùi
Ta còn sót lại nụ cười xót xa
Ầm ào như những âm ba
Lòng ta sóng dập vỡ òa nhặt thưa.


Xác xơ là ngọn gió đưa
Lùa vào tóc rối ướt mưa bời bời
Khi người đã bỏ đi rồi
Nhớ chi một bóng cuối trời chim bay ∎

# BÙI DŨNG
## TRĂN TRỞ

Lá có hoài trăn trở
Cựa mình cho nụ xinh
Rồi thu sang vàng vọt
Đông chao mình rơi nghiêng

Em có hoài trăn trở
Nụ tình thuở xưa xa
Có đem về chút nắng
Ấm mầm tình ngày qua

Em có về thăm lại
Vườn xưa kỷ niệm xưa
Nơi vườn yêu ngày cũ
Hoa tình còn hay chưa?

Anh đau hoài tình ấy
Mắt môi đẫm cơn mê
Vết thương dù đã cũ
Chợt nhói đau, chẳng hề...

Lá có hoài trăn trở
Em có hoài tình xưa
Sao tôi buồn muôn thuở
Dù yêu em tình cờ ∎

# BÙI NGUYÊN BẰNG
## PHÁT KHỞI

Chạy lên đồi chân như
Hát đôi lời giác ngộ
Đứng nhìn hoa sen nở
Hồn lặng vào tịnh không

Miệng niệm lời kinh mật
Ngữ ngôn nở thành hoa
Tâm từ bi một đóa
Hương tỏa lòng giác tha

Trong chánh niệm lặng im
Tâm khai ngộ ý thiền
Tiếng chuông rền chánh điện
Hòa vào cõi bình yên

Chạy lên đồi chân như
Ngã vào cõi lạc định
Xuôi dòng theo an tịnh
Phát khởi bồ đề tâm ∎

# TRẦN DZẠ LỮ
## KHI EM VỀ ĐẠI LẢI

Em về Đại Lải chiều nay
Bàn tay nhớ một bàn tay, lạ lùng…
Một con mắt liếc nghìn trùng
Một con khép lại rưng rưng… phong trần!

Tháng ba chưa rét nàng Bân
Bên hồ sóng sánh tầm xuân em cười
Ước gì Vô Kỵ tới nơi
Vẽ lên mi nhớ một trời mày cong!

Em về Đại Lải, anh đong,
Từng ngày, mỗi bữa, nỗi mong chờ dài
Thương rồi ngẫu tượng chia hai
Nửa anh bối rối, trang đài nửa em…

Soi hồ là lạ mà quen
Em nơi quê quán, gió lên thất tình…
Cái câu quan họ đầu đình
Trăm năm vẫn đỏ môi mình đấy thôi! ∎

# HOÀNG XUÂN SƠN
## SAO MƯA

Sao sa vừa chín cơn nồm
xuân mang vào hạ chút thơm của rừng
phố nhà tôi ở mông lung
một hôm thoái vị vết nồng của chim

trong cơn bỏng lửa truy tìm
rát trời ôm một bóng im tuổi vàng
xế tuần biển hát lang thang
sóng xô đi hết khúc nàng nhiễu âm

một hôm tượng tạc rất thầm
bàn tay của đá phương châm của đời
nơi xó tình bẫy niềm vui
hạt châu đã miết chuỗi cười lưu ly

sao mưa nhớ quá quỳnh quỳ
ánh mắt hồ lộng ngàn my thẫn thờ
chiếc xước đã chìm vào thơ
mưa mưa tóc ướt bụi bờ man nhiên ∎

*14 tháng 5, 2022*

# KC NGUYỄN
## CHO ANH

nếu gặp anh sớm hơn
đã cho môi hoa
mắt trong
bàn tay lụa mềm
cái nhìn nai ngơ ngác
cho anh thời gian
phần đầu phần giữa phần cuối của chuyện tình cổ tích

cho anh trí nhớ
đợi anh đến từ lâu trong giấc mơ con gái
chờ anh dòng sông chia nhánh, sông con sông cái
đi thẳng đi vòng chỉ để
một ngày kia
tới được biển anh

có phải tình yêu tựa tựa sự dửng dưng
khi cho những gì bắt gặp dễ dàng nơi khác

sẽ cho anh
nụ cười thay lời ngưỡng vọng
cái nhìn sâu chạm vào tủy sống
chạm sợi thần kinh, ngay cả những sợi nhỏ li ti

cho anh một chút của ngày mai
cho anh chùm nho và rượu đỏ

nếu không còn gì để cho nữa
cho anh sự thật đó

và cho
cũng với một nụ cười ■

# KIỀU HUỆ
## CON ĐƯỜNG XƯA

Trở lại con đường xưa
Hàng cây nắng xuyên thưa
Lá khô xào xạc gió
Bóng chiều nhẹ đung đưa

Những ngày còn ngây  thơ
Trinh nguyên tà áo trắng
Áo dài cong vạt nắng
Bay bay đẹp mộng mơ

Trở lại con đường xưa
Chiều lang thang đếm bước
Sau lưng miền ký ức
Thoáng buồn phút ngẩn ngơ

Ngày ấy đã xa mờ
Buồn như màu lá úa
Nhớ mùa thu năm đó
Có người tặng vần thơ

Buổi gặp gỡ tình cờ
Nhạt duyên tình không nợ
Nên chẳng hứa hẹn chờ
Đường xưa, nay trở lại

Tình thơ còn nhớ mãi
Nắng chiều dù nhạt phai
Còn đây nhiều kỷ niệm
Man mác nỗi u hoài ∎

# LÊ VĂN TRUNG
## NHỮNG ĐOẢN KHÚC RỜI

Tôi mãi đi như sẽ chẳng bao giờ
Phải dừng lại bên bờ tuyệt vọng
Dẫu rất mong manh tình em như sương mỏng
Như mây phai mờ mịt mấy phương người
Như chiều vàng, vàng úa bóng chiều rơi
Như sông lụa đã hanh chìm bãi vắng

Tôi mãi đi dù gập ghềnh lận đận
Dù máu xương mòn mỏi, dù rách vá tả tơi
Dù "em vẫn đi bên cạnh cuộc đời"
"Dù nước mắt có dăm lần chảy ngược"
Dù nước mắt đã tím bầm gan ruột
Em nén chìm để giấu một niềm đau

Tôi mãi đi như sẽ chẳng bao giờ
Phải dừng lại bên bờ tuyệt vọng
Để hiểu được đâu là chân dung cuộc sống
Đã vẽ nên từ những nghiệt ngã đời người
Đã vẽ nên từ những đau xót ngậm ngùi
Chân vẫn bước dù bao lần vấp ngã
Máu vẫn sôi dù dòng chia trăm nhánh lạ

Tôi đi về ánh sáng trái tim em
Tận vô cùng thăm thẳm cuối trời đêm
Ôi ánh sáng nhiệm mầu của tình yêu vĩnh cửu ∎

*29.05.22*

# NGUYỄN HOÀN NGUYÊN
## TRÊN MIỀN ĐẤT THẤP

Nơi đây đất thấp núi đi vắng
Biển ẩn sau đê nước chạm trời
Bước trên mặt đất hay lòng biển
Thăm thẳm nhân sinh một đoạn đời

Góc vườn tuy nhỏ mây lui tới
Xới đất trồng hoa giữa muôn trùng
Vết hằn trên đất như đời trải
Thủy tiên đâm chồi cười bao dung

Giữa lòng đông lạnh mai vẫn nở
Bốn mùa đi về cũng lạ thường
Trời xuân còn vấn vương băng tuyết
Dõi mắt tràn đồng uất kim hương

Chân đứng chênh vênh trên nhịp thở
Bên dưới sương mù giăng bến mơ
Tiếng quốc ngàn năm còn văng vẳng
Một đại dương con giữa đôi bờ

Cánh máy xay gió im trong nắng
Nước đọng trời mây kinh xuôi dòng
Ngoài xa phố xá dường dư ảnh
Đất thấp chìm dần chạm biển Đông ∎

*Kampen, Hòa Lan, tháng 4-2022*

# NGUYỄN QUỐC HƯNG
## MỖI ĐÙN VUÔNG ĐẤT TÔI

Lọt lòng mẹ đã khóc
Buồn đeo mang kiếp người
Một đời mẹ khó nhọc
Bao ngày cha ngược xuôi

Tuổi thơ quen chai sạn
Quê hương sao khói mù
Trầm ngâm bên bè bạn
Nhìn nhau... cùng suy tư

Thương em vai gầy guộc
Tình đầy sao bão dông!
Rượu cay nào ai chuốc
Ta đi về hư không

Hàng cây già dầu dãi
Che nắng mưa phố đời
Một hôm buồn gió nổi
Cây sang mùa, lá rơi!

Bao năm rồi cô độc
Ta lặng trôi trong đời
Giữa đêm buồn dế khóc
Mỗi đùn vuông đất tôi! ∎

# TRẦN TRUNG SÁNG
## CỤ BÀ, CÔ GÁI VÀ MẤY GÃ GRAB

Dịch bệnh mấy tuần nay xem ra đã đỡ nhiều. Thành phố đang nới lỏng các hoạt động cần thiết như chợ búa, các dịch vụ buôn bán nhỏ lẻ…, dù mọi người dân ra đường vẫn khá thận trọng, thường xuyên thực hiện 5K trong mọi tình huống. Phía bên kia đường, quán bún bình dân nằm trên vỉa hè, đối diện cận kề khu văn phòng nơi tôi làm việc khá thưa khách. Tôi ghé qua, dùng xong tô bún, không vội trả tiền, mà ngồi nhẩn nha hỏi chuyện vu vơ với chủ quán – một cụ bà đã ngoài 80.

- Bác bán lại được bao lâu rồi? Đông khách chưa?

Cụ bà cười hiền hòa trả lời:

- Cũng được ba bốn bữa ni. Khách chưa nhiều… Mà bình thường, khách tui cũng đâu có nhiều. Quán bình dân mà. Tui già cả rồi, khách đông tui làm chi nổi.

Bà nói thêm:

- Mấy anh em nhân viên đưa báo bên anh chắc làm lại thường rồi chớ? Mỗi ngày, mấy chú ghé qua bên tui sớm bửng. Ăn xong là chở đống báo chạy đi liền. Hôm nào tới trễ chút, là mấy chú rầy lắm…

Tôi hơi bất ngờ, cụ bà có quan tâm và chú ý đến công việc của anh em mình. Tiện thể, tôi thố lộ:

- 	Bọn cháu cũng mới làm đều đặn vài tuần nay. Mấy tháng trước, thành phố rào chắn khắp mọi ngả đường, đi lại phải thủ tục giấy tờ, anh em khó khăn lắm bác ạ...

- 	Ủa, chứ nghe nói báo chí là được ưu tiên mà anh...

Một cô gái trẻ có dáng dấp khá bắt mắt, ngồi ở góc quán bất ngờ xen vào góp chuyện. Tôi chợt hào hứng:

- 	Dịch bệnh thì ai cũng như ai, phải chấp hành luật lệ chớ... Mà người ta cũng ưu tiên cho người viết báo, làm báo chứ có ưu tiên cho người bán báo, đưa báo đâu!

- 	Em có đặt mua bên anh mấy quyển báo Thời Trang. Cả tháng rồi chưa thấy giao đó!

- 	Ui trời, té ra tôi đang gặp được bạn đọc khách hàng Thời Trang đây à! Vậy thường khi em nhận báo tại nhà hay ở đâu?

- 	Giao ở vũ trường Phương Đông. Kề sát bên trụ sở anh kìa. Em đã đặt báo dài hạn ở văn phòng anh từ hơn năm nay, bởi dạo rày đâu dễ tìm ra sạp báo bán lẻ.

- 	À, thì ra...

- 	Em làm bên đó. Cả mùa dịch này thất nghiệp. Tới chừ vũ trường vẫn chưa được mở lại. Sáng nay rảnh quá, em tạt tới đây ăn bún, nhìn qua vũ trường chút cho đỡ nhớ...

Câu chuyện của chúng tôi tiếp tục loanh quanh với đủ mọi chuyện từ dịch bệnh đến nắng mưa. Cụ bà mong mỏi, cuộc sống sớm an lành bình yên, dịch bệnh đừng tái đi tái lại, chứ ở nhà hoài, bà vừa thiếu thốn, vừa rầu dễ sinh bịnh... Cô gái thì nhớ tiếc cái thời du lịch sôi động của phố thị, cô kiếm tiền khá dễ dàng, từng đón đợi các mốt *hot* trên báo Thời Trang để đi may mặc..., cho đến khi có mấy gã Grab dắt xe lên lề đường, cười nói xôn xao bước vào quán. Cụ bà vui vẻ chào đón: "Lâu ngày quá mấy chú Grab hí! Bán mấy bữa rồi chừ mấy chú mới tới đó!"

Trước khi tạm biệt, tôi cầu chúc cho cụ bà chủ quán sức khỏe và vui sống với công việc buôn bán ổn định. Với cô gái bạn đọc Thời Trang mới quen, tôi xin phép được trả tiền bún, như một nghĩa cử tri ân khách hàng mua báo dài hạn và không quên dặn: "Đã không biết thì thôi, biết rồi, lúc nào thấy chậm trễ, nếu rảnh em cứ ghé qua trụ sở bên anh nhận báo trò chuyện cho vui."

Cô gái vui vẻ trả lời: "Em cũng định nói như vậy. Chắc cũng sắp hết dịch rồi. Hôm nào chuẩn bị đi làm, em sẽ ghé đến anh mời sang đây ăn bún đó."

oOo

Những ngày này, sau thời gian dài đối mặt với dịch bệnh, nhịp điệu cuộc sống gần như đang trở lại trạng thái bình thường. Người ta cho rằng, những cách thức phòng chống dịch trong giai đoạn vừa qua quá cực đoan dẫn đến nhiều sai lầm, cần phải sửa chữa, hay nói đúng hơn, cần phải thay đổi tư duy về cách đối phó với đại dịch, học cách sống chung với nó, thích ứng linh hoạt với nó. Và do đó, mọi người dân khắp nơi gần như khá tự tin, từng bước chuẩn bị quay về công việc quen thuộc của mình. Học trò đã trở lại trường và nghe nói du lịch cũng sắp tái khởi động...

Một buổi sáng, vừa bước chân đến trụ sở làm việc, thì tôi chạm mặt ngay cô gái bạn đọc Thời Trang đã quen ở quán bún hôm nọ đang trên đường từ hướng cửa vũ trường Phương Đông vui vẻ bước đến. Cô nói:

- May quá, gặp anh đây rồi. Em ghé qua hỏi tờ Thời Trang số mới ra chưa? Tiện thể, xin nhận luôn mấy tờ báo dồn lại từ bữa trước chưa lấy chừ về xem luôn, bởi từ tối nay đi làm rồi, không rảnh nữa đâu.

- Vũ trường khai trương lại rồi sao? Vậy là vui. Chúc mừng em nhé!

- Tối nay, đến chơi với tụi em đi.

- Anh có biết nhảy nhót chi đâu!

- Sao lại không? Cứ đến, em bày vài bữa là biết liền!

- (...)

Để tránh đi những thoáng giây lúng túng ngượng ngùng, tôi nói:

- Em chờ tí xíu, anh vào lấy mấy tập báo của em giao luôn đây...

Tôi bước vội vào căn phòng bên trong, thì nghe cô gái nói theo:

- À, em sẽ qua bên quán bún đợi anh luôn. Sáng nay em khao anh nghe!

Tôi vào phòng cầm xấp báo, tiện thể rút một cành hoa đang trang trí trên chiếc lọ ở bàn sách, để chúc mừng cô gái trở lại công việc vũ trường. Thế nhưng, khi ra cửa, tôi vẫn nhìn thấy cô vẫn đứng nguyên vị trí cũ. Tôi nói:

- Thời Trang của em đây. Không định qua ăn bún sao?

Cô gái khoát hai tay trả lời:

- Sáng nay không hiểu sao không thấy cụ bà ấy bán!

Tôi nhìn qua phía bên kia đường. Tấm bạt ni-lông phai màu mưa nắng móc dính trên bờ rào. Mấy bộ bàn ghế đơn sơ, nhếch nhác xếp chồng dồn về một góc. Tôi cũng chợt nhớ ra, dường như mấy ngày gần đây, cụ bà không dọn quán... Đang lúc băn khoăn, đột nhiên, anh nhân viên bảo vệ trụ sở bước đến gần chúng tôi nói:

- Quán bún nghỉ rồi. Bà già ấy đã mất hơn một tuần nay.

Cả tôi và cô gái đều bàng hoàng. Tôi nói:

- Trời đất! Sao vậy? Mới thấy đó, bả  khỏe ru mà. Anh biết vì sao bả mất không?

Anh bảo vệ thở dài:

- Thì người già mà. Tôi cũng không nghe rõ, nhưng nghe nói bả chỉ đau một vài bữa, rồi mất. Không biết có phải dính Covid hay không?

- Chắc không phải đâu. Bữa nay không ai chết vì Covid cả. Tội nghiệp bà quá!

Cô gái vừa lật vội, lướt qua xấp báo Thời Trang trên tay, vừa nói với tôi:

- Anh với em đi tới một quãng nữa, dường như có một quán bún giống vậy. Dù sao, đã nói hết dịch là em khao anh mà.

Ngay lúc ấy, trước mắt chúng tôi, mấy gã chạy Grab chừng đang dừng xe trước quán bún trống vắng của cụ bà, phân vân,  bàn tán xì xào..., rồi í ới gọi nhau chạy vội, hòa theo dòng xe cộ nhộn nhịp xuôi ngược trên đường. Buổi sáng mùa hạ nắng lên nhanh./.

**Trần Trung Sáng**

# ĐOÀN PHƯƠNG
## NGƯỜI ĐÀN BÀ BIẾC XANH

Tôi chưa bao giờ đọc thơ KIỀU THỊ AN GIANG nên không biết thân thế của nữ sĩ. Nhưng qua một bài thơ "Người đàn bà màu xanh", tôi thấy nhà thơ rất thân quen dễ mến.

**NGƯỜI ĐÀN BÀ MÀU XANH**
(thơ KIỀU THỊ AN GIANG)

*Em không nguyên lành như màu trắng ấy đâu anh*
*Cũng chẳng đẹp xinh người đàn bà về đêm thơm đến nhức*
*Mắt không xanh hơn bầu trời và áo không căng vỡ tung lồng ngực*
*Cũng chẳng vẽ tô mình cho đượm lại màu son*
*Đã hết trưa đâu mà thảng thốt hoàng hôn*
*Như cánh vạc giật mình bay ngang cổng trời để ngỏ*
*Người đàn bà cũ như cúc xanh chưa một lần hé nở*
*Vì sợ đau mình nên níu lại ngày xuân...*
*Em không xanh em chỉ biếc đến tội tình*
*Lẻ loi trên cánh đồng lặng thinh một đời như định mệnh*
*Bến sông không con đò bến sông mông quạnh*
*Em không chờ người. Em biết chờ ai...*
*Em là em người đàn bà ăn vã tuổi đôi mươi*
*Vô tư quá để bây giờ đâm hối tiếc*
*Biển đã nhạt mà đời chườm đến chát*
*Chắp vá điều gì cho đỡ gượng trùng khơi?*
*Những chốn hoa rơi rũ nắng lên người*
*Mùa lỡ gieo không ai chăm cây không người dọn cỏ*
*Hoa cứ nở mà mình tàn đi như trăng úa*
*Ta biết làm gì khi trót hẹn mùa trăng?*

*Người đàn bà giấu tuổi vào đuôi mắt mênh mang*
*Chỉ tóc thay màu từng sợi nhàu đi rất vội*
*Đàn bà đi qua mình bằng nỗi đau chín tới*
*Rụng xuống không đành một đóa Cúc màu xanh...*

**(Kiều Thị An Giang)**

Người đàn bà trong thơ ví mình như bông cúc xanh. Bông cúc xanh không nguyên lành như hoa trắng tinh khôi, không kiêu sa lộng lẫy như giai nhân:
*Em không nguyên lành như màu trắng ấy đâu anh*
*Cũng chẳng đẹp xinh người đàn bà về đêm thơm đến nhức*
*Mắt không xanh hơn bầu trời và áo không căng vỡ tung lồng ngực*

Cũng chẳng còn xuân nhưng trái tim khát khao còn đập, như cánh vạc xao động mỗi khi được bay trên bầu trời:
*Như cánh vạc giật mình bay ngang cổng trời để ngỏ*
*Người đàn bà cũ như cúc xanh chưa một lần hé nở*
*Vì sợ đau mình nên níu lại ngày xuân...*

Cánh vạc có thể xoải cánh trong mây, có thể tha thẩn dạo trên đồng. Chị vẫn có quyền chọn lựa, đừng sợ, tại sao không níu lại ngày xanh?

Số phận lẻ loi, đầy hối tiếc, nhưng chị không buông bỏ đời mình. Tận trong sâu thẳm chị vẫn khát khao mong chờ, dù "Biển đã nhạt mà đời chườm đến chát". Nỗi riêng của chị, cuộc đời có thấu hiểu: "*Em không chờ người. Em biết chờ ai...* "

Nói không chờ vậy thôi nhưng giọng thơ như hờn dỗi, trách móc: "*Em biết chờ ai*". Như hoa, như cây mong chờ người gieo trồng nâng niu, chăm sóc, chị cũng khát khao được ai đó yêu thương, che chở, dù là tình chắp vá:
*Chắp vá điều gì cho đỡ gượng trùng khơi*

Người đàn bà đã cũ nhưng không cam chịu tàn phai. Chị đặt một dấu hỏi cho quãng đời vẫn còn những mùa trăng đầy hứa hẹn của mình:
*Hoa cứ nở mà mình tàn đi như trăng úa*
*Ta biết làm gì khi trót hẹn mùa trăng?*

Tôi không biết người đàn bà trong thơ thật ra có xinh đẹp không, hay rất mộc mạc như lời bộc bạch, nhưng hẳn chị có nét duyên

thầm ở sự thông minh, mạnh mẽ. Người đàn bà đã cũ rộn ràng trong tim nhưng chị biết tiết chế, trầm tĩnh và khôn ngoan. Chẳng còn xanh nhưng luôn giữ cho mình sắc biếc:
*"Em không xanh em chỉ biếc tội tình"*

Vâng, dù xanh hay không xanh, người đàn bà thông minh luôn giữ cho mình sắc biếc. Ánh biếc đó không hẳn là màu sắc, sắc vóc bên ngoài mà là thần thái, sức sống, vẻ đẹp toát ra từ bên trong. Người đàn bà thông minh biết rõ giá trị của mình.

Người đàn bà thông minh cũng sẽ biết thương yêu cuộc đời mình. Chị *"giấu tuổi vào đuôi mắt"*, chị *"đi qua mình bằng nỗi đau chín tới/ Rụng xuống không đành một đóa Cúc màu xanh..."*. Nỗi đau bình thản, chín chắn và dịu dàng.

Đó là người đàn bà cô đơn đã cũ muốn vượt thoát khỏi định mệnh, định kiến khắt khe, để một lần nữa lại được yêu như bông cúc xanh hé nở lần đầu. Không phải màu vàng của lá, của mùa thu, chị chọn bông cúc xanh làm biểu tượng? Phải chăng màu xanh là màu của tự tin, hy vọng? Bông cúc xanh không gợi lên hương sắc trinh nguyên nhưng có vẻ đẹp của riêng mình. Vẻ đẹp của người đàn bà cũ là vẻ đẹp mặn mà, chín chắn.

Đây là thể thơ tôi rất thích. Tự do không vần, lãng mạn, trí tuệ, sang trọng. Ngôn ngữ, hình tượng thơ đầy sáng tạo.

Có chút gì vừa ước ao vừa hờn ghen nhức nhối: *"Người đàn bà về đêm thơm đến nhức"*.

Có buồn nhưng không ủy mị: *"Em không xanh em chỉ biếc đến tội tình"*, *"Biển đã nhạt mà đời chườm đến chát"*.

Những từ ngữ đời thường biến thành thơ lại trở nên mới lạ, lãng mạn:
Người đàn bà *"ăn vã"* tuổi đôi mươi, *"giấu tuổi vào đuôi mắt"*, nỗi đau *"chín tới"*...

Tôi cũng làm thơ nhưng mức độ biểu đạt chưa đẹp sáng đến như vậy.

Xin cảm ơn nữ sĩ Kiều Thị An Giang, những vần thơ hay.

**Đoàn Phương** *(20-05-2022 )*

# TIỂU NGUYỆT
## QUÁN CHÁO VỊT

Tâm khoác tay Hạ Vy bước vào quán cháo vịt không tên ở ngã tư một góc đường phố quen thuộc. Quán nằm trên vỉa hè của một ngôi nhà đóng cửa, có lẽ chủ quán thuê mặt tiền của người chủ ngôi nhà kia, để bán cháo vịt từ chiều đến tối. Ba bộ bàn ghế nhựa kê dọc theo cửa sắt, phía trước là chiếc bàn cao, trên bàn có tủ kính nhỏ đựng mấy chục con vịt đã luộc sẵn vàng ươm; cạnh chiếc bàn cao, là một nồi cháo bốc khói tỏa mùi thơm hấp dẫn trên lò than đỏ lửa.

Tâm kéo ghế mời Hạ Vy ngồi, rồi lại chỗ cô chủ quán dặn:

- Cho chú hai tô cháo và một đĩa thịt luộc như bữa trước nhé!

- Dạ chú!

Hạ Vy cười với cô bé chủ quán:

- Cháu biết *"như bữa trước"* là thế nào mà dạ?

Cô bé liếc nhìn Hạ Vy, cười thân tình:

- Dạ cháu biết mà, cô chú đến lần trước cháu nhớ.

Tâm ngạc nhiên:

- Sao cháu nhớ hay vậy?

- Quán cháu, khách toàn là người bình dân không hà, cô chú như thầy cô giáo thật đặc biệt, nên cháu nhớ.

Tâm thoáng nhìn Hạ Vy cười, quay sang nói với cô bé:

- Bộ chú giống thầy giáo thiệt hả? Không ai là thầy cô giáo đến ăn ở đây sao? Lạ nhỉ? Thầy cô gì cũng là người bình thường như mọi người thôi mà cháu!

- Dạ.

Hạ Vy mỉm cười:

- Cháu bán cháo ngon vậy, đĩa thịt cắt khéo, mềm, thơm - ngó thấy là thèm ăn liền, không vào ăn thì thật uổng.

- Dạ! Chắc chỗ cháu tuềnh toàng quá nên họ ngại á cô chú.

Hạ Vy góp chuyện:

- Chỗ sang trọng chưa chắc là ngon đâu - Hạ Vy lại cười. Đi đâu thì đi, nhưng về đây là cứ muốn đến quán này, để thưởng thức tài nghệ cắt thịt vịt lát mỏng như lá lúa của cháu đấy. Chỗ ngồi sang trọng mà làm gì nhỉ?

Cô bé cười thoải mái:

- Dạ, cháu cảm ơn cô chú!

Cô bé lấy phần đùi của con vịt đặt lên thớt chặt từng miếng mỏng bỏ vào rá nhúng vô nồi cháo cho nóng, rồi sắp ra đĩa gọn gàng, đẹp mắt. Cô múc hai tô cháo, lấy một đĩa rau sống, bỏ bên trên một ít chuối chát non và một ít khế xắt mỏng; hai chén mắm gừng, một đĩa dưa cải và cà rốt muối chua; rồi bưng tất cả ra bàn mời Tâm và Hạ Vy.

Tâm cảm ơn cô bé cởi mở thân thiện, nghĩ thầm - tô cháo vịt của cô bé ngon thêm, vì sự vui vẻ nhiệt tình của cô chủ nữa. Anh chậm rãi lau đũa muỗng đưa cho Hạ Vy, mời:

- Mời em, ăn nóng cho ngon.

- Dạ! Mời anh!

Anh lựa một miếng, gắp bỏ vào chén cho Hạ Vy, giọng ân cần:

- Em ăn đi, miếng này ngon nè!

Hạ Vy nhìn anh với ánh mắt yêu thương sâu kín, thầm cảm ơn anh đã đến bên cuộc đời nàng như một phép lạ; để nàng hiểu thế nào là tình yêu chân thật, thế nào là hạnh phúc son sắt của đời người. Bấy lâu, nàng đã sống như một cái bóng, thậm chí là cái bóng mờ nhạt. Nỗi cô độc và bất hạnh đã đem nàng đến bên Tâm như cơn gió. Còn Tâm, anh rất ngạc nhiên khi nhận ra từ ngày gặp và yêu thương nàng, tình yêu đã làm cho tâm hồn tưởng đã khô héo, chai mòn của anh trong bao năm, trở nên dịu dàng, tươi mát của tuổi thanh xuân, như một phép lạ.

Hạ Vy múc một muỗng cháo nhỏ, nhè nhẹ đưa lên môi - nàng húp dần từng chút, cảm thấy sự ấm áp như chảy vào tận đáy lòng. Nàng cảm thấy miếng thịt mỏng anh gắp giúp cho, sao mà ngon, mà đậm đà hương vị đến vậy. Hạ Vy lại nhạy cảm nghĩ rằng, dường như tình yêu của anh đã len thấm vào thức ăn, để nàng cảm nhận từng ngõ ngách của cơ thể đang tiếp nhận tình yêu anh ấm áp, và ngọt ngào. Nàng gắp bỏ vào chén cho anh một miếng gan, một miếng thịt, vài cọng rau, lát chuối chát, và dưa cải cà rốt - giọng trìu mến:

- Anh cũng ăn đi, gắp bỏ cho "người ta" hoài, em ăn hết bây giờ nè.

- Em ăn hết đi, anh nhìn em ăn cũng no rồi.

- Sao mà no được, hai đứa cùng ăn thì mới vui. Ngọt bùi cùng nhau, mà anh! Cao lương mỹ vị mà đơn lẻ, thì còn gì là ngon.

- Anh cũng đang ăn cùng em đây mà. Anh rất quý những giây phút như thế này bên em. Cuộc đời anh dường như từ thuở mẹ mất năm lên mười tuổi, chưa lúc nào có được một bữa ăn sum họp hạnh phúc, vui vẻ!

Tâm vừa ăn, vừa liếc nhìn Hạ Vy - nhớ lại bóng dáng người con gái hao gầy, yếu ớt vừa trải qua cơn bạo bệnh của hai năm trước, mà anh đã tình cờ gặp được trong buổi triển lãm tranh của một người bạn. Lúc này đây đã là người anh yêu, là người nguyện chia sẻ cùng anh những vui buồn, khổ đau trong cuộc sống đơn côi còn lại. Nàng đang ngồi trước mặt anh, cùng ăn tối, chuyện trò, vui đùa với anh. Sau mỗi lần được gần nhau, Tâm đều cảm nhận được sự ngây thơ, hồn nhiên của tâm hồn nàng, cho dù đã trải qua bao thăng trầm, dâu bể. Có lần, nàng đã bật khóc tức tưởi trên vai anh, khi kể về cha, về mẹ, về cuộc sống đầy gian truân mà nàng đã trải qua.

Cha nàng - ông Kỳ, đã không trở về nữa, dù mẹ nàng ngày đêm tìm kiếm, hỏi thăm những người đã làm việc cùng ông, quen thân với ông thuở trước. Mẹ nàng đã tất bật đi dọc khắp bãi biển như một kẻ mất trí, lật từng xác chết để nhìn ngó, nhưng ông vẫn biệt tăm. Có lẽ ông đã ngủ yên trong lòng biển cả, hay đã nằm xuống trên con đường chạy loạn, tránh đạn bom, hận thù! Về sau, mẹ nàng trở nên trầm cảm, lâu dần như người mắc bệnh tâm thần - quên quên, nhớ nhớ, lúc cười, lúc khóc. Hạ Vy phải bươn chải nuôi hai đứa em và kiếm tiền thuốc thang cho mẹ.

Không chịu nổi khổ đau, và bệnh tật - ba năm sau, mẹ nàng cũng đã ra đi, nàng còn lại như người mẹ thứ hai của các em nhỏ. Nàng thầm nguyện sẽ sống vậy với các em, chừng nào các em học hành đến nơi, đến chốn, có mái gia đình riêng, mới nghĩ đến chuyện hạnh phúc cho riêng mình.

Thế rồi, Tâm gặp nàng. Nàng tình nguyện làm con chim hót líu lo trong anh mỗi sáng, mang niềm vui, niềm hạnh phúc đến cuộc đời đầy bất hạnh của anh.

- Cải chua ngon quá anh hén, về nhà em cũng sẽ làm cho anh ăn - Hạ Vy nhìn anh, ngạc nhiên - anh ăn đi chứ, sao mà thần người vậy?

Tâm thoáng cười, quay về với thực tại, mỉm cười với nàng:

- Thì anh đang ăn mà, nhìn em, anh thấy thương quá.

- Thiệt hông đó, đừng có "nhạo" người ta đấy nha.

- Thiệt mà, anh cũng không hiểu rõ thế nào mà tự nhiên thấy thương không còn chỗ nói nữa đó.

Tâm gắp bỏ vào chén nàng mấy miếng thịt, ít khế, ít dưa chua, miệng luôn nói, "ăn đi em, ăn đi em", đã làm nàng bàng hoàng, xúc động. Chưa bao giờ nàng được chăm sóc, yêu thương đến như vậy. Là một cái bóng đơn lẻ bên đời, Hạ Vy không ngờ rằng cuộc đời mình sẽ có Tâm. Nàng nghĩ, có lẽ ông trời bù đắp cho nàng đã phải gánh chịu nhiều bất hạnh chăng? Nàng sung sướng và nguyện sẽ yêu thương, gắn bó chia sẻ với Tâm nhiều hơn, trong những năm tháng sắp đến để đời anh được ấm áp, được hạnh phúc, bù lại những ngày buồn bã, lao đao mà anh đã trải qua.

- Cho chú một lon Tiger và hai ly đá đi cháu - Tâm nhìn nàng, cũng nên có một chút men cho vui, nha em! Anh cười nhẹ.

- Dạ! Cháu mang lại liền.

Cô bé chủ quán bưng cái khay đặt hai ly đá và lon bia lên bàn, cười vui:

- Cô chú thật xứng đôi, vừa dễ thương, vừa trí thức nữa. Gặp một lần là cháu nhớ liền.

Tâm uống một ngụm bia - cười lớn:

- Chà! Cô bé khéo xắt thịt, lại cũng khéo nói nhỉ! - Uống thêm một ngụm bia - chú mà trí thức gì đâu, khổ quá trời!

Bà khách ngồi bàn bên cạnh đang chờ tô cháo, nghe cô gái và anh nói qua lại, cũng vui miệng - cười:

- Đúng đấy, tui cũng thấy vậy. Trông đúng là một "cặp đôi hoàn hảo" mà!

Trời bỗng đổ mưa nặng hạt hơn, cơn mưa đầu mùa hạ như trút nước, như muốn làm dịu đi cơn nắng nóng chuẩn bị vào mùa. Nước mưa tạt vào hiên, một cơn gió thổi mạnh làm mái che rung lên. Tâm nhìn Hạ Vy lo lắng:

- Em có lạnh không? Hôm nay chắc ông trời có gì buồn, khóc một chút cho nguôi ngoai ấy mà. Một lát sẽ tạnh thôi.

- Dạ mát chứ lạnh gì anh. Trời buồn, trời khóc; còn anh, buồn có khóc không?

Tâm cười:

- Có! Là người ở trên cõi tạm phiền não, gian truân này, ai mà không có lần khóc? Tâm cầm ly bia đưa cho nàng - Anh khóc, nhưng nước mắt chảy vào trong, chứ không như ông trời làm ướt cả phố.

- Em biết anh chịu đựng giỏi mà - Hạ Vy âu yếm nhìn anh, anh của em giỏi lắm.

- Sao em biết anh giỏi? - Tâm nhìn lướt lên mắt Hạ Vy, em mà làm anh buồn, thì chết với anh.

Hạ Vy cười, trêu chọc:

- Ai chết?

- Thì anh chết trước, em sẽ chết sau chứ sao!

Hạ Vy đưa ly bia lên mời Tâm:

- Em đùa với anh chút vậy thôi, chứ làm gì có chuyện đó, anh nói gì em cũng tin, cũng nghe theo - không bao giờ làm anh buồn đâu.

Tâm giơ tay ra trước mặt Hạ Vy:

- Ngoéo tay nhé.

Nàng cười, đưa tay ra ngoéo tay anh:

- Thôi ăn cho hết đi anh, nguội rồi kìa.

Tâm múc cháo vào chén, vừa ăn vừa nhìn nàng - cười hài lòng. Anh nghĩ, Hạ Vy như tia nắng ấm áp chiếu rọi vào tâm hồn anh, vào đời sống lạnh giá đã tái tê, đau đớn bao phen. Từ dạo ấy, trái tim anh như đã khép lại. Tình cờ, Hạ Vy đã đến, đã gõ cửa, và đang mở dần cánh cửa hạnh phúc cho đời anh còn lại.

Mỗi lúc mưa càng lớn, gió hắt mạnh những giọt nước mưa vào hiên, ướt nhẹp. Mọi người tự đẩy bàn nhích sát vào cửa. Tâm rút chiếc khăn tay trong túi, lau nhẹ mái tóc của Hạ Vy. Một người đàn ông trạc sáu mươi mấy, tay chống nạng, chân khập khiễng, tấp vào quán như những hạt mưa lạnh lẽo. Ông ta cởi chiếc áo mưa sũng nước, loay hoay tìm chỗ ngồi. Hai chiếc bàn kia đã chật người, nhìn qua chỗ Tâm và Hạ Vy, ông ta khẽ gật đầu chào, giọng khiêm tốn:

- Xin lỗi, tui có thể ngồi được không?

Tâm bước qua ngồi cùng phía với Hạ Vy, nhìn ông ta - cười:

- Mời anh ngồi đi, trời mưa quá!

Ông ta lúng túng đặt cây nạng dựa vào cửa sắt, rồi ngồi xuống chiếc ghế của Tâm bỏ trống. Cô bé chủ quán lẹ làng mang ra cho ông ta một tô cháo, đã bỏ sẵn mấy miếng thịt, không cần chờ ông ta gọi. Ông nhìn Tâm và Hạ Vy, ái ngại:

- Xin lỗi anh chị, từ chiều đến giờ chưa ăn gì.

Nói xong, ông cúi xuống tô cháo, sì sụp ăn ngon lành. Cô bé chủ quán nhìn ông - hỏi:

- Hôm nay bán được nhiều không bác, nãy giờ mưa chắc khổ hén.

- Cũng tạm được, cháu - ông ngẩng lên, mưa thì khổ rồi, ít người mua. Thôi kệ, trời phải có lúc mưa, lúc nắng chứ. Như cuộc đời...

Tâm nhìn ông - thương cảm:

- Anh thường ăn trễ vậy, coi chừng đau bao tử.

- Không sao, bao tử của tui quen rồi! Ông dừng ăn - nhìn Tâm, bán vé số, chiều là lo chạy bán cho nhanh, còn là phải lo mang về cho đại lý; chứ lỡ không kịp trả lại, quá giờ xổ số lấy gì mình đắp vào, nhịn đói thôi.

Nhìn ngó ông ta ăn, Tâm nghe có gì nghèn nghẹn trong lòng. Tâm nghĩ, ông đã lớn tuổi, lại phải chống nạng với một cái chân, đi hết con phố này đến con hẻm nọ, dù nắng hay mưa, chắc là mỏi lắm!

Tâm quay lại nói với cô bé chủ quán:

- Cho chú thêm đĩa thịt nữa đi cháu.

- Dạ!

Cô bé chủ quán mang đĩa thịt ra, Tâm nhìn ông ta cười thân thiện:

- Tui mời anh!

Ông ta dán cái nhìn sững lên mặt Tâm, như vừa nghe thấy một điều lạ lẫm. Ông cúi xuống, đôi mắt ứa đỏ.

- Tui chưa bao giờ được gặp người nào như anh.

- Không có gì đâu, anh! Tâm khẽ cười, coi như chúng ta có duyên với nhau.

- Tui biết là không bao nhiêu - Ông thở dài, từ ngày tui bị cưa mất một cái chân, tui có cảm giác như mình đã bị vất bên lề cuộc sống. Buồn lắm! Nhưng phải sống.

- Phải sống, anh ạ! Tâm nghe như mình vừa dặn dò cho chính mình - chết đâu có dễ, mà sao lại phải chết?

Trò chuyện lan man một đỗi như có thêm tình thân. Tâm và Hạ Vy hiểu ông hơn khi nghe ông kể lại nguyên do vì sao ông bị mất một cái chân: Chân của ông bị trúng đạn trên đường rút chạy khỏi Pleiku vào tháng ba năm ấy. Ông lê lết về đến bệnh viện thành phố thì đã hơn hai mươi ngày; chân đã bị nhiễm trùng, hoại tử, buộc phải cắt bỏ.

Ông biết phải làm gì với một cái chân? Mới đầu, vợ con thương tình chăm sóc, nhưng lâu rồi sanh tâm chán nản, tình cảm phai nhạt dần. Vợ bỏ, ông bơ vơ, không biết làm gì để sống, dù chỉ là sự sinh tồn. Ông hoang mang, lo sợ, như đang bị vất vào một cái hố thăm thẳm, mù mịt, không có lối ra, ông cứ loay hoay trong tăm tối, đau khổ. Thế rồi, ông học làm đủ thứ, đan rổ, đan thúng, bơm vá xe đạp, xe Honda, rồi cũng lây lất qua ngày. Gần đây, sức khỏe yếu, không làm nổi, phải lang thang ngoài đường, tìm bán từng tấm vé số, về được đến nhà là đôi chân đã rũ rượi.

Hạ Vy nhớ lại hình ảnh mẹ hớt hải, lang thang lật từng xác người nằm dọc bờ biển tìm kiếm cha năm xưa, lòng quận thắt.

Ngoài trời, mưa vẫn rơi đều, chưa ngớt. Có lẽ trong lòng Tâm, Hạ Vy, hay của người bán vé số đang ngồi trước mặt đây, cũng đang sùi sụt cơn mưa chiều.

**Tiểu Nguyệt**

# NGUYỄN THỊ THANH BÌNH
## BÓNG TỐI NHỤC CẢM

*(trích đoạn tiểu thuyết sắp phát hành)*

Như tàu lá non bị cơn mưa man rợ núi rừng xoáy nghiền, cuộc đời cô và cả chính cô rách bươm. Cô không nhớ rõ đó là khuôn mặt của con thú gì nhưng biết chắc không phải là khuôn mặt của một con người. Hai con mắt dã thú là điềm gở bám theo số phận cô.

Đêm, màu trăng nhợt nhạt trơ trên trần truồng. Thân thể cô rúng động, đau đớn từng dây tơ trên những móng vuốt điên cuồng của loài cầm thú gãy đàn. Tiếng hú của bầy sói động cỡn vờn trăng. Tiếng tru tréo, giày xéo của những con lửa đầy bạo ngược nhảy múa trên những cây thập tự giá. Tiếng cười khích dâm hỗn láo xé nát muôn vàn những lấp lánh của vầng trăng. Trăng vỡ tan không cách chi hàn gắn nổi. Những lóng lánh. Môi cô cũng vỡ tan như những dòng nước mắt. Máu cũng đã vỡ như những đường nứt của sao đã bị đêm vồ vập, cắn nát trinh nguyên. Trăng vỡ, sao vỡ, mọi sự trên đời đều rơi vỡ...

Thật ra, buổi chiều với những giọt nắng cuối ngày quá vàng, quá sẫm và quá đẹp khiến cô chẳng muốn linh cảm một điều gì bất trắc. Buổi chiều của những huyên náo đón chờ ở một ngã ba, ngã tư nào đó trong đời sống thì không thể không vui chơi được. Bao lâu rồi, cô chưa già mà sự náo nức nơi cô cũng chỉ giới hạn. Nhưng chiều nay lại không giống như thế. Buổi chiều chắc chắn sẽ khác và cô cảm thấy thèm sống, thèm được yêu đời và đời yêu.

Cô đến nhà một đứa bạn chỉ hợp những khi cần tung hứng phung phá đời. Trời đất dìu dịu ve vuốt da thịt cô. Buổi chiều bắt đầu khá đáng yêu, gợi cảm, mượt mà như cặp đùi thon thả "bất tri lao" (và đa dâm) của cô, trong chiếc váy ngắn vừa đủ bó sát vòng số ba tám-mươi-chín-xăng-ti-mét lý tưởng.

Cô không đẹp lắm và cô cũng không có bộ ngực tích trữ đầy túi nước biển, Silicone hay của Brigitte Bardot. Không đẹp, nhưng đủ để những tên Adam sinh lý bình thường không tặng cô những tia nhìn ghẻ lạnh. Còn những bậc mày râu lịch lãm thì không thiếu những giờ phút (bỏ vợ chính ở nhà, vợ bé ở sở làm) chạy lăng xăng quanh cô xin tặng một cử chỉ đẹp. Một cách biểu dương đòn phép phù thủy, thử tài thao lược hay chứng tỏ khả năng ghê gớm của những con dê đực thì cũng không làm cô nao núng.

Con bạn bảo cô quay một vòng cho nó ngắm. Chỉ khác là ở nó không có cái nhìn dò xét thương lượng của một lãnh chúa với nô tỳ:

- Được lắm. Mày định ám sát ai chiều nay vậy?

Cô nhăn mặt:

- Giết mình thì có. Nghèo mà ham. Có ai nộp mạng đâu.

- Mày phải biết cách gởi tín hiệu chứ. Và phải đi chơi thật nhiều nữa mới có những gặp gỡ.

- Tao sợ. Mang tiếng chết. Đàn ông thời này khôn bỏ xừ.

- Mày cũng mặc áo giáp vậy. Có điều cứ ru rú ở nhà, không lẽ có chàng kỵ sĩ nào cỡi ngựa đến.

- Tao không sao đâu: Có điều thà chết đói hơn là ăn bậy bạ, thứ nào cũng nuốt tuốt luốt hết như mày.

Cô bạn trợn trừng đôi mắt. Một đường kẻ đen làm đuôi mắt cô dài ra bí ẩn và sắc cạnh:

- Mày đừng làm tao mắc nghẹn. Thật ra người ta có mấy đời để sống mà chọn lựa cho lắm vào. Một, hai hay ba, mày nói đi.

Cô cười tủm tỉm:

- Hai hay ba cũng vô nghĩa, chỉ cần một đời có ý nghĩa là đủ. Một đời là đủ, mày nghe không?

- Mày nói hay lắm, nhưng có dám sống đâu mà nói.

Cô giật mình. Không lẽ mọi người đang thách thức cô. Nhưng cô không thể lầm lẫn những điều dám sống và những vội vã đam mê. Dám sống tức là dám chết. Có ai xứng đáng để cô khởi mang tiếng là hèn nhát như thế không?

- Tao chưa gặp được một người đúng tần số mày ạ. Tiếc.

Cô bạn tháo thật nhanh chiếc coóc-xê và ném xuống giường. Dáng ngực sừng trâu đầy khiêu khích, lồ lộ những thanh xuân:

- Đừng câu nệ nhiều quá và yêu một cách nhỏ giọt, vừa yêu vừa tiếc, muốn giữ lại cho riêng mình một điều gì. Mày thấy không, chiều nay tao sẽ cởi bỏ hết. Nói giỡn thôi, mặc coóc-xê hoài khó chịu thật.

Hình như cô vừa bắt gặp vẻ già nua của mình:

- Mày "bựa" thật. Ở thì cứ sống thoải mái đi. Và hồn nhiên băng bó thương tích. Lát nữa đến đó sẽ thấy thiên hạ tha hồ phơi những bộ ngực trần.

Đến đó. Rồi cô sẽ trôi trong những dòng người say sưa hò hét, say sưa nhốn nháo và say sưa buông thả. Tháng ba, trời New Orleans vẫn rất đỗi xuân. Lâu lắm mới có những lọn tóc gió vờn qua đột ngột, như một bông đùa trên những ngấn cổ trũng xuống đôi miền nắng ấm. Những đám trai gái túa ra như thác lũ từ mọi đường phố, mọi hàng quán, và càng lúc họ càng dồn đuổi về tụ điểm chính. Con đường Bourbon về đêm bấn loạn trong thứ hơi thở vương đầy chất men. Người và người lăn miết vào nhau những vòng tay ôm, những dìu dặt bước. Đêm như một món xào trộn hổ lốn với hương hơi của đủ mọi thành phần, đủ mọi giống phái... Cay buốt mắt. Nóng bỏng môi. Đâu đó là những bộ ngực bốc lửa được phơi trần ra một cách thỏa thuê, sung mãn. Những xâu chuỗi óng ánh đủ màu được tung lên tức thời như một màn cổ võ. Những tiếng la ó đắc chí nổ vang trời. Những khuôn mặt hóa trang màu mè như những hình nộm di động. Mọi trẻ trung bứt phá, mọi tung hê tự do đều có thể xảy ra ở đây. Ở đây và không một nơi nào khác. Trước những cái bẫy cám dỗ. Ở đây và cho một đêm Mardi Gras gây ấn tượng.

Thiên hạ cười cười nói nói. Những câu chuyện không đầu đuôi nổ như bắp rang. Còn cô, cô cũng cười cười nói nói nhưng tiếc là mình không hóa trang đêm nay. Con bạn đi bên cạnh xiêu đổ trên cái bóng của cô:

- Mày vui không. Sao lũ lâu la kia ở đâu mà kiếm hoài không thấy. Nếu gặp tụi nó, tao sẽ gả bán cho mày một tên.

- Cũng không đến nỗi tệ. Ai cũng vui quá tay. À sao tụi mình không vào trỏng nếm mùi cho biết.

- Thằng chả đang õng ẹo mời mày kìa. Thật khó mà đoán thằng hay con.

"Nhạc ồn quá", cô nói nhưng cũng kéo tay bạn bước vào quán. Cô chọn cái bàn ở một góc tối nhất, nhưng bị phản đối ngay:

- Mày ngồi đây làm sao thấy được sân khấu. Không được đâu, lên trên kia kìa.

Cô miễn cưỡng đổi bàn. Không thể làm hỏng một ngày vui của con bạn, nhưng kỳ thực cô không hiểu tại sao lúc nào cô cũng ngơ ngơ như tách biệt với tha nhân. Lũ bạn lâu la ấy liệu có thể làm cô vui được? Nhiều lúc cô cũng loay hoay tìm đủ mọi cách để hòa giải, hòa điệu với cuộc đời, rồi cuối cùng cũng đành nhận ra mình quá lạc điệu.

Cô không thể đăm chiêu mãi với một con bạn láu táu:

- Mình vào lộn quán rồi. Sao toàn những đào nương lộn hột không vậy nè.

Cô nhìn lơ đãng lên sàn sân khấu nhỏ như hộp diêm:

- Họ là những tên đàn ông phải ẻo lả lắm mới hóa trang thành đàn bà đứng múa may quay cuồng điệu nghệ như thế. "Female impersonator" đó mày.

- À, thì ra là vậy. Thảo nào ly nước ở đây họ chém ngọt. Những tên pê-đê tha hồ đến đây rửa mắt.

Cô nhấp một chút Bourbon. Thấy điếu thuốc cháy đỏ kẹp trên những móng tay màu máu bầm của đứa bạn sao mà đĩ thõa chịu không nổi.

- Chùi giùm tao những đường máu trên tay mày. Tao thấy ghê ghê làm sao. Ghê và đĩ ngựa nữa. Không hay.

Cô bạn đọc thật nhanh tính khí thay đổi của người ngồi bên cạnh:

- Trong mỗi người đàn bà đều có một con đĩ ngựa. Khi không mày bực cái gì vậy? Bộ định thất tình ai sao. Kể tao nghe coi.

- Trông tao thảm não lắm à. Thất tình được quả là may. Ít ra là còn cảm nhận được một thứ tình nào đó thì mới "thất" được chứ. Đồng ý?

- Mày có vẻ lừng khừng. Tao không thích. Với tao, đời sống ngắn ngủi. Sống là sống.

- Tao có muốn như thế đâu. Cô đáp khẽ khàng, như một lời than hay một khắc khoải chờ trông.

- Thôi uống đi và đừng thèm tủi thân nữa. Tao đoán mỗi người trong chúng ta đều có mỗi cách thế chọn lựa riêng. Nhưng không dễ gì ai cũng có thể vào ra cuộc đời tùy tiện mà không bị suy suyển bởi bàn tay của số phận.

Cô hơi trố mắt. Chắc bạn của cô đã phải trải qua nhiều thứ lắm mới có thể chiêm nghiệm được như thế.

- Mày cũng triết lý ba xu dữ. Mày làm tao buồn ngủ.

Đứa bạn trề môi:

- Không có thằng đàn ông nào để phá cho vui. Chán quá. Mày buồn ngủ cũng phải.

Cô nhìn lên sân khấu lần nữa và cắn đau những ngón tay. Đôi mắt đắm chìm lắc lư theo tiếng nhạc của một sinh vật trộn trạo giữa đàn ông và đàn bà đã làm cô nhột nhạt. Làm thế nào người ta có thể sống mà không được định hình cho rõ giống phái của mình. Tiếng kèn, giọng nữ ồ ồ ạt ạt, khàn khàn đục đục cùng tiếng đàn đệm guitare và dương cầm... như đuổi theo và khua động sau lưng cô những nỗi niềm khó tả.

Vừa ra khỏi, đứa bạn choàng qua vai cô như một tình nhân:

- Thôi tao với mày giả vờ làm bồ tèo đi. Khỏi "quậy" đàn ông làm chi cho mệt.

Cô nghĩ đó là một câu nói đùa, nhưng cũng ráng nhìn sâu cho được vào đôi mắt của bạn. Không biết có phải vì cô đang ngà ngà hay sao mà thấy luôn cả hình bóng mình trong đó.

Bạn cô nhếch môi và đá nhẹ vào lòng đường Bourbon:

- Mày sợ hả. Đùa thôi mà. Đuổi mẹ mấy thằng đàn ông ra khỏi trái tim mình là xong ngay.

Nhưng mọi sự cũng không dễ gì xong được. Tháng ba, Mardi Gras, New Orleans không để yên cô. Có một nỗi bất hạnh nào đó réo gọi tên cô. Từ khi con bạn chịu chơi đã bỏ đi và không còn ở bên cạnh cô nữa. Những điều tốt đẹp bao giờ cũng biến đi thật nhanh như thế.

Trước khi đi, bạn cô còn ngoáy đầu lại:

- Tao chửi bới phá phách gấp bội mày, sao họ lại không bắt tao? Nhưng mày đừng lo, rồi cũng sẽ O.K. thôi. Có gì gọi cho tao.

Người ta túm lấy cô và cô quên rằng mọi sự đều có thể xảy ra, kể cả giết người ở nơi đây.

Có nhiều cách giết (ai mà cũng chẳng biết vậy) nhưng đó là cách xẻ da xé thịt ác liệt nhất. Và như thế cô đã làm gì để phải lãnh nhận tai ương này hả trời?

Khi cô và nhỏ bạn đến chỗ đậu xe thì tuồng như đã có một lũ gian ác mai phục sẵn đâu đó.

Một tên trẻ nhất trong bọn ngụy trang bằng y phục cảnh sát hất hàm nhìn cô:

- Xe này của cô hả?

- Không, của con bạn tôi đây nè. Mà sao vậy?

Không hiểu sao hắn vẫn tiếp tục nhìn cô chòng chọc:

- Chiếc xe bị một đường kính bể rất nguy hiểm. Sao không chịu thay, lại để như vậy mà chạy lỡ không thấy rõ đường đụng người khác thì sao?

- Cậu nói sao mà kỳ. Tôi vẫn lái có sao đâu.

- Tàu chệt... đúng là Tàu chệt. Không biết luật còn cãi cố. Muốn ăn một cái giấy phạt há.

Chẳng biết hắn muốn "tọng" một tấm giấy phạt kiểu gì. Chỉ mơ hồ thấy hắn nại kiếm đủ cớ hoạnh họe để cuối cùng cũng lòi ra dã tâm độc tài và ích kỷ:

- Tụi bây cút hết về nước đi. Đất này là đất của Mỹ trắng. Mỹ vàng tụi bây đến đây chỉ giỏi lãnh trợ cấp, trốn thuế và mướn người gian lậu... làm lũng đoạn kinh tế, tội ác đầy đường...

Trời ơi hắn học ở đâu lối nói điêu ngoa như thế. Cô thắt lòng hết nhìn nhỏ bạn lắc đầu rồi nhìn hắn lắc đầu. Cái nhục của niềm đau nhược tiểu là đây, hay chính hắn đã khơi dậy thứ mặc cảm vô lý trong cô.

Bạn cô đanh thép gằn từng lời nói:

- Có mười tấm giấy phạt của cậu, tôi cũng ra tòa cho bằng được đến cùng. Còn thì tôi nói cho cậu nghe. Giỏi lắm bây giờ cậu cũng chỉ mười tám, mười chín tuổi. Cho là cậu sinh ra ở đây đi, thì tối đa cậu cũng chỉ nhiêu đó tuổi. Vậy thời gian tôi ở Mỹ dài bằng mấy lần của cậu. Sao cậu lại dám "mời" tôi đi?

- Điều dễ hiểu là chỉ có người da trắng mới đủ quyền uy bản lãnh chế ngự hoàn cầu.

- Cậu nói mà chẳng biết mình nói gì. Chúng tôi đến đây trước khi cậu chưa sinh ra kia mà.

Hắn cười nham hiểm:

- Đừng nói nhiều. Rồi cô sẽ biết quyền uy của chúng tôi. Bây giờ tôi muốn cô hãy để tay sau lưng.

Phút giây đó cô cũng chẳng biết hắn sẽ làm gì cô. Chiếc vòng sắt số 8 cụp vào tay, vòng định mệnh của đời cô bắt đầu. Hắn ra dấu cho cô chui vào phía sau xe. Trong xe lổn ngổn chỉ có những tên Mỹ vàng và Mỹ đen vô lại. Hắn định bắt cô và bọn họ đi đâu, cô cũng không thể tưởng tượng ra được. Bị cảnh sát bắt thì chỉ có về bót chứ đi đâu, cô nghĩ vậy khi nhận ra khuôn mặt đã một lần gặp lúc nãy ở đường Bourbon. Chẳng lẽ hắn bị còng tay vì tội hồn nhiên đứng tụt quần khoe của quý lúc nãy, giữa tiếng la ó khoái trá của một đám đông yêu đời phá phách ấy.

Đêm, cô ngỡ ngàng không phải vì cái liu riu mát, cái se dịu lạnh vừa mơn man trên mặt, khi bước ra khỏi chiếc xe ngập ngụa hơi người.

Tên cảnh sát trẻ bỗng vỗ ngực tự xưng mình là đồng bọn của American Invisible Empire of the Ku Klux Klan. Cô bắt đầu đi từ kinh ngạc này đến kinh ngạc khác. Khi nghe hắn phán một câu xanh rờn:

- Bắt đầu từ giờ phút này, chúng tôi chỉ ra lệnh và các người chỉ biết tuân lệnh.

Thoắt một cái, hắn đã trùm vào đầu cái áo trắng rộng thùng thình ma quái. Cái áo chỉ khoét hai lỗ nho nhỏ về phía chỗ con mắt để nhìn đường nhưng cô lại thấy rõ hai đường gươm lóe sáng phụt ra từ đó.

Lũ K.K.K. này hình như ai cũng lóe sáng những đôi mắt như vậy. Đôi mắt của chiếm cứ và tàn phá.

Như lửa. Những đốm lửa cháy phừng phực trên những cây gỗ cắt hình thập tự giá. Lửa chạy lòng vòng trên những đốt phá thiêu rụi của bất cứ lãnh thổ nào, bất cứ ai. Đúng là thời của ma vương quỷ lộng nên K.K.K. mới còn xuất đầu lộ diện như thế. Uy quyền của những con quỷ quả thật nguy hiểm.

Và cô đâu thể ngờ rằng, một ngày nào đó cô là nạn nhân của họ. Chui vô rọ một lần cùng với gã Mỹ đen kia.

Thoạt đầu người ta đẩy cô xuống một bãi cỏ sau một ngôi nhà thờ im vắng., Người ta xé toạc những mảnh phẹc-mơ-tuya cuối cùng trên người cô. Cô nằm sóng soải, lõa lồ là trăng để chờ một con beo dũng mãnh là hắn đến xé xác, giữa tiếng xập xõa reo hò điên cuồng của lũ súc sanh.

Trong vũng tối, người ta bắt gã Mỹ đen gục mặt uống đầy những ngụm trăng. Cô muốn chết điếng trong cảm giác đau đớn, uất hận và bắn tung thể xác.

Một tên quỷ râu xanh nào đó lên tiếng:

- Mỹ đen tụi bây thì chỉ được "phắt" Mỹ vàng như vậy đó. Thằng nào lớ quớ đụng vô bất kỳ sợi lông nào của những em Mỹ trắng, ông bắn chết.

Từng tràng cười hăng hắc man rợ. Thêm một thằng quỷ mắc bệnh ẩn ức ra lệnh:

- Chúng mày phải rên lên cho tụi tao biết chúng bay sướng cỡ nào chứ. Ôi nhục cảm, nhục cảm muôn năm.

- Thằng kia, phải bạo hành hơn tí nữa, không phải lúc nãy mày mới khoe con cặc dài hai-mươi-xăng-ti-mét.

Còn nỗi lăng nhục nào lớn hơn cho cô. Hình ảnh thần tiên của cô và người tình trong mộng nào đó làm sao còn trở về được nữa. Hắn là một gã đàn ông xa lạ, nhễ nhại trần truồng đang cắm sâu vào người cô một thứ bộ phận cứng đơ như một thanh sắt lạnh. Cô càng kêu lên vì đau đớn, hắn càng kêu lên vì khích động. Hắn có rướn người đến ngàn năm cũng không bao giờ tìm được những khít khao trên người cô. Vậy sao hắn còn trồi lên như sóng dâng, để cô rờn rợn những luồng khí. Những cố gắng kháng cự cuối cùng rồi cũng vô ích, cô biết từ đây cô sẽ khó lòng yêu nổi đàn ông.

Đàn ông, hay những con đực, cô phải mất bao nhiêu suối, bao nhiêu sông, bao nhiêu biển mới rửa hết được những tinh khí đã lỡ bắn tóe vào người cô?

**Nguyễn Thị Thanh Bình**

# NGUYÊN BÌNH
## MƯA RƠI TRÊN TÓC EM DÀI

Trời mưa thì cứ mưa đi chứ có sao đâu
tôi trăm năm dưới bóng thời gian mưa bụi
hít hà giọt lạ giọt quen
chờ mái tóc thần thoại ký ức xanh
mưa giọt vào tôi phút giây sợi tóc âm thầm dài ra trong
đêm vĩnh cửu
mưa giọt vào chiều bỗng dưng em cắt tóc ngắn đi hoang...

Nhiều năm tháng trôi êm bên dòng sông trắng mênh mang
không biết bao lần em để tóc dài tóc ngắn
lạc lối trần gian
bụi trầm kha chôn cất tình yêu không nghi lễ
mật ngôn về hương tóc chết lâm sàng ...
Chúa đã Phục Sinh
sáng nay
em để tóc chấm ngang vai đi qua lối cũ
mưa rơi rơi trên mái tóc thề... ∎

# NGỮ AN
## Một Hôm Về Lại Quê Nhà

một hôm về lại quê nhà
chợt nghe lòng mình thấm mệt
đời vẫn còn nở hoa
sao lòng buồn như đá

rêu xanh trên tường thành cũ
hình như lâu lắm đã khô rồi
nắng xưa mùa hạ cũ
còn hiền tà áo ai qua
giờ nắng như lửa đổ
mới hay mình đã già

một hôm về lại Huế
nhìn mãi một dòng sông
tháng hạ tìm mỏi mắt
không thấy một cành mây

đường thành hoa phượng nở
đi qua nhớ một thời
hoa rơi trên vai nọ
sương rơi trên mặt người

ngồi bên hè phố cũ
nhớ hạt bụi nào bay
hình như là niên thiếu
còn in trên dấu giày

đi qua những con đường cũ
lòng không còn rưng rưng
đời không buồn mới lạ
đất đá cũng vô thường
nói chi đời phiêu dạt

một hôm trở lại nhà
nghe chừng như mọi thứ
đã cũ mềm hơn xưa ∎

*(đêm ngủ bên chợ Thông)*

# THY AN
## TÔI NGHE

tôi nghe tiếng ai hát trên đồi
mùa này lá phong đã rụng hết
giống lửa trong tim
thuở tình yêu thanh tân mở ngõ
tắt lịm dần như đóa hoa buổi sáng lặng im

quãng đường dài nhìn lại
bây giờ là con lộ nhỏ
chợt thấy mình may mắn đi qua mấy cõi trần ai
bên này siêu vi tàn ác
bên kia bom nổ giết người
bên nọ nhà trôi, hạn hán
thần chết không cần định vị cũng tìm ra nạn nhân
thử xem lại từ những góc lòng
còn chút nào
thương cảm dành cho đồng loại

tôi nghe giọng kinh âm thầm
từ ngôi chùa đồi cỏ
Phổ Môn Bát Nhã thánh thiện trong sương
tiếng chuông ngân vô thường
và dưới chân tượng Chúa
ai đó lần hạt mân côi
mấy cõi trần gian trông ngóng tình thương

thành phố với những con đường ngả bóng
đưa chúng ta vào cuộc chơi cuồng vọng
xin hiếm hoi trở về với thơ
như một xoa dịu trước bao nhiêu bạo lực
thơ êm đềm đi qua
ướt trái tim mềm nhũn lá hoa

ngày và đêm ngàn năm vẫn chảy
giác ngộ và khải huyền chưa định hình
cõi người - cõi ta
tôi nghe - tôi nhớ
những gặp lại là những rung động
những chia tay là những xót xa... ∎

*tháng 05-2022*

# TRẦN HẠ VI
## HIỆN SINH

hôm nay
không còn nặng ngàn cân
anh sẽ không đè em bẹp dí
sau hai liều Pfizer covid vaccine
chỉ hôm qua
vòng tay ôm em
một vòng ôm nhức nhối
nóng lạnh nhức đầu đá tảng ngực đè mệt mỏi
tất cả sẽ đi qua đi qua
những đau khổ sẽ trôi xa
hai năm anh vật vờ tưởng chết
một năm em trầm cảm u sầu
tất cả sẽ đi qua đi qua
tình yêu của chúng ta
phủ hơi thở nhòa ống kính đời
anh một lần dụi mắt
em chớp chớp rèm mi
ướt mềm
tan chảy
phố xa
tất cả rồi sẽ đi qua đi qua
câu văn câu thơ của chúng ta
liệu có còn ở lại
Nguyễn Du thắc mắc ba trăm năm lẻ
chúng ta tư cách gì
tự hỏi một ngàn năm
tất cả rồi sẽ đi qua đi qua
những con virus corona
khẩu trang giới nghiêm gió dông sợ sệt
chỉ
tình yêu của chúng ta
hôm nay
là có thật
nắng mới, ngày xinh ∎

# NP PHAN
## TÌNH KHÚC THÁNG BẢY

tháng bảy mưa buồn hơn nước mắt
mắt lá nhìn ai suốt cõi người
anh đưa em về dòng sông cũ
tình cờ gặp lại tuổi hai mươi

tháng bảy sương gầy như dĩ vãng
gửi trăm năm sau lời tự tình
bàn tay nào vẫy chào xa thẳm
từng giọt rơi vào cõi lung linh

tháng bảy nắng vương màu hư ảo
một đoá quỳnh hoa đã ngủ quên
cho đêm tỉnh mộng là thanh vắng
là khúc buồn vui chẳng nhớ tên ∎

# LÂM BĂNG PHƯƠNG
## VỖ CÁNH THIÊN DI

Sợi thơ vàng vọt nắng chiều
Mắc buồn vào nhánh liêu xiêu bên đời
Sợi nào trói buộc thân tôi
Sợi nào chẳng giữ chân người ra đi.

Dấu xưa hằn vết chim di
Ngày sau còn nhớ thầm thì gọi nhau
Giọt mưa thả xuống miền đau
Rót vào ký ức nhuộm sầu thiên thu.

Em như sương khói mịt mù
Còn tôi cánh bướm lãng du một thời
Dặn lòng giữ trọn bờ vui
Môi thơm ngực ấm tay lơi xa vời.

Con đường hoa cỏ lẻ loi
Tường Vi một đóa tinh khôi thuở nào
Vườn xưa đã khép từ lâu
Sợi thơ vương nhánh úa nhàu thời gian.

Thơ tình gió lốc bẽ bàng
Chữ tình theo ánh trăng vàng chếch đi
Chân tình một khối sầu bi
Cuộc tình vỗ cánh thiên di nghìn trùng ∎

# LÊ MINH HIỀN
## THÁNG BA GIÃ TỪ

Nhớ Bùi Giáng
Tháng ba giũ mù sa
trái đang mùa con gái
thơm mát mùi táo xanh
xứ người nên cố quận
giữa nghìn trùng xa cách
về yêu em mắt huyền
Tháng ba khép phong nhụy
cài buồn tênh vắn dài
đêm thoảng mùi hoa lạ
sớm ra lạnh ngắt ngơ
em nhớ không khoác nhẹ
thêm áo tà huy bay
Tháng ba nhớ tháng ba
ba mươi năm tình tự
chiến tranh và hòa bình
xa... một thời rất xa
tình yêu và tiếc nuối?
về yêu em tháng ba
dáng em hay quê nhà ∎

*Stanton-Little Saigon California*
*March 24th, 2022 8:58 PM*

# HOÀI HUYỀN THANH
## TƯỞNG NIỆM MỘT DÒNG SÔNG

** Tưởng nhớ N*

Tôi tìm tôi trên dòng sông ký ức
bao nhiêu năm kỷ niệm chẳng phai mờ
tôi tìm tôi trên dòng sông ảo ảnh
chấp chới cánh cò tình cũ bơ vơ

Tôi trở về ngắm lại bến sông xưa
chiều u uẩn tiếng vạc sành mấp mé
đau điếng lòng nước triều dâng, có lẽ
xô dạt lục bình tím cả trời thơ

Tôi tìm tôi trong mộng mị bơ phờ
mây trắng trời xanh tròng trành nỗi nhớ
trên mạn thuyền lắt lay mùa nước đổ
gió cợt đùa tà áo trắng nào bay

Tôi tìm tôi quanh quẩn mãi hôm nay
tiếc ngày cũ ngây thơ khờ khạo quá
ánh mắt ai trao lời chưa dám ngỏ
tôi hững hờ mãi té nước đùa dai

Viên thuốc đắng như thần dược trao tay
vẫn chưa hiểu sao bạn bè bảo thế
vẫn liến thoắng ghé thăm vui chuyện kể
vẫn nồng nàn một tình bạn thơ ngây

Chưa bao giờ bàn tay nhỏ cầm tay
chỉ lắc lắc - uống cho mau khỏi bệnh
chỉ vậy thôi! Chỉ vậy thôi! Lơ đễnh
có đâu ngờ tâm bệnh bạn buông tay

Ngày đưa tiễn đọc tâm thư chợt hiểu
vô tâm vô tình tưởng tiếc người ơi
đời dâu bể bạn bè đi tứ xứ
chuyện tháng tư buồn nào dễ phai phôi

Mấy mươi năm từ diệu vợi xa xôi
trở về dòng sông tưởng niệm mối tình đầu
trở về dòng sông giằng xé nỗi đau
dù không biết – M vẫn là người trong cuộc.

Dẫu bao tháng năm giữa dòng đời xuôi ngược
Nhớ mãi đôi mắt buồn ngày ấy giữa dòng sông ■

*22.4.2022*

# LƯU LĂNG KHÁCH
## MƯA HẠ

Hạ thành đô lắm âm u
Mưa rơi phố cận mây mù nẻo xa
Chiều tràn dâng nỗi nhớ nhà
Mẹ yếu song sớm cha già thềm khuya

Áo cơm gây nỗi cách chia
Hay là máu hải hồ kia mãi trào
Sôi sùng sục tận chiêm bao
Biển sâu vẫy giục non cao gọi mời

Lênh đênh ngót quá nửa đời
Để chiều mưa rụng rã rời bước chân
Ngày hè quạnh mấy vuông sân
Buồn như lớp học ghế bàn trơ vơ

Mái đầu cha mẹ bạc phơ
Tàn xiêu cõi nhớ nhạt mờ cõi mưa
Phượng hồng đôi cánh lưa thưa
Thời thư sinh ngỡ như vừa mới qua

Phương này thiếu mẹ vắng cha
Nhìn cơn mưa hạ như là lệ rơi ▪

# MAI TUYẾT
## TÔI NGỒI ĐỢI HOÀNG HÔN

Trong một đêm
tôi gom hết lá vàng đang mục rữa
đứng bên cạnh cây thời gian
cùng với mùa thu ra mở cửa
ngày đi qua gọi mưa về khóc tang
.

Giẫm lên ánh trăng
cõng chiếc vỏ mềm như con ốc sên đi về phía trước
vô tình đi
vô tình không ai biết
sóng bạc trong mắt đêm nay như trăng vỡ dưới chân
.

Tôi gom hết cả gió, cả lá và quét cả ánh trăng
mang ra đốt cùng với nửa khuya chừng ngơ ngác
úp mặt vào đêm
tôi thấy tôi không còn biết khóc
trái tim đau - đau như thể mọc chồi
.

Chỉ một lần nữa thôi
tôi chờ mưa đêm nay rụng xuống
làm áo quan vây kín một thi hài
tôi liệm tôi theo nỗi buồn hóa đá
chiếc lá nâu lâu ngày mục ruỗng cuộc tàn phai
.

Những vệt trăng mọc chi chít trên vân tay
tôi nắm chặt sợ cơn đau vỡ òa rồi bốc cháy
hết đêm nay màu xanh cũ đâu còn
có một người chờ mặt trời mọc
còn tôi
tôi ngồi đợi hoàng hôn... ▪

# NGUYỄN SÔNG TRẸM
## KHI QUA HẦM THỦ THIÊM

Tôi đi qua sông về thành phố mới
thành phố phía Đông
nghe như quanh mình có tiếng của dòng sông
dập dềnh ngọn sóng
và lặng lẽ những chuyến phà
chở khách suốt trăm năm…

Tôi đi qua sông Sài Gòn bằng đường hầm
theo giấc mơ mang tên Thủ Thiêm
có nhà cao tầng và đại lộ thênh thang
nhưng không có hoa nở trong lòng người dân mất đất

Dòng sông ôm trong lòng đường hầm
chứa niềm khát vọng
và cả bao điều được, mất
thương những cảnh đời ngậm ngùi xa mảnh đất
trong cuộc ly hương thấm đẫm nỗi buồn!

Ngày hay đêm đèn trong hầm vẫn sáng
và trên mặt sông Sài Gòn
nắng vàng vẫn lấp lánh những sớm mai
có ai biết sông chở trong lòng bao niềm khắc khoải
vết thương sẽ còn lưu lại
trong cuộc chia ly của đất và người !

Tôi đi về phía những buồn vui
nhớ bao chuyến phà năm xưa
chỉ còn trong ký ức ∎

# THANH TRẮC NGUYỄN VĂN
## LỤC BÁT HAI DÒNG

Vớt trăng, vớt phải nụ cười
Tìm thơ, tìm được một người trong thơ.

Thị Mầu, em trách lẳng lơ...
Còn em ai trách hững hờ, dửng dưng?

Đã yêu, yêu chớ ngập ngừng
Hết yêu, khô lệ cũng đừng oán nhau!

Bậu xưa phơi áo bờ rào
Thương con bướm vẫn bay vào, bay ra...

Bỏ tình gần, theo tình xa
Thuyền trôi lạc bến biết là về đâu?

Giếng sâu, bậu thả dây gàu
Ngàn năm đợi, cỏ bạc màu hoàng hôn.

Giận tình, đào hố đem chôn
Lấp lên, vùi xuống... chưa chôn được tình!

Quạ kêu trăng chạm mái đình
Hoa cau rụng, gió giật mình nhớ ai? ■

# TÔN NỮ MỸ HẠNH
## LỜI RU CỦA BIỂN

Về cùng ta nhé, Hạ Long
Cội nguồn sâu nặng con Rồng cháu Tiên
Một vùng biển đảo thiên nhiên
Cát Bà kỳ vĩ sơ nguyên bao giờ?

Nhìn lên ngọn núi Bài Thơ
Dấu in thuở ấy hẹn hò còn đây
Nắng hồng rải tận chân mây
Lan Hạ vịnh biển ngất ngây nỗi lòng

Kia hang Đầu Gỗ, Trung Trang
Muôn nghìn nhũ đá long lanh sắc màu
Mặt hồ xanh thẳm từ đâu
Để cho đảo Ngọc tươi màu thủy chung

Lô nhô đảo đá chập chùng
Thuyền ai thấp thoáng một vùng biển xanh
Đường lên đỉnh, đường vòng quanh
Cát Đồn, Bãi Bến ai đành quên sao.

Cát vàng bãi tắm lao xao
Ai qua Cát Dứa gởi vào trùng dương
Em ơi phải đảo thiên đường
Đất trời ban tặng sắc hương cho người.

Xanh rừng xanh cả núi đồi
Nghe hòn Trống Mái hát lời ca dao
Lời ru của biển ngày nào
Ngàn năm đồng vọng dạt dào tình ta ∎

# NGUYỄN HÀN CHUNG
## TÊN ANH XĂM BÊN TRÁI

Tên anh em xăm vú trái
tên chồng em xăm vú phải
mỗi lần thay váy đổi xiêm
xoa đầu mỗi tên một cái

Chồng hỏi em xăm tên ai
em dối tên thời con gái
tên anh giống tên đàn bà
chồng em không hề nghi ngại

Vẫn còn mỡ màng mông trái
em chưa hề xăm tên ai
nếu em lấy chồng lần hai
tên chồng em xăm mông phải

Mông trái vẫn là tên anh
vẫn dối tên thời con gái
dẫu em có mấy đời chồng
tên họ cũng về bên phải

Còn em suốt đời yêu anh
tên anh cũng về bên trái
thiệt ra em cũng không đành
không đành nhưng mà em phải

Anh đừng có giận em nha
con em đang thì con gái! ∎

# TRUNG CHÍNH HỒ
## HOÀI VỌNG KHÚC LY HƯƠNG

Ta ở bên trời thu đã cạn
Nào hay sương khói cũng tàn theo
Nhớ sao màu khói đồng xưa ấy
Quyện lấy hồn ta mấy nỗi chiều

Cố hương ngút mắt ngùi trông lại
Chỉ thấy mơ hồ những áng mây
Khóm trúc bên hè cong dáng mẹ
Nỗi nhà biết đến thuở nào khuây

Kia, bến sông đầy vơi nỗi nhớ
Thơm lừng một thuở áo hoa bay
Tóc em thấm đẫm mùi cây trái
Gội vào năm tháng dấu thu phai

Tuổi thơ xiêu lạc con thuyền giấy
Đời như con nước ngược, xa nguồn
Chiếc lá rơi nghiêng mùa chia biệt
Ngày về hoài vọng, khúc ly hương

Ơi, cổng làng xưa, hồn quê xứ
Người đi sau mấy cuộc can qua
Để nay ta cũng đành xiêu dạt
Đau đáu niềm riêng một nỗi nhà

Ơi, tháng năm dài quen bão lũ
Đất đồng nhiễm mặn, chén cơm lưng
Mỏi cánh chim bay về cố thổ
Hãy chở giùm ta một nỗi lòng

Rét mướt vây quanh đời phiêu lãng
Mấy mùa đơn lạnh kiếp tha hương
Hiên thầm lộng tiếng cơn mưa lạc
Rớt xuống lòng đêm khuyết cả hồn

Nhấp chén men sầu đêm mị mộng
Gửi về đâu đó chút tình riêng
Nghe trên sợi tóc lời đen bạc
Đo lấy thời gian, những ước nguyền

Nhặt lấy đời ta từng mảnh vỡ
Cơ hồ kỷ niệm cũng phôi pha
Gửi mớ hành trang vào toa cuối
Mai về, có kịp tiễn đưa ta ∎

# LÊ ANH DŨNG
## MẤT EM

Giọt sương gọi nắng long lanh
Gọi tên phiền muộn xuân xanh tuyệt vời,
Sương theo cánh lá vàng rơi,
Về thiên niên ấy ma trơi chập chùng...

Cho nhau ngàn thủy muôn chung
Mất nhau rồi cũng trùng phùng thời gian.
Mất nhau từ chuyến đò ngang,
Quê hương rung chuyển ngập ngàn bến mê.

Từ xa cõi nhớ phong khê
Từ thi thơ đổ, đường về mang mang
Ta chờ sợi nắng xuyên lan
Mắt em liếm giọt sương tan cuối cùng... ∎

*(trích từ tập sách TƯỞNG sắp phát hành trong năm 2022)*

# HUỲNH THỊ QUỲNH NGA
## NGẮN NGẮN TÌNH THƠ

**Cỏ và em thì thầm hôn nhau**
/
Tôi bắt gặp ở đó mùa xuân xanh như lụa
Tôi bắt gặp ở đó em và cỏ hôn nhau

Những dòng hoài niệm từ miền thơ ấu quay về
Trên cánh đồng mùa xuân tôi trở lại
Tóc đuôi gà em và hương cỏ ban mai...
*

**Thành phố trôi trên những cánh đồng**
/
Cơn mơ tôi ngập mùa phù sa đỏ
Những dòng sông và thanh âm tuổi trẻ

Rộn ràng tiếng đàn guitar...
Tôi và những chiếc lá tìm về quê nhà
Lắng nghe bên sông mùa xuân chín!
*

**Tuổi hai mươi thanh xuân thơm giấc phố**
/
Những ngọn đèn xanh ru giấc mơ xanh
Những cánh sen hồng thơm môi con gái

Thành phố xanh trong ban mai
Về nghe gió xanh cài lên mái tóc
Nghe mưa xanh và tiếng hát thanh xuân... ■

# THÁI TÚ HẠP
## THÀNH PHỐ VỀ ĐÊM

như viên sỏi
ném xuống hồ tiềm thức
mặt nước lung linh
vỡ tan vầng trăng nhuốm bệnh
vàng võ mùa thu
trí nhớ rêu xanh lạnh ngắt
của tháng năm đợi chờ
muộn phiền như cổ tích
người đánh mất quê hương
lạc loài trong thành phố mới
tiếng kèn đồng nhức nhối
gã da đen lệ rơi
dòng sông biền biệt cội nguồn
ánh đèn vàng hiu hắt khuya
bước chân em về thấm mệt
chuyến xe bus cuối cùng
không còn ai lên xuống
cuộc đời vắng lạnh buồn tênh...

gió lang thang
qua hàng cây hát thầm
có tiếng ca nào rất lạ
rơi từ vực thẳm hư vô
chuyến tàu tuổi thơ mải miết
đuổi nhau trên cánh đồng mộng mị
hoa đào thơm đỏ má xuân hồng
em nhìn ta e thẹn
buổi gặp gỡ đầu tiên
bên hiên nắng chiều vàng hấp hối
trăm năm hoài đứng đợi
thành phố về đêm
một mình lẻ loi
bước chân về xóm cũ
nghe tiếng ru con quen thuộc lời ca
bằng ngôn ngữ của giống nòi yêu dấu
thấm thía ngọt ngào
như tiếng nước quê hương
một đời riêng nơi xứ lạ
ta tìm thấy thoáng quê nhà
nơi khu phố đêm quạnh vắng
nghẹn lời tình tự sầu nhớ mênh mông ■

# NGUYỄN VIẾT KIM
## 8 NGÀY THƯỞNG THỨC NGHỆ THUẬT TÂY BAN NHA

Ngày Tình Nhân chuyển ngữ từ "Valentine's Day", chúng tôi gặp nhau ăn tối tại Las Brisas, một hiệu ăn có vị trí thơ mộng tại thành phố Laguna Beach. Tọa lạc trên một ngọn đồi, ngồi dùng bữa tại đó, phía trong hiệu hay ngoài sân, có thể nhìn xuống ngọn đồi thoai thoải, sóng vỗ vào ghềnh đá, bãi cát trải dài nối trung tâm thành phố và biển khơi. Khung cảnh tạo môi trường cho tâm hồn lắng đọng, cảm giác thơ mộng, ý nghĩ trữ tình. Trong bối cảnh đó chúng tôi có dự định tham dự "8-Day Art Cities of Spain", 8 ngày thăm 3 thành phố văn hóa của Tây Ban Nha: thủ đô Madrid với Prado Museum ngang hàng Louvre của Paris, thành phố ven biển Valencia nơi tổ chức cuộc tranh giải thuyền buồm nổi danh hoàn vũ America Cup, Barcelona là nơi đã diễn ra Thế Vận Hội 1992, có hội đá bóng nổi tiếng FC Barcelona với cầu thủ Messi.

Thấm thoát tới ngày lên đường, đôi khi thời gian chờ đợi tạo những cảm giác chờ mong, lòng mở rộng sẵn sàng đón chào một chút mạo hiểm, muốn khám phá một cái gì còn mơ hồ, dù sao cũng từ bờ Thái Bình Dương qua Miền Đông rồi vượt Đại Tây Dương, từ Mỹ Châu bay sang Âu Châu. Nói về nghệ thuật âm nhạc, đấy là xuất xứ của Tây Ban Cầm với tên tuổi Segovia, đưa nhạc cụ phổ thông này qua sự trình tấu các bản nhạc cổ điển, đặc biệt là của Bach, lên được vị trí cao trong sự thưởng ngoạn âm nhạc. Về hội họa Tây Ban Nha có danh họa Picasso, Dali, Goya và Miró. Bức tranh được nhiều người biết nhất thế giới là Guernica (11′ 6″ x 25′ 6″), diễn tả bi kịch chiến tranh, tuy là nói lên cuộc nội chiến Tây Ban Nha nhưng được coi là tiêu biểu cho Đệ Nhị Thế Chiến và các chiến tranh về sau. Ngoài ra, Tây Ban Nha là nôi ra đời nhiều đại văn hào đoạt giải Văn Chương Nobel như José Echegaray y Eizaguirre và Frédéric Mistral (1904), Jacinto Benavente (1922), Juan Ramón Jiménez (1956), Vicente Aleixandre (1977), Camilo José Cela (1989), Vargas Llosa (2010).

Nghiên cứu lịch trình bay thì thấy không có chuyến bay thẳng từ Los Angeles qua Madrid, lúc đi phải ngừng ở New York và lúc về từ Barcelona phải đổi máy bay tại Paris. Chúng tôi chọn chuyến bay sẽ ngừng tại phi trường Kennedy khoảng 3 tiếng lúc đi và có chừng hơn 1 tiếng tại phi trường De Gaulle để đổi máy bay lúc về, hơi băn khoăn vì khoảng thời gian 60 phút như vậy rất giới hạn tại Paris. Đây là chuyến du lịch quốc ngoại sau đại dịch, thành ra các quy định quốc tế về y tế phải tuân thủ nghiêm chỉnh. Cần khá nhiều thì giờ và khá bối rối vì đây là lần đầu tiên phải điền vào các giấy tờ, lần này viếng có một quốc gia nên chỉ cần hội đủ điều kiện y tế của Bộ Y tế Tây Ban Nha. Tại phi trường, nhân viên của hãng hàng không tiến hành thủ tục lâu hơn trước kia vì ngoài thông hành còn có sự kiểm nhận y tế, họ coi thông hành như thường lệ, sau đó là thẻ chích ngừa, giấy phép y tế của quốc gia sắp đến. Lo mua bảo hiểm đặc biệt có lo liệu phí tổn cho hai người, nếu mình (thử dương tính) có bệnh thì phải ở lại cả tuần có người làm bạn bên cạnh và chăm sóc, khi thử khỏe mạnh (negative) mới được phép lên máy bay trở lại Hoa Kỳ.

Lên phi cơ, lúc máy bay được kéo ra phi đạo (máy bay được thiết kế chỉ đi về phía trước được thôi) thì trưởng phi cơ (captain) cho biết phải ngừng để coi lại một trở ngại kỹ thuật, chuyến bay LAX- JFK dự định gần 6 tiếng thành ra dài hơn 8 tiếng, ngồi coi hết phim hai phim kể cả "Les Trois Jours du Condor" với Robert Redford trong vai chính mà vẫn chưa đến nơi. Chuyến bay vì thời tiết phải bay chệch xuống nam rồi lại lên bắc, sau đó mới êm ả bình phi. Tuy nhiên khi đến phi trường JFK ở Nữu Ước thì mưa tầm tã. Phi công thông báo chưa có cổng vào nên lại phải ngồi trên máy bay chờ thêm 90 phút. Chúng tôi sốt ruột vì chuyến bay connection để đi tiếp qua Madrid trước đây có hơn ba tiếng để di chuyển giờ còn 30 phút, rồi 15 phút và cuối cùng không còn hy vọng nữa. Điều ngạc nhiên là toàn phi hành đoàn, từ phi công cho tới các tiếp viên hàng không chỉ thông báo những tin cập nhật về giờ giấc mà không hề lên tiếng xin lỗi hành khách! Không ai lãnh trách nhiệm cho chuyến bay bị đình trễ hơn ba tiếng rưỡi đồng hồ, gây bao nhiêu là trở ngại và phí tổn cho hành khách!

Hầu như mọi người trong chuyến bay quốc tế này bị mất chuyến bay tiếp theo nên lũ lượt kéo nhau đứng sắp hàng tìm cách đổi chuyến *connection flight* khác. Hơn 300 hành khách nối đuôi nhau đứng xếp hàng dài từ quầy Delta Customer Service chỉ có duy nhất hai nhân viên làm việc. Nếu tính từ lúc rời nhà lên phi trường ở LAX - California cho tới lúc bước ra khỏi máy bay thì gần 12 tiếng đồng hồ. Chúng tôi cũng như những người đang đứng đợi trong cái hàng dài chẳng thấy di chuyển, càng lúc càng thấy mệt mỏi, khó chịu, mất kiên nhẫn và ngao ngán. Để tiêu thời gian, chúng tôi quan sát thái độ các hành khách khi họ lên đến quầy, trực diện được với nhân viên của hãng máy bay Delta. Đa số khi dạm mặt được với người đại diện cho hãng hàng không, họ trút hết nỗi tức giận, mệt mỏi, bực tức qua những câu xỉ vả như:

- "Các người làm ăn gì mà tệ thế? Tôi sẽ không bao giờ bay với hãng này nữa!"
- "Chúng tôi sẽ kiện các người! Cô có biết sự đình trễ này gây tổn thương cho công ty tôi tới chừng nào không? Tôi không có mặt trong buổi họp quan trọng mà tôi cần phải có! Mấy người có biết vậy không?"
- "Chưa bao giờ tôi bị đối xử tệ hại như vậy! Mấy người phải đền bù cho tôi chứ!"
- "Tôi rất thất vọng và tức giận vì sự đình trễ này! Tôi sẽ không kịp có mặt trong buổi họp mặt đại gia đình của tôi mà chúng tôi đã dự định cả năm trời nay!"

Đại loại là như thế. Toàn là những câu nói cho hả tức vì thật sự hành khách không được đối xử tử tế. Tuy nhiên, các thái độ này không đem lại kết quả mong đợi của hành khách. Cô nhân viên hàng không đứng kiên nhẫn nghe những lời trút giận của hành khách xong ngước mắt bình tĩnh hỏi, "Tôi có thể giúp quý vị như thế nào?" Tiếp theo là một cuộc thương lượng giữa khách hàng và nhân viên. Hành khách muốn có chuyến bay sớm nhất để đi tiếp tới đích. Tiếp viên xem trên máy computer các chuyến bay đó nhưng đa số không còn chỗ, phải đợi tới một hai ngày sau. Nhìn người tiếp viên lắc đầu xin lỗi với khách hàng và cúi đầu nhìn màn hình computer chịu đựng các câu xỉ vả kế tiếp của khách hàng, chúng tôi cũng xót xa cho họ. Chúng tôi tự tra trên mạng xem còn những chuyến bay nào đến Madrid sớm nhất nhưng không thấy. Tất cả các chuyến bay Âu Châu còn lại bay buổi tối ngày hôm sau. Đa số lại còn phải ngừng ở một nơi khác trước khi đáp xuống Madrid. Số ghế còn lại xuống dần và chúng tôi không hy vọng đến Madrid kịp để nhập bọn với *tour* du lịch đã định. Khi tới nơi quầy tiếp viên, chúng tôi chào cô nhân viên và nói:

- "Chúng tôi nghĩ là cô mệt lắm vì có lẽ đã làm suốt một ngày dài rồi còn bị nghe khách hàng khiển trách nặng nề. Chúng tôi xin lỗi cô nhé." Cô tiếp viên ngạc nhiên ngửng đầu lên nhoẻn miệng cười.

- "Ồ, không sao cả. Chúng tôi quen rồi. Vả lại tôi hiểu sự giận dữ của khách hàng khi mọi dự định không theo ý muốn." Chúng tôi nói tiếp:

- "Chuyện gì thì quen được chứ chuyện bị mắng mỏ, xỉ vả chắc chẳng bao giờ chúng tôi quen đâu!" Hai bên đều cười và cô tiếp viên vui vẻ hỏi:

- "Tôi có thể làm gì giúp quý vị được?" Chúng tôi giải thích tình cảnh và nói:

- "Chúng tôi mong tới kịp bên ấy để nhập vào đoàn du lịch vì sau đó họ sẽ qua thành phố khác... Tuy nhiên chúng tôi hiểu và chấp nhận nếu bị trễ. Chúng tôi sẽ tìm cách liên lạc với công ty du lịch và nhờ họ báo cho bên kia biết. Cô tiếp viên nói:

- "Vâng, để tôi xem." Cô lập tức làm việc trên máy với một sự tập trung tuyệt đối.

Sau khi nhìn các màn ảnh khác nhau cô ra sau gọi điện thoại, chúng tôi đoán là với nhân viên chỉ huy qua giọng nói và thái độ. Sau một lúc làm việc trên máy, cô báo cho chúng tôi là đã book được cho đoàn chúng tôi vé đi trực tiếp đến Madrid ngày mai.

Điều ngạc nhiên là cô ta đã tìm cho chúng tôi đi thẳng tới nơi, không phải ghé đâu hết. Sau khi xem kỹ lại vé mới, chúng tôi hiểu ra là cô đã book cho chúng tôi qua một hãng máy bay khác trong cùng *corporation* là Air Europa. Chúng tôi khi phản ảnh lại việc này, đã tin rằng cô tiếp viên tự bỏ thêm nỗ lực để tìm kiếm, xin phép cấp trên và tạo điều kiện cho chúng tôi. Và chúng tôi cũng tin rằng cô ấy làm như thế vì chúng tôi đã tự chế, không lên tiếng phàn nàn, than vãn hoặc tỏ ý bực bội mà còn để ý hỏi han cô ấy. Quả thật, điều này đúng những gì chúng tôi đã được huấn luyện trong các khóa "thông minh cảm xúc – emotional intelligence" cho nhân viên lãnh đạo: biết tự kềm chế/kiểm soát xúc cảm của mình đồng thời biết quan tâm đến cảm xúc của người khác.

Những trở ngại xảy đến khi đi du lịch thì không thể nào đoán được, song cách hành xử lúc đó phản ánh tính tình của cá nhân, nhóm bốn người chúng tôi giữ bình tĩnh theo tinh thần - accept, adjust, adapt - nên  mọi người vẫn  thoải mái, cười đùa với nhau để "make the best of the situation".  Khi đi du lịch với nhau hoặc người quen, cần nhất là những người đồng hành biết chia sẻ thái độ "when life gives you lemons, make lemonade" hoặc là "go with the flow" – khi có chuyện không may hoặc không dự định xảy đến thì cứ nương theo và tìm cái vui trong cái rủi.  Chúng tôi coi như việc phải thuê khách sạn ở lại qua đêm đợi chuyến bay tối hôm sau là một cơ may để thăm lại thành phố New York City. Có người ví von, nếu thăm Mỹ mà chưa viếng New York City là coi như chưa biết Mỹ Quốc.  Sau một đêm ngủ thoải mái, ngày hôm sau chúng tôi dạo phố, mua sắm, ăn trưa, xem thắng cảnh trước khi trở lại phi trường JFK.

Chuyến bay đêm, đường bay xuyên qua Đại Tây Dương nối Đông Bắc Hoa Kỳ và Trung Âu kéo dài hơn 8 tiếng, hai nơi cách nhau 6 múi giờ nên khởi hành lúc 10 giờ tối và đến nơi vào trưa hôm sau lúc 11 giờ hơn. Thời gian qua mau, sau khi ăn tối, coi hai phim xen vào với giấc ngủ, lúc tỉnh dậy ăn sáng thì phi cơ đang bay trên không phận Madrid, chuẩn bị đáp xuống phi đạo. Phải qua sự kiểm soát thông hành, quan thuế và y tế. Công ty du lịch rất chu đáo có nhân viên đón tại cổng ra phi trường và đưa về khách sạn.

Khách sạn Riu Plaza España tọa lạc tại Gran Via, một đường phố chính có những cửa tiệm sang trọng,  tầm vóc như trên

đại lộ số 5 của Nữu Ước, kèm theo các hý viện song không đồ sộ bằng Broadway. Sau khi có phòng để nghỉ ngơi thì tụi này bát phố, vì không khí nóng nực nên từ giữa trưa đến 3 giờ, thành phố như trong giấc ngủ trưa, tấp nập bắt đầu từ 4 giờ chiều, đến một công viên ngồi uống nước ngắm cảnh như thơ Thanh Tâm Tuyền: đưa em vào quán rượu, có một chút Paris, để anh được làm thi sĩ. Sau đó dạo công viên và quảng trường España ngay trước khách sạn, rất tiện lợi và có thể dùng xe đến ba nơi văn hóa nổi tiếng Museo del Prado, Reina Sofía Museum, và Thyssen-Bornemisza Museum of Art.

Buổi tối chúng tôi có một bữa ăn rất ngon với ẩm thực địa phương tại một nhà hàng nằm trong một nơi lúc trước là hầm rượu của một gia đình quý tộc. Về lại khách sạn chúng tôi lên từng lầu 25, ngắm thành phố lên đèn, nhắm ly

rượu và chuyện trò với nhau. Khung cảnh đẹp với những câu

chuyện hứng thú làm ấm lòng du khách tha hương, trong cảnh viễn xứ xa nhà, cả quê hương sinh đẻ đến quê hương sinh sống, có dịp cho tâm hồn lắng xuống ngẫm nghĩ về thế nhân và cuộc đời.

Ngày hôm sau đoàn du lịch đi thăm Toledo trên đường tới Valencia. Toledo trước kia là thủ đô, sau này mới chuyển về Madrid vài thế kỷ trước, thành phố trên đồi, nhiều di tích lịch sử, vùng Madrid và vùng phụ cận có trên 7 triệu người (dân số Tây Ban Nha khoảng 47 triệu), trong chu vi nhỏ hẹp của Toledo chỉ

có độ 100.000. Công ty du lịch tổ chức khá chu đáo, dùng người địa phương cho chuyến đi để nói về lịch sử của những nơi đã đi qua và giải thích tường tận, mỗi nơi lại có một người như vậy nên sự chuẩn bị bài vở chu đáo cách trình bày nhiệt thành giúp cho cử tọa có thêm kiến thức, giải thích rõ ràng sự va chạm về ảnh hưởng giữa giáo hội và chính quyền, một nguyên nhân đưa đến sự dời chỗ của thủ đô. Ảnh hưởng của Hồi Giáo thời quá khứ rất rõ nét, có những thánh đường được xây cất trên những đền thờ Hồi Giáo sau khi nền văn minh Thiên Chúa Giáo lấn lướt và trở thành chủ yếu. Một vài nơi có những chỗ thờ phượng của những người theo đạo Do Thái, nay được giữ lại. Được ngắm nhìn tác phẩm hội họa nổi tiếng nhất vùng "The Burial of the Count of Orgaz" trong giáo đường.

Xe chuyển bánh đưa chúng tôi từ miền Nam trong nội địa lên miền Trung sát cạnh biển, dọc đường khi vào những trạm nghỉ bên đường sau mỗi 2 tiếng thì thấy các bảng chỉ dẫn có thêm các ngôn ngữ địa phương, điều này chứng tỏ sự đa dạng của xã hội này. Miền Nam với ảnh hưởng sâu đậm thời xa xưa của Hồi Giáo, một chút Do Thái Giáo, sau này là sự thắng thế của Thiên Chúa Giáo, lên trên thì chỉ còn sự hiện diện mạnh mẽ của Thiên Chúa Giáo La Mã, song về ngôn ngữ và ngay cả các món ăn cũng có sự khác biệt.

Thành phố Valencia tọa lạc cạnh Địa Trung Hải trong khi Madrid trong nội địa, nhờ có vị trí cạnh biển nên Valencia đã có lần tổ chức cuộc đua thuyền buồm nổi tiếng nhất thế giới America Cup, với sự tham dự chính yếu của Mỹ, Úc Đại Lợi. Những kiến trúc về nơi trình diễn nghệ thuật như hòa nhạc, vũ ballet, opera, thoại kịch, musical; thật đẹp và vĩ đại trong khu văn hóa không xa khách sạn. Nổi tiếng nhất là khu mới xây 10 năm nay City of Arts and Science. Khách sạn vãng lai là Hotel Valencia Center, có thể

tản bộ ra khu phố kinh doanh, các siêu thị và khu văn hóa khoa học nói trên. Sau một chuyến đi dài nên mọi người đều mệt mỏi, theo thông lệ sẽ có bữa ăn chào mừng khi đến thành phố mới, hôm nay ăn ngay tại khách sạn. Paella Valenciana đặc biệt khác Paella truyền thống của Tây Ban Nha. Ăn xong tản bộ trong khu phố song các trung tâm thương mại đóng cửa lúc 10 giờ, chỉ có tiệm ăn mở cửa đến nửa đêm, nên tụi này về khách sạn và có một đêm ngon giấc.

Hôm sau bắt đầu ngày du lịch là chuyến đi vòng quanh thắng cảnh thành phố, ghé thăm khu văn hóa mà hôm qua chỉ được xem qua bên ngoài khi xe bus chở đến khách sạn. Hôm nay được vào xem chi tiết bên trong, kỹ thuật hòa cùng mỹ thuật, đem đến cho con người sự thưởng ngoạn tuyệt mỹ. Được đi xem các kiến trúc tổng quát, nhận ra sự tiến bộ vượt bực

của kỹ thuật xây cất, dùng rất ít cột và theo nguyên tắc cầu treo, tạo ra sự thanh thoát thay vì nặng nề đồ sộ. Bên trong có các thính phòng với thiết kế âm thanh tuyệt hảo cho các nhạc cụ như Tây Ban Cầm, không dùng sự khuếch âm điện tử. Các phòng thật lớn dành cho dàn đại hợp xướng, ban nhạc giao hưởng, các nơi trình diễn khác cho vũ ballet, thoại kịch, musical, tất cả được tài trợ của ngân

sách làm giảm chi phí cho vé vào cửa nên phục vụ được khách thưởng ngoạn với tài chính hạn chế.

Tiếp tục lên xe bus và được hướng dẫn đi bộ vào trung tâm thành phố, đặc điểm của Tây Ban Nha là nơi trung tâm có một giáo đường và một quảng trường vĩ đại, là điểm hội tụ rồi từ đó lan tỏa ra các khu phố chính, vào dạo trong Central Market với các sản phẩm nông nghiệp tươi, các sản phẩm thực vật thật hấp dẫn, trước khi chấm dứt phần đi chơi chung là màn ghé vào một quán ăn để thưởng thức thức ăn đặc trưng của Tây Ban Nha, một số ở lại, một số về khách sạn nghỉ ngơi trong đó có chúng tôi. Buổi chiều tối ra khu thương mại sầm uất, vào hiệu ăn Lemongrass dùng rượu sangria và món ăn có hương vị Á Châu.

Sau hai ngày ở Valencia, đoàn du lịch tiếp bước lộ trình đi Barcelona với dự định viếng thăm những thành phố nhỏ dọc đường. Những nơi này được chọn lựa vì mỗi nơi có một sắc thái văn hóa riêng biệt mà các thành phố lớn không còn nữa. Chỗ ngừng đầu tiên trong ngày là thành phố Peñíscola với thành

quách cổ kính, là bối cảnh cho phim "El Cid", có ngọn hải đăng hùng vĩ, nơi một giáo hoàng hay đến tĩnh tâm. Ngồi ăn tại một hiệu ăn sát cạnh bến đỗ của thuyền bè đánh cá, hải sản thật tươi, thức uống sangria nồng đậm và nhất là nồng ấm tình người vì nhân viên hiệu ăn kể chuyện có bạn là người Việt Nam và qua câu chuyện trao đổi, anh rất có cảm tình với tụi này, tăng thêm thức ăn và tỏ ý muốn một ngày nào đó có dịp sẽ thăm Việt Nam. Tụi này cũng leo lên thành quách và hải đăng để chiêm ngưỡng vẻ đẹp kiến trúc, ngắm nhìn biển khơi với ngọn hải đăng hùng vĩ.

Chỗ ngừng kế tiếp là vườn nho Torres tại thành phố Penedès, thăm khu vườn rộng lớn và xem những dãy đất đầy các luống nho mới lên lá. Dọc theo các vườn nho là các bụi hoa hồng thật đẹp. Người hướng dẫn là một thanh niên trẻ từ Los Angeles, California. Cha mẹ anh gốc Mễ Tây Cơ nên sau khi ra trường UCLA, anh qua Nam Mỹ học tiếng Tây Ban Nha và sau đó anh đi du lịch khắp những nơi nói tiếng Tây Ban Nha. Anh cho biết phải học thêm một khóa chuyên môn để được tuyển vào làm tại đó. Anh ta giải thích các bụi hồng này giữ vai trò quan trọng là khi nó bị khô, bị sâu, hoặc không lớn mạnh, nó báo hiệu cho biết là các luống nho cũng sắp bị như vậy để họ cứu kịp thời. Sau đó đi thăm phòng làm rượu tối tân, tất cả có máy đo lường nhiệt độ và nồng độ của từng loại rượu chứa trong các thùng thiếc nằm ngang. Sau khi rượu đạt đúng tiêu chuẩn thì được sang qua các thùng bằng gỗ oak nằm ngăn nắp trong một hầm có máy điều hòa nhiệt độ và không khí. Tiếp theo, họ cho chúng tôi vào một hầm rượu rất đặc biệt và đẹp – nơi đây là chỗ họ chứa các loại rượu họ sản xuất vào những năm thành công nhất và đã đạt được nhiều giải thưởng trong vùng và quốc tế. Cuối cùng mọi người được vào phòng thử rượu – *wine tasting*. Sau khi thử nhiều loại khác nhau, chúng tôi không tìm được loại nào hợp khẩu vị hơn hai loại mà chúng tôi vẫn uống ở nhà là Matchbook của Bắc California và Amarone của Ý.

Đoàn du lịch tiếp tục hành trình lên Barcelona. Càng lên miền Bắc thì càng thấy có sự khác biệt ngôn ngữ vì Barcelona thuộc vùng Catalonia do đó Catalan, một ngôn ngữ có nhiều ảnh hưởng Ý và Pháp là ngôn ngữ bản xứ vùng này. Hơn 90% các chữ trong Catalan có gốc từ Ý hoặc Pháp. Xế chiều thì đến Barcelona,

nơi có hội đá bóng FC Barcelona với cầu thủ nổi tiếng Messi, vô địch nhiều lần Tây Ban Nha và Âu Châu, là đối thủ của Real Madrid ở phía nam. Barcelona được biết đến nhiều sau thế vận hội mùa hè 1992, đã dự tranh với Paris cho Disneyland Europe, và là niềm kiêu hãnh của người dân miền bắc Tây Ban Nha. Khách sạn là Catalonia Barcelona Plaza, dưới ngọn đồi Montjuic Hill, trước mặt có nhiều di tích lịch sử và một vài kiến trúc thích hợp cho thế vận hội mùa hè 1992 tại Barcelona. Bên cạnh khách sạn là một đấu trường nơi trước kia có *Bullfighting*, nay được xây cất chỉnh trang để thành một trung tâm thương mại, với phần lầu thượng là những quán ăn nhộn nhịp.

Những người yêu thích nghệ thuật và kiến trúc không thể không đến viếng thăm Basílica de la Sagrada Familia: 'Basilica of the Holy Family' là một công trình xây cất tuyệt tác khởi công từ 1882 tuy nhiên vẫn chưa hoàn tất. Trải qua thời gian bị các biến động lịch sử như cuộc nội chiến Tây Ban Nha gây trở ngại năm 1936, thực sự tiến triển trở lại năm 1950, rất chậm trong việc xây cất vì nguồn tài chánh là do sự quyên góp của tư nhân, sau thế vận hội mùa hè năm 1992, nhiều người biết đến hơn và khả năng tài trợ thăng tiến kèm theo với những tiến bộ kỹ thuật giúp cho việc xây cất được thực hiện thuận lợi, khả quan. Giáo Hoàng Benedict XVI đã đến thăm và ban phước lành năm 2010, dự định hoàn thành vào năm 2026 nhân ngày giỗ 100 năm của ông Gaudí bị trì hoãn bởi đại dịch. Mỗi năm gần 5 triệu du khách đến viếng thăm

nơi này để thưởng thức tài nghệ và công trình của ông Antoni Gaudí, người đã coi việc xây cất này là "sứ mệnh" cuộc đời của ông và đã bỏ ra 43 năm trời miệt mài làm việc tại đấy. Mặc dầu ông mất đi năm 1926, công việc xây cất vẫn theo những họa đồ và thiết kế ông đã soạn ra. Ông Gaudí vừa là một nhà nghệ thuật yêu thiên nhiên, vừa là một kiến trúc sư tài ba và một kỹ sư nhiều kinh nghiệm. Trong các công trình của ông, người ta thấy sự hài hòa của vũ trụ thiên nhiên và kỹ thuật xây cất thần kỳ. Ánh sáng đủ màu từ các ô cửa sổ kính màu dọi lên các cành cây như các bông hoa bằng ánh sáng đang ẻo lả nhảy múa khoe sắc màu trên các cột đá chắc chắn. Các khung cửa sổ kính nhuộm các màu sắc thiên nhiên tùy theo hướng mặt trời mọc và lặn mỗi ngày làm cho người đứng bên trong ngôi thánh đường có cảm tưởng mình đang hòa mình vào thiên nhiên. Các cột đá tượng trưng cho các cây cao vút như đưa lời cầu nguyện của chúng ta lên Thượng đế. Các sáng kiến và thiết kế của Gaudí đã làm cho Vương Cung Thánh Đường Thánh Giá này, cùng với bảy công trình khác của Gaudí, được đưa vào kho tàng nghệ thuật thế giới UNESCO World Heritage.

Một thắng cảnh rất đặc sắc khác cần biết đến là rặng núi có tên là Montserrat nằm ở vùng ngoại ô Barcelona mất hai tiếng lái xe lên. Rặng núi này có nhiều đỉnh cao xấp xỉ gần nhau nên từ xa nhìn nó giống như lưỡi dao răng cưa nên mới có tên này (Serrated or jagged Mountain). Từ chân núi lên tới đỉnh, đoàn du lịch được đi bằng *cable car* - xe dây cáp kéo lên. Cảnh tượng thiên nhiên hùng vĩ và ngọn núi cao vút làm cho người thăm càng phục các công trình xây cất đẹp lạ lùng khi lên tới trên đỉnh núi. Trên đó có thiền viện dòng

Benedict tên là Santa Maria de Montserrat Abbey có từ thế kỷ thứ 11 cho tới nay vẫn còn 70 tu sĩ sống biệt lập tại đấy. Trong ngôi thánh đường tại đây có tượng Đức Mẹ Montserrat nổi tiếng vì đã có nhiều phép lành và phép lạ xảy ra cho các tín đồ cầu nguyện ở đấy. Ngoài ra, tượng Đức Mẹ Montserrat được nhiều người gọi là Black Madonna vì được tạc từ gỗ mun đen ở Jerusalem trong thời kỳ sơ khai của giáo hội Công Giáo. Chúng tôi cùng với các hành khách khác thắp ngọn nến cảm tạ ơn trên cho chuyến đi bình an và nhiều hứng thú.

**Nguyễn Viết Kim**

# NGUYỄN LÊ HỒNG HƯNG
## HẢI HÀNH MÙA ĐẠI DỊCH 11:
### *(CHƯƠNG CUỐI)*

    Thường những ngày gió lặng, biển im, sáng thức dậy sớm pha cà phê để đó, rồi ra boong tập thể dục. Sáng nay bấm nút điện máy pha cà phê xong, ra boong chưa kịp khởi động bài tập Dịch Cân Kinh, thì nghe tiếng mở cửa. Tôi ngoái lại thấy Tamela, thằng nhỏ mới xuống thay cho một thủy thủ đã hết hợp đồng, lần đầu mới gặp tôi mà nó tỏ vẻ thân thiện như quen biết từ lâu, tôi đoán chừng nó là con hay cháu của một đồng nghiệp nào đó. Mới hơn tháng mà đã bị ba trận bão, cho tới mấy ngày qua thời tiết vẫn còn xấu quá, thủy thủ đoàn mệt mỏi nên gặp mặt chào nhau một cái và sau giờ làm việc mạnh ai nấy về phòng nằm nghỉ, nên tôi chưa có dịp nói chuyện với nó. Tamela vui vẻ chào:

- Chào buổi sáng, chú.

Tôi chào lại và xớ rớ chưa biết làm sao thì nó chỉ tay vô đất liền hỏi:

- Nước nào vậy chú?

Tôi nhìn theo tay nó, thấy bầu trời xanh ngắt, lấp thấp là dải đất liền, tiếp theo có vài chiếc tàu buôn xuôi ngược trên mặt biển xanh trong vắt và láng mượt như mặt thủy tinh. Nghe khí trời âm ấm, tôi biết tàu đã qua hải phận Phi Châu rồi, tôi nói:

- Ma Rốc.

Nó nói:

- À, ba con gởi lời thăm chú.

Thời gian sau này những câu hỏi như ông con gởi lời thăm ông, hoặc ba con gởi lời thăm chú từ những đứa thủy thủ trẻ rất thường, nên tôi không lấy làm lạ lắm. Tôi day qua hỏi nó:

- Ba con là ai?

- Johannes Beslar.

- Ồ! Johannes Beslar! Anh ấy giờ sao rồi?

- Hai chưn ba con hơi yếu, đi phải chống gậy, nhưng tinh thần còn sáng suốt lắm.

- Năm nay ba con trên bảy mươi tuổi mà còn như vậy thì cũng khá lắm rồi.

- Hôm con sắp đi, nghe Zanda nói có chú ở đây, ba con có kể cho con nghe về chú, trước kia chú là *Boat people*.

Tôi hỏi nó:

- Con biết *Boat people* là gì không?

- Dạ, là người Việt tị nạn Cộng Sản mà hồi đó cả thế giới tự do gọi là *Boat people*.

- Đã lâu lắm rồi chú mới nghe có người nhắc hai tiếng *Boat people*. Nhứt là người trẻ tuổi như con vẫn còn biết cái thời người Việt tị nạn Cộng Sản của mấy chục năm trước.

- Con chỉ nghe ba con kể lại thôi, chớ cái lúc đó con chưa chào đời mà.

Vậy là sáng nay coi như bỏ tập thể dục rồi. Thấy trời còn sớm, tôi hỏi nó:

- Con uống cà phê không?

Nó liền nói:

- Dạ, để con vô lấy.

Nói đoạn nó day lưng đi nhanh vô trong. Tôi nhớ lại, cách đây hơn bốn mươi năm, những năm người Việt tị nạn vượt biển, qua tạm dừng chưn những quốc gia tự do Đông Nam Á để chờ định cư nước thứ ba, trong đó có đất nước In Đô. Johannes Beslar cũng như nhiều đồng nghiệp người In Đô, là lớp thủy thủ trước tôi, có nhiều thủy thủ đã cứu vớt người Việt lâm nạn trên biển, nên rất am hiểu nỗi gian nan của người Việt vượt biển. Ngày đó niềm thương nỗi nhớ quê hương còn sâu đậm, trong lòng cứ canh cánh nhớ nhà, nên mặt mày lúc nào cũng bí xị, buồn hiu. Nhờ làm việc chung với những người In Đô, tôi được họ cảm thông chia sẻ vui buồn và giúp đỡ rất nhiều về mặt tinh thần. Thời gian trôi qua nhiều năm, nay đầu tóc đã bạc, sói sọi và trí nhớ cũng mù mờ, chuyện cũ lúc nhớ, lúc quên. Nay nghe Tamela nhắc lại cái thời nghiệt ngã ấy, tôi cũng nhớ lại nhưng không còn ray rứt như xưa nữa.

Sau này sống chung với đám trẻ In Đô, tôi phát hiện ra, cái nỗi nhớ quê hương đất nước, nhớ nhiều, nhớ ít là do thời đại. Không riêng gì người Việt chúng tôi lúc đó, vì hoàn cảnh tị nạn Cộng Sản phải sống lưu vong, mới biết nặng lòng với quê hương đất nước. Người In Đô cũng thiết tha với quê hương đất nước của họ lắm, tuy họ sang Âu Châu làm việc có lương, nhưng vẫn là những người tha phương cầu thực. Điển hình như Johannes Beslar và nhiều thủy thủ In đô cùng thời. Cách đây hơn ba mươi năm, thực phẩm Á Đông bên Âu Châu này rất hiếm. Cho nên mỗi khi thủy thủ thay đổi, người mới xuống mang theo cả năm sáu ký gia vị của In Đô và loại lòng tong khô mà người nhà đã ướp hương vị của quê hương, đưa cho tôi và chỉ tôi cách nấu, cũng có người gởi Ketjap, cá khô qua đường bưu điện. Nếu lâu quá không người xuống thay mà gia vị In Đô đã hết, thì khi tàu về lại Rotterdam, Johannes Beslar và những người đồng hương hùn tiền nhau đưa cho một người, rồi bao tắc xi đi cả chục cây số tìm Toko của In Đô mua Ketjap, trasi, mì gói, rau muống và vài ba bó rau thơm, khi nào mua được ớt hiểm thì cả đám vui mừng lắm. Luôn cả lịch treo tường, cuối năm bên Âu châu người ta tặng cho cả đống, nhưng

những người In Đô không treo trong phòng mà cũng phải lên phố
tìm mua cho bằng được những tấm lịch có cảnh thành phố bên In
Đô hoặc ít ra cũng phải có cảnh cây dừa, núi non cho giống đất
nước hải đảo của In Đô họ mới chịu. Lúc đó chưa có internet, chưa
có điện thoại cầm tay. Xài điện thoại công cộng hoặc vô hội quán,
gọi viễn liên mắc tiền nhưng không phải nước nào cũng gọi được,
cho nên liên lạc với gia đình bằng thư viết tay, gởi đi nhận lại có
khi cả một hai tháng. Có lẽ mất nhiều thời gian như vậy nên lúc
nào trong lòng cũng canh cánh nhớ quê. Còn đám trẻ ngày nay,
sanh ra và lớn lên nhằm vào thời đại 4.0 này, quê hương đất
nước lúc nào cũng nằm gọn trong túi áo, túi quần thì làm sao tụi
nó nhớ nhung như thời của cha, ông nó. Tụi nó giảm đi nỗi nhớ
quê hương rất nhiều, mặc dù những tiệm bán đồ Á Đông bây giờ
có mặt khắp nơi, nhưng ít khi tụi nó ngó ngàng tới. Mỗi lần đổ bộ,
tụi nó vô nhà hàng ăn pizza, hoặc doner kebab và thỉnh thoảng
chơi sang thì tìm quán bán đồ biển nhậu. Có lẽ vì nhờ internet bây
giờ rẻ tiền, tin tức nằm trong lòng bàn tay, nên chúng nhắn tin, gọi
nói chuyện về nhà mỗi ngày và những món ăn ngon được quảng
cáo trên mạng quá nhiều nên làm cho chúng quên đi mùi vị và
niềm nhớ quê hương chăng?
Tamela hai tay bưng hai tách cà cà phê ra, nó đưa tôi một tách.
Chúng tôi đi lại ngồi trên đầu cột trụ cột dây. Hớp một hớp cà
phê, tôi nói:
- Chú với ba con sống với nhau trên hai chục năm, lúc vợ trước
của ba con bịnh ung thư chết, ba con buồn đi miết, hơn hai năm
mới về lại In Đô thì cưới má con. Lúc đó ba con mới làm việc bình
thường lại. Ba con cũng có cho chú biết, má con có đứa con trai
riêng.
Tamela cười ha ha:
- Dạ, đứa con trai đó là con nè chú.
- Ngày ba con về nghỉ hưu, chú và ba con ngồi nhậu trên hội quán
ở Hamburg cho tới khuya.
- Dạ, ba con thường nhắc chú, ba con có kể, hồi đó khi tết Tây vừa
qua thì chú nhớ tới tết Việt Nam và thường nấu những món ăn
ngon truyền thống của Tết Việt cho thủy thủ ăn. Vào ngày mùng

một Tết, nếu tàu trên biển thì chú làm những món nhắm như chả giò, tôm chiên bột rồi bày tiệc nhậu với thủy thủ. Nếu Tết trong bến thì chú mời thủy thủ lên hội quán hoặc lên ăn, nhậu trong nhà hàng.

Lâu lắm rồi tôi không còn thiết tha tới ngày Tết cổ truyền, tuy vẫn còn nhớ, nhưng nỗi nhớ nhung không còn thiết tha như ngày xưa nữa. Hôm nay nói chuyện với thằng nhỏ, bỗng dưng tôi lại nhớ về, nhớ vùng ven biển trong những ngày cuối năm, với con trai, con gái bận áo, quần mới đi chùa lễ Phật, cảnh ngày tết vui vẻ vào đêm ba mươi có bánh tét, bánh ít trong giờ giao thừa và nhớ nồi thịt kho ba ngày tết, nhưng chỉ nhớ thoáng qua thôi. Tuy trong dạ có chút bồi hồi, nghe buồn man mác nhưng không còn thèm thuồng đến thắt ruột như cách đây mấy mươi năm. Mới hay nỗi nhớ quê hương dần dà lu mờ trong tâm trí của những kẻ xa quê quá lâu, nó cũng không còn thấm đậm trong tim như ngày xưa nữa.

Tôi nói với Tamela:

- Bây giờ chú vẫn đi chơi với tụi con mà, lần nào cũng có chuyện vui như Tết.

- Con có nghe Zanda khoe, tuần trước, chú dẫn nó lên Las Palmas.

- Âu châu bỏ lệnh cấm cách ly rồi, nhưng tuần rồi ở Las Palmas khách du lịch đông quá nên chú với Zanda còn ngại. Chuyến này tàu trở lại Vigo nhằm Tết Việt Nam, nếu chú còn trên tàu thì chú mời tụi con lên bờ nhậu với chú. Đồ biển ở Vigo rất ngon.

Tamela vui mừng hô:

- Ô kê chú, con hy vọng chú ở lại tới qua tết Việt Nam.

Zanda từ trong mui tàu mở cửa ló đầu ra, chưn ngoài, chưn trong nó ngó qua ngó lại, chợt thấy tôi với Tamela, tay vịn cánh cửa. Nó chồm ra hô lớn:

- Good morning!

Tôi và Tamela cùng nhau nói *good morning* lại. Zanda bước hai chưn ra ngoài, đóng nhẹ cánh cửa, đi ra đứng cạnh tôi. Nó nhìn về phía trời đông nói:

- Trời đẹp quá, chú?

- Rất đẹp, tết Tây đã qua, những cơn bão lớn cũng đã qua, biển êm và trời trong.

Tamela nói:

- Đúng vậy, sau cơn bão gió êm, biển lặng.

Tôi chỉ tay về một đám mây phản chiếu ánh sáng khi mặt trời nhô lên khỏi mặt nước phương đông:

- Coi kìa! Làm sao mà một đám mây nhỏ màu hồng bay lơ lửng như một chiếc lông từ một con chim hồng hạc khổng lồ nào đó rớt ra.

Tamela cười:

- Ha ha... chú hay thiệt đó, thấy một đám mây mà thành ra lông của chim hồng hạc.

Cả tháng qua gió bão, sóng gió nhiều làm việc xong mạnh ai nấy về phòng riêng nên không có dịp nói chuyện với nhau. Hôm nay trời đẹp nên thấy trong người thoải mái hơn, gặp mặt chào nhau vui vẻ, chớ không lơ là như những ngày dông bão. Tôi cười và chỉ tay về phía mặt trời, nói:

- Con không thấy sao! Trời xanh, mây trắng, mặt trời hồng, biển im lìm và thánh thiện. Khi chúng ta có mặt vào buổi sáng thì phải tạ ơn một đặc ân quý giá của thiên nhiên ban cho. Khi biết ta còn sống, hít thở, suy nghĩ, tận hưởng và yêu thương, thì để cho tâm thức biến những cái bình thường trở nên đẹp đẽ hơn.

Hai đứa cười ha hả. Zanda nói:

- Chú là nhà văn.

- Mỗi khi nhìn biển, trời đẹp đẽ chú hay suy nghĩ vu vơ vậy thôi.

Zanda hỏi tôi:

- Con vô nấu mì nhé chú?

- Ừa, con nấu đi.

Zanda day ngang hỏi Tamela ăn mì không nó nấu luôn. Tamela gật đầu đồng ý. Zanda day qua tôi nói:

- Chú ngồi chơi đi, con nấu mì cho thủy thủ In Đô và dọn bữa ăn sáng cho officers luôn.

- Ok, thank you.

Zanda đi trở vô bếp nấu mì. Tamela day qua cười nói:

- Cái thằng mập vậy mà ăn nhiều quá.

Nó nhìn về phương đông, ánh mặt trời đã nhô lên khỏi mặt nước trông như chiếc mâm. Một bầy chim nhàn tìm mồi bay lượn, vài con chim nhỏ bay trên ngọn cần trơi. Tamela hỏi tôi:

- Chim én (Swallow) phải không chú?

- Ờ, đúng rồi.

- Con tưởng Âu châu không có loài chim én.

Tôi giải thích:

- Có chớ, Swallow là tên gọi thông thường của các loài chim cùng họ, ở châu Âu như một từ đồng nghĩa với chim én là chim martins cũng là một nhóm chim trong họ Hirundinidae, chúng có mặt khắp nơi trên thế giới.

- Sao nó bay ra tới đây, chú?

Tôi chỉ tay vô dải đất liền, nói:

- Con coi kìa, gần bờ mà.

- Ồ, nhưng ra đây rồi lấy gì nó ăn?

- Theo chú biết loài chim én có đặc điểm là chúng thích hợp với việc kiếm mồi trên không. Chim én có mặt khắp thế giới và sinh sản ở tất cả các lục địa, ngoại trừ Nam Cực. Những chuyên gia am hiểu về chim chóc họ cho rằng, loại chim này có nguồn gốc từ châu Phi, chúng thường làm ổ trong bọng cây, tuy nhiên châu Phi cho tới nay vẫn còn có nhiều loại chim to con nhứt. Chúng cũng xuất hiện trên những hòn đảo giữa đại dương. Còn một số sống bên châu Âu và Bắc Mỹ là loài chim di cư đường dài; ngược lại, có một giống chim én ở Tây phương và Nam Phi thì chúng không có di cư.

Chợt nhiên một con chim nhỏ đáp xuống boong, nó đi tới đi lui trông nó không có gì hốt hoảng và nó cũng không bay lên được nữa. Thấy con chim có vẻ khác thường, Tamela tới bợ nhẹ nó lên, nó kháng cự yếu ớt và nằm gọn trong lòng bàn tay của Tamela. Tamela nói:

- Để con vô lấy nước cho nó uống và bánh mì cho nó ăn.

Tôi ngăn lại:

- Đã nói là loài chim én không ăn, uống được những thức ăn trên trái đất mà.

Tamela lưỡng lự, hỏi:

- Vậy để nó đâu chú?

Tôi khoát tay:

- Con buông chim ra và cứ để nó tự nhiên đi.

Tamela buông chim ra, chim thong thả đi lại nơi góc khuất đứng đó. Tamela nói:

- Thấy nó tội nghiệp quá chú.

- Con cứ để nó tự sanh tự diệt đi, mình không nên can dự vào đời sống của các loài chim, chúng có cách sống riêng của chúng. Con để nó tự do, có thể một lát nó khỏe lại và nó sẽ tiếp tục bay đi, con bắt nó nhốt lại nó sẽ chết.

Zanda mở cửa ló đầu ra kêu Tamela vô ăn. Tamela day ngang:

- Con vô ăn nhé chú.

- Ok. Ăn ngon.

Tamela đi rồi, tôi nhìn qua góc khuất chỗ con chim én. Không thấy nó, tôi ngó quanh thì thấy nó đứng trên cuộn dây. Tôi bước tới thì nó lấy trớn bay vút về hướng đất liền. Thấy vui vui và nhìn theo con chim tới khi chấm đen biến mất trong cái không gian trong lành và thánh thiện. Ánh mặt trời chen mình vô đám mây tụ màu xám và tỏa ánh sáng ra đám mây cạnh bên màu trắng mỏng manh. Tôi nghĩ tới ánh mặt trời chiếu sáng khắp mặt đại dương, loang ra miền núi, rừng cây, ruộng lúa, vườn rau và dân gian sống trong các làng mạc trên khắp vũ trụ hành tinh này. Nhưng tôi cam đoan rằng từ người trí thức, người làm chánh trị, những nhà lãnh đạo các nước và người đang làm một công việc vặt vãnh xa mù chì ở tuốt trong đất liền, cho tới thủy thủ chúng tôi ở giữa biển khơi; kẻ lương thiện, người dã man, nếu họ biết nhìn nhận được những cái đẹp tuyệt vời này thì tất cả sẽ thấy những tham vọng, phấn đấu nó nhỏ bé trước cảnh quan đẹp đẽ và hùng vĩ của Thiên Nhiên như thế nào!

**Nguyễn Lê Hồng Hưng**

# NGUYỄN VĂN GIA
# LÊ HÂN

Tin Sách


Sách đã có mặt trong tháng 5, 6 năm 2022:

## A. TẠI VIỆT NAM

**1. Tự Nhiên Một Chiếc Lá Rơi**
Tác giả: Phan Hùng
Thể loại: Thơ
Sách dày 143 trang
Bìa: La Thanh Hiền
NXB Đà Nẵng - 5/2022
Giá bìa: 69.000 đồng.

**2. Diệu Âm**

Chùa Quán Thế Âm
Thể loại: Đặc San
Sách dày 252 trang
Bìa: Võ Văn Hòa
NXB Đà Nẵng - 5/2022
Giá bìa: Sách tặng không bán.

## 3. Mạch Đời Chảy Mãi

Tác giả: Nguyễn Văn Hòa
Thể loại: Nghiên cứu phê bình
Sách dày 280 trang
Trình bày: Đất Việt
NXB Hội Nhà Văn - 5/2022
Giá bìa: 179.000 đồng.

## 4. Đất Thơm

Tác giả: Đỗ Văn Tri
Thể loại: Thơ
Sách dày 116 trang
Bìa: Sông Bình Đào, ảnh Đức Tri.
NXB Thuận Hóa - 5/2022
Giá bìa: 79.000 đồng.

## 5. Trầm Khúc Mùa Thu

Tác giả: Trần Thị Cổ Tích
Thể loại: Thơ
Sách dày 228 trang
Bìa: Đinh Cường
NXB Hội Nhà Văn - 1/2022
Giá bìa: 99.000 đồng.

## 6. Khúc Hương Bình

Tác giả: Nhiều tác giả
Thể loại: Lời Ca Huế
Sách dày 180 trang
Bìa: Đỗ Văn Lân
NXB Thuận Hóa - 6/2022
Giá bìa: Sách tặng không bán.

## 7. Mưa Mùa Lên Men

Tác giả: Nguyễn Thiền Nghi
Thể loại: Thơ
Sách dày 92 trang
Bìa: Hải Trung
NXB Thuận Hóa - 6/ 2022.
Giá bìa: 99.000 đồng.

## 8. Neo Bóng Trăng Gầy

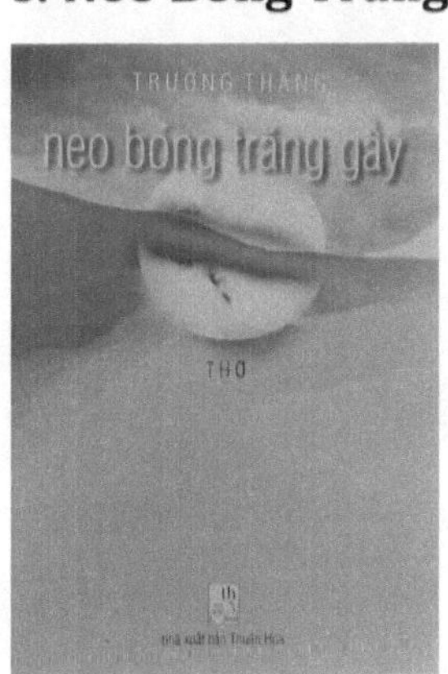

Tác giả: Trường Thắng
Thể loại: Thơ
Sách dày 140 trang
Bìa: Nguyễn Phước Hải Trung
NXB Thuận Hóa - 5/2022
Giá bìa: 99.000 đồng.

## 9. Miền Mây Trắng

Tác giả: Vạn Lộc
Thể loại: Thơ
Sách dày 85 trang
Bìa: Hồ Đình Nam Kha
NXB Hội Nhà Văn - 6/2022
Giá bìa: 100.000 đồng.

# B. SÁCH DO NHÂN ẢNH XUẤT BẢN TRONG THÁNG 5, 6 NĂM 2022:

## 1. Men Còn Đọng Lại Nơi Đáy Vò

Tác giả: Đỗ Trường
Thể loại: Chân dung và phê bình
Bìa: Uyên Nguyên Trần Triết
Dàn trang: Đỗ Trường – Lê Hoàng
Nxb Nhân Ảnh - 5/2022
Sách dày 284 trang
Sách có thể mua qua Amazon
hay liên lạc: dotruong07@yahoo.de
Giá bìa: $20

## 2. Phiếm 28

Tác giả: Song Thao
Thể loại: Phiếm
Bìa: Khánh Trường
Dàn trang: Tạ Quốc Quang
Nxb Nhân Ảnh - 6/2022
Sách dày 400 trang
Sách có thể mua qua Amazon
hay: tatrungson@hotmail.com
Giá bìa: $25 US

### 3. **Dấu Chân Lang Bạt – Tập 1 (tái bản)**

Tác giả: Song Thao
Thể loại: Du ký
Bìa: Khánh Trường
Dàn trang: Tạ Quốc Quang
Nxb Nhân Ảnh - 6/2022
Sách dày 564 trang
Sách có thể mua qua Amazon
hay: tatrungson@hotmail.com
Giá bìa: $35 US.

### 4. **Dấu Chân Lang Bạt – Tập 2**

Tác giả: Song Thao
Thể loại: Du ký
Bìa: Khánh Trường
Dàn trang: Tạ Quốc Quang
Nxb Nhân Ảnh - 6/2022
Sách dày 282 trang
Sách có thể mua qua Amazon
hay: tatrungson@hotmail.com
Giá bìa: $20 US.

### 5. **Tình Thơ Mùa Xuân**

Nhiều Tác Giả
Thể loại: Thơ
Bìa: Uyên Nguyên Trần Triết
Dàn trang: Lê Hân
Nxb Nhân Ảnh - 5/2022
Sách dày 600 trang
Sách có thể mua qua Amazon
hay liên lạc: han.le3359@gmail.com
Giá bìa: $30 (bìa mềm), $40 (bìa cứng)

### 6. Mối Thâm Tình Của Nguyễn Đình Chiểu Dành Cho "Quan Phan" Phan Thanh Giản

Tác giả: Winston Phan Đào Nguyên
Thể loại: Biên khảo
Bìa: Uyên Nguyên Trần Triết
Dàn trang: Lê Hoàng
Nxb Nhân Ảnh - 6/2022
Sách dày 280 trang
Sách có thể mua qua Amazon
hay liên lạc tác giả:
winstonphan@hotmail.com
Giá bìa: $20 US

### 7. Tìm Hiểu Lịch Sử Gia Đình Người Việt Tị Nạn

Tác giả: Kim-Oanh Nguyen-Lam
Thể loại: Biên khảo
Bìa: Uyên Nguyên Trần Triết
Dàn trang: Kim-Oanh Nguyen-Lam
Nxb Nhân Ảnh - 5/2022
Sách dày 206 trang, in màu bên trong
Sách có thể mua qua Amazon
Giá bìa: $25 US (bìa mềm), $30 (bìa cứng)

### 8. Tưởng

Tác giả: Lê Anh Dũng
Thể loại: Thơ – Nhạc – Văn
Bìa: Uyên Nguyên Trần Triết
Dàn trang: Trần Thị Lệ Quyên
Nxb Nhân Ảnh - 6/2022
Sách dày 238 trang
Sách có thể mua qua Amazon
hay liên lạc tác giả:
leanhdungmy@yahoo.com
Giá bìa: $20 US

## 9. Màu Của Gió

Tác giả: Như Không
Thể loại: Thơ
Bìa: Uyên Nguyên Trần Triết
Dàn trang: Nguyễn Thành Công
Nxb Nhân Ảnh - 6/2022
Sách dày 238 trang
Sách có thể mua qua Amazon
hay liên lạc tác giả:
leanhdungmy@yahoo.com
Giá bìa: $20 US

## 10. Chuyện Lạ Nước Việt

Tác giả: Lạp Chúc Nguyễn Huy
Thể loại: Biên khảo
Bìa: Uyên Nguyên Trần Triết
Dàn trang: Nguyễn Thành Công
Nxb Nhân Ảnh - 6/2022
Sách dày 200 trang
Sách có thể mua qua Amazon
hay liên lạc tác giả:
nguyenhuyquebec@yahoo.ca
Giá bìa: $20 US

## 11. Bão Tố Cuộc Đời

Tác giả: Phạm Thái Thanh Lan
Thể loại: Hồi ký
Bìa: Uyên Nguyên Trần Triết
Dàn trang: Nguyễn Thành Công
Nxb Nhân Ảnh - 6/2022
Sách dày 330 trang
Sách có thể mua qua Amazon
hay liên lạc tác giả:
catherinepham2005@yahoo.com
Giá bìa: $25 US

www.ingramcontent.com/pod-product-compliance
Lightning Source LLC
Chambersburg PA
CBHW031934110726
47902CB00001B/175